ദാമ്പത്യ ജീവിതം

പി.ജി.രവീന്ദ്രൻ

ISBN 979-888503407-4

വിവിധ ഗ്രന്ഥങ്ങളിലൂടെയും ആനുകാലിക പ്രസിദ്ധീകരണങ്ങളിലൂടെയും മറ്റുമായി പ്രകടിപ്പിക്കപ്പെട്ട വിദഗ്ദ്ധാഭിപ്രായങ്ങളും, നിർദ്ദേശങ്ങളും, ചില പഠന റിപ്പോർട്ടുകളും, മറ്റു ചിലരുടെ അനുഭവങ്ങളും സമന്വയിപ്പിച്ചാണ് ദാമ്പത്യ-ലൈംഗികശാസ്ത്ര വിഷയങ്ങളിൽ ഒരു വിദഗ്ദ്ധനോ, ഒരു സാഹിത്യകാരനോ അല്ലാത്ത ഞാൻ ഈ ഗ്രന്ഥം തയ്യാറാക്കിയിട്ടുള്ളത്. ബന്ധപ്പെട്ട എല്ലാവരോടും ഈ കാര്യത്തിൽ നന്ദി രേഖപ്പെടുത്തുന്നതിനോടൊപ്പം, മനഃപൂർവ്വമല്ലാത്ത വല്ല തെറ്റുകളും കടന്നുകൂടിയിട്ടുണ്ടെങ്കിൽ അതിന് ക്ഷമാപണം നടത്തുകയും ചെയ്യുന്നു.

പല വ്യത്യസ്ത കാരണങ്ങളാൽ ദമ്പതികൾക്കിടയിൽ ഉണ്ടാകുന്ന അഭിപ്രായ വ്യത്യാസങ്ങളും, വിവാഹജീവിത്തിൽ ഉണ്ടാകുന്ന താളപ്പിഴകളും, നിരാശകളും, നൈരാശ്യങ്ങളും, അസംതൃപ്തികളും, പലപ്പോഴും അവരുടെ സ്നേഹബന്ധങ്ങളെതന്നെ തകർക്കുന്ന സ്ഥിതിവിശേഷം സൃഷ്ടിക്കുകനും തന്മൂലം പലരും വേർപിരിയലിനെപ്പററി വരെ ആലോചിക്കുകയും ചെയ്യുന്ന പ്രവണത നമ്മുടെ നാട്ടിലും വർദ്ധിച്ചു വരുന്നുണ്ട് എന്നത് ഒരു വസ്തുതയാണ്. ഈ വേദനാജനകമായ അവസ്ഥയെക്കുറിച്ചുള്ള തിരിച്ചറിവിൽനിന്നും ഉടലെടുത്ത അഃസ്ഥിതമായ പരിചിന്തനവും, കൂടാതെ അടുത്ത കാലത്ത് നമ്മുടെ 'സമ്പൂർണ സാക്ഷരതാ കേരളത്തിൽ' നടന്ന സമൂഹമനഃസാക്ഷിയെ ഞെട്ടിച്ച സ്ത്രീധനത്തിനുവേണ്ടി നടത്തിയ ക്രൂരപീഢനങ്ങളും, മരണങ്ങളുമാണ് ഇത്തരമൊരു രചനയ്ക്ക് പ്രേരിപ്പിച്ചത്.

ഏറ്റവും സന്തോഷകരമാകുമെന്ന് പ്രതീക്ഷിച്ച അഥവാ ആഗ്രഹിച്ച വിവാഹജീവിതകാലത്ത് ഭർത്താവിന്റെ ക്രൂരതകൾക്കും പീഢനങ്ങൾക്കും ഇരയായി ജീവൻ നഷ്ടപ്പെടുന്ന, ഈ ഗ്രന്ഥത്തിലെ അവസാനത്തെ അദ്ധ്യായത്തിലെ 'പാവംസ്ത്രീയെ' പോലെയുള്ള അനേകം സ്ത്രീകളുടെ സ്മരണയ്ക്കു മുൻപിലുള്ള ഒരു സമർപ്പണമാണ് ഈ ഗ്രന്ഥം. എല്ലാം സഹിച്ചു മക്കൾക്കുവേണ്ടി മാത്രം ജീവിക്കുന്ന പല അമ്മമാരുടെയും ത്യാഗോജ്ജ്വലമായ മനഃശക്തിക്ക് മുൻപിലും, കൂടാതെ സ്വന്തം പിതാവും ഒരേയൊരു സഹോദരനും സ്വത്തുക്കൾ തട്ടിയെടുക്കുവാൻ വേണ്ടി നടത്തിയ തികച്ചും [illegible] തന്ത്രങ്ങളും, ക്രൂരത[illegible] പീഢനങ്ങളും അനുഭവിക്കുന്ന, അവസാന അദ്ധ്യായ[illegible] 'മഹാപാവം' സ്ത്രീയെപ്പോലുള്ള വനിതകൾക്കുമുള്ള ഒരു ഉപഹാരം കൂടിയാണ് ഈ രചന.

പി.ജി. രവീന്ദ്രൻ

ഫോൺ നമ്പർ : 8904567302, ബംഗളൂരു

ഇ മെയിൽ : netisen84@gmail.com

"ഭാര്യാഭർതൃബന്ധം (ദാമ്പത്യം) എന്നു പറയുന്നത് വളരെ ദിവ്യമായ ഒരു ബന്ധമാണ്. രണ്ടു മനുഷ്യർ പരസ്പരം മനസ്സിലാക്കി, രണ്ടുതരം ചിന്തകളും, ചിന്താഗതികളും, രണ്ടു മനസ്സുകളും, രണ്ടു വ്യക്തിത്വങ്ങളും ഒന്നുചേരുന്നതാണ് ഭാര്യാഭർതൃബന്ധം."

പത്മശ്രീ മമ്മൂട്ടി

ഉള്ളടക്കം

ഉള്ളടക്കം

അദ്ധ്യായം 1 : അവർ വ്യത്യസ്തരത്രെ

പുരുഷനും സ്ത്രീയും തമ്മിലുള്ള ജൈവശാസ്ത്രപരമായ വ്യത്യസ്തതകളെ പറ്റിയും തലമുറകളായി സമൂഹം ഇതിനെ എങ്ങനെ സമീപിക്കുന്നു എന്നതിനെക്കുറിച്ചും പുതുതലമുറയിലെ സ്ത്രീ-പുരുഷ തുല്യത എന്ന ആശയത്തെ പറ്റിയും ഒന്നാം അദ്ധ്യായം ചർച്ച ചെയ്യുന്നു.

അദ്ധ്യായം 2 :സ്നേഹമെന്ന വികാരം

സ്ത്രീ-പുരുഷന്മാർ തമ്മിലുള്ള വ്യക്തിപരമായ ഇഷ്ടങ്ങൾ സ്നേഹമായും പ്രേമമായും രൂപം പ്രാപിക്കുന്നതിനെക്കുറിച്ച് രണ്ടാം അദ്ധ്യായത്തിൽ വിവരിക്കുന്നു. വിവാഹജീവിതം എന്ന പ്രേമത്തിന്റെ സാഫല്യത്തെക്കുറിച്ചും ചിന്തിക്കുന്നു.

അദ്ധ്യായം 3 :വിവാഹജീവിതം

ദാമ്പത്യ ജീവിതത്തെക്കുറിച്ചുള്ള പ്രണയജോഡികളുടെ സങ്കല്പങ്ങളെക്കുറിച്ചും പ്രതീക്ഷകളെക്കുറിച്ചുമാണ് ഈ അദ്ധ്യായത്തിൽ പ്രതിപാദിക്കുന്നത്.

അദ്ധ്യായം 4 :താളപ്പിഴകൾ

ഭാര്യാ ഭർത്താക്കന്മാർക്കിടയിലെ ഇഷ്ടാനിഷ്ടങ്ങളും അഭിപ്രായ വ്യത്യാസങ്ങളും കലഹങ്ങളിലേക്കും അകൽച്ചകളിലേക്കും വേർപിരിയലുകളിലേക്കും വഴിമാറുന്ന സാഹചര്യങ്ങളും വിജയകരമായ ദാമ്പത്യജീവിതത്തിന്റെ അവശ്യ ഘടകങ്ങളും നാലാം അദ്ധ്യായം വിശകലനം ചെയ്യുന്നു.

അദ്ധ്യായം 5 :ചില കാര്യകാരണങ്ങൾ

അദ്ധ്യായം 6 : ചില പരിഹാരമാർഗ്ഗങ്ങൾ

ദാമ്പത്യജീവിതത്തിലെ പ്രശ്നങ്ങളെക്കുറിച്ചും അവയ്ക്കുള്ള പരിഹാരമാർഗ്ഗങ്ങളെക്കുറിച്ചുമാണ് അഞ്ചും ആറും അദ്ധ്യായങ്ങളിൽ വിശദീകരിക്കുന്നത്.

അദ്ധ്യായം 7 :ലൈംഗിക സംതൃപ്തി

വിവാഹജീവിതത്തിൽ പലപ്പോഴും അനുഭവിക്കുന്ന, പൊതുവെ പലരും മൂടിവെയ്ക്കുന്ന ലൈംഗികമായ അസംതൃപ്തിയെക്കുറിച്ചും അതിന്റെ കാരണങ്ങളെക്കുറിച്ചും ഈ അദ്ധ്യായം ബോദ്ധ്യപ്പെടുത്തുന്നു.

അദ്ധ്യായം 8 :കാല്പനിക കഥകളും, മിഥ്യാധാരണകളും

സമൂഹത്തിലും വ്യക്തികൾക്കും ഇടയിലുള്ള ലൈംഗിക വിഷയങ്ങളെക്കുറിച്ചുള്ള അവാസ്തവങ്ങളായ കാര്യങ്ങളെക്കുറിച്ചും തെറ്റായ ധാരണകളെക്കുറിച്ചും വിശകലനം ചെയ്ത് അവയുടെ യഥാർത്ഥതലങ്ങൾ എട്ടാം അദ്ധ്യായത്തിൽ വെളിപ്പെടുത്തുന്നു.

അദ്ധ്യായം 9 :പീഢനം ഒരു തുടർക്കഥ

അദ്ധ്യായം 10 : ഒരു അനുഭവവിവരണം

അടുത്ത കാലത്തു നടന്ന സ്ത്രീധന പീഢനങ്ങളുടേയും മരണങ്ങളുടേയും പശ്ചാത്തലത്തിൽ സ്ത്രീധനം എന്ന ദുരാചാരത്തെപ്പറ്റി ചില നീതിന്യായ കോടതികളുടെ വിധകളെ ഉദ്ധരിച്ചുകൊണ്ടും ചിലരുടെ അനുഭവങ്ങൾ ആസ്പദമാക്കിയുമുള്ള പഠനമാണ് ഈ അദ്ധ്യായങ്ങളിലുള്ളത്.

ദാമ്പത്യജീവിതം

1

അവർ വ്യത്യസ്ഥരത്രേ!

ശാരീരികപരമായും, മാനസികപരമായും, അടിസ്ഥാനപരമായും ഉള്ള സ്ത്രീ-പുരുഷ വ്യത്യസ്ഥതകളാണ് ദാമ്പത്യ ബന്ധങ്ങളിലുണ്ടാകാറുള്ള പല പൊരുത്തക്കേടുകൾക്കുമുള്ള കാരണമായി പൊതുവേ ചൂണ്ടിക്കാണിക്കപ്പെടുന്നത്. എന്നാൽ കവികളുടെയും, നോവലിസ്റ്റുകളുടെയും ഭാവാർത്ഥത്തിൽ പറയുകയാണെങ്കിൽ, വ്യത്യസ്ഥ ഗ്രഹങ്ങളിൽനിന്നും വന്നവരായതിനാലാണ് സ്ത്രീയും പുരുഷനും വ്യത്യസ്ഥരായിരിക്കുന്നത്. അതായത് പുരുഷന്മാർ ചൊവ്വാ ഗ്രഹത്തിൽ(Mars) നിന്നും, സ്ത്രീകൾ ശുക്രഗ്രഹത്തിൽ(Venus) നിന്നും വന്നവർ എന്നതിനാൽ. അത് ശരിയായാലും തെറ്റായാലും പുരുഷനും സ്ത്രീയും തികച്ചും വ്യത്യസ്ഥരാണെന്നാണ് ജീവശാസ്ത്രപരമായ വസ്തുത. സ്ത്രീയുടെയും പുരുഷന്റെയും കഴിവുകളിലുള്ള വ്യത്യസ്ഥതയെപ്പറ്റിയോ, ശാരീരികശേഷിയിലുള്ള ഏറ്റക്കുറച്ചിലുകളെപ്പറ്റിയോ അല്ല ഇതുകൊണ്ട് ഉദ്ദേശിക്കുന്നത്. ഇന്നത്തെ കാലത്ത് സ്ത്രീകളുടെ കഴിവുകളിലുള്ള വ്യത്യസ്ഥതയെപ്പറ്റി പറയുന്നതുതന്നെ വലിയ ഒച്ചപ്പാടുകൾക്ക് ഇടവരുത്തും. കാരണം,

അധീശത്വത്തിന്റെയും (Superiority) അധീനത്വത്തിന്റെയും (Inferiority) ധ്വനികൾ നിറഞ്ഞതാണ് എന്നതിനാൽ. സ്ത്രീ-പുരുഷ വ്യത്യസ്ഥത, ശിലാലിഖിതങ്ങൾ ഒന്നുമല്ലെങ്കിലും, ഒരേ ലിംഗത്തിലുള്ളവർ തമ്മിലുള്ളതിനേക്കാൾ വളരെ അധികമാണ് രണ്ടു ലിംഗങ്ങൾ തമ്മിലുള്ള വ്യത്യാസങ്ങൾ.

സ്ത്രീയും പുരുഷനും അടിസ്ഥാനപരമായി തന്നെ മാനസീകവും ശാരീരികവുമായ തലങ്ങളിൽ തികച്ചും വ്യത്യസ്ഥരാണ് എന്നാണ് ശാസ്ത്രലോകം പൊതുവെ കരുതുന്നത്. സ്ത്രീ സമത്വവാദികൾ എന്തൊക്കെ മുറവിളി കൂട്ടിയാലും, ചില കാര്യങ്ങളിലും, മറ്റു പലതിലും ചിലപ്പോഴെങ്കിലും സ്ത്രീയും പുരുഷനും തുല്യരല്ലെന്ന കാര്യം [illegible]ണ്ടിവരും. സ്ത്രീയും പുരുഷനും ഈ ലോകത്തെ ക[illegible]യുന്ന[illegible] വ്യ[illegible] [illegible]ലൂടെ ആണെന്നാണ് പൊതുവേ കരുതപ്പെടുന്നത്. [illegible] അത്തരത്തിൽ വളർത്തപ്പെടുന്നതുകൊണ്ടു മാത്രമല്ല; മറിച്ച് പരസ്പര സ്പർശനങ്ങളിൽ, സ്ത്രീകൾ വ്യത്യസ്ഥരീതിയിലുള്ള സംവേദനക്ഷമതകൾ പ്രകടമാക്കുന്നു എന്നതു കൂടാതെ, സ്വരങ്ങൾ കേൾക്കുന്നത്, വ്യത്യസ്ഥമായ ശ്രവണ സംബന്ധമായ പ്രതികരണത്തോടെയാണെന്നതുമാണ്. അതിനുപുറമേ കുഴക്കുന്ന വിഷമപ്രശ്നങ്ങൾ, മസ്തിഷ്കത്തിലെ വ്യത്യസ്ഥ കോശങ്ങൾ ഉപയോഗിച്ചാണ് സ്ത്രീയും പുരുഷനും പരിഹരിക്കുന്നത് എന്നതും ശ്രദ്ധേയമായ കാര്യമാണ്. സ്ത്രീ-പുരുഷന്മാർ തമ്മിലുള്ള ഈ അന്തരങ്ങൾക്ക് കാരണമായി ചൂണ്ടിക്കാണിക്കുന്നത് അവരുടെ ഹോർമോണുകളിലെ വ്യത്യസ്ഥതയെയാണ്.

ഹോർമോണുകൾ പൊതുവേ ലൈംഗികതയുമായി ബന്ധപ്പെട്ട സ്വഭാവവിശേഷങ്ങൾ സൃഷ്ടിക്കുന്നതിലുപരിയായി, വളരെയധികം കാര്യങ്ങൾ

ചെയ്യുന്നുണ്ടെന്നാണ് പല ശാസ്ത്രീയ തെളിവുകളും വെളിപ്പെടുത്തുന്നത്. ഹോർമോണുകൾ മസ്തിഷ്കത്തെ തന്നെ പൌരുഷത്യസ്ഥരാണെന്നാണ്ത്വത്തിന്റെയും, സ്ത്രീത്വ സ്വഭാവികതയുടെയും രീതികളിൽ രൂപപ്പെടുത്തുക കൂടി ചെയ്യുന്നുണ്ട്. അടിസ്ഥാനപരമായ പരിണാമക്രിയകൾ കണക്കിലെടുക്കുമ്പോൾ, സ്ത്രീകൾ എങ്ങിനെ അന്തർജ്ഞാനപരമായി ചിന്തിക്കുന്നുവെന്നതും, പുരുഷന്മാർ പ്രശ്നപരിഹാരങ്ങൾ എങ്ങനെ മെച്ചപ്പെട്ട രീതിയിൽ കൈകാര്യം ചെയ്യുന്നുവെന്നതും ശാസ്ത്രലോകം കണ്ടെത്തിയിട്ടുണ്ട്. പൊതുവെ ആൺകുട്ടികൾ പെൺകുട്ടികളേക്കാൾ പരുക്കനായി പെരുമാറുന്നതിനെ, പൌരുഷത്തിന്റെ ഒരു അടയാളമായിട്ടാണ് ചൂണ്ടിക്കാണിക്കപ്പെടുന്നത്. എന്നാൽ ശാരീരികമായ വ്യത്യസ്ഥതകൾ, സ്ത്രീയേയും പുരുഷനെയും വ്യത്യസ്ഥമായ ജോലികളും ഭാവങ്ങളും കൈകാര്യം ചെയ്യുന്നതിനായി സൃഷ്ടിക്കപ്പെട്ടവരാണോ എന്ന കാര്യം, ഇനിയും കുറേകാലംകൂടി ഒരു ചോദ്യചിഹ്നമായിതന്നെ അവശേഷിക്കുവാനാണ് സാധ്യത.

ശാസ്ത്രീയമായി പറയുകയാണെങ്കിൽ, പുരുഷന്മാരുടെ മസ്തിഷ്ക പ്രവർത്തനങ്ങൾ സവിശേഷമായ ഒരു രീതിയിലാണ് സംഘടിക്കപ്പെട്ടിട്ടുള്ളത്. ആ രൂപകല്പന അവരെ ദൃശ്യതയുടെയും, സ്ഥല സംബന്ധമായ അവബോധങ്ങളുടെയും ഗണത്തിൽപ്പെടുത്തിയതിനാലാവണം, പുരുഷന്മാർ പൊതുവെ ഗണിതശാസ്ത്രപരമായി ഒരുപടി മുന്നിൽ നിൽക്കുന്നത്. എന്നാൽ സ്ത്രീകളുടെ മസ്തിഷ്ക പ്രവർത്തനങ്ങൾ, അവരെ ഭാഷണാഭിരുചിയിൽ വകതിരിച്ച് വെക്കുവാൻ പ്രാപ്തയാക്കുന്നതു കാരണമാകാം, അവർ ഭാഷാജ്ഞാന കാര്യങ്ങളിൽ കൂടുതൽ പ്രാവീണ്യം കാണിക്കുന്നത്. പൊതുവേ സകലജീവജാലങ്ങളിലുമുള്ള,

ആൺവർഗ്ഗത്തിന്റെ ആക്രമണ സ്വഭാവ സൂചനകൾ വെളിവാക്കുന്നത്;അവർ ഹോർമോൺ സംബന്ധമായി അത്തരത്തിൽ പരമാവസ്ഥ ചെയ്യപ്പെട്ടിരിക്കുന്നു എന്നതാണ്. അതിനാലായിരിക്കണം, കാലകാലമായുള്ള പരിണാമ സംബന്ധമായ പ്രമാണങ്ങളിലെല്ലാം, പുരുഷന്റെ പ്രാമാണിത്വം, പ്രാധാന്യം അഥവാ ശ്രേഷ്ഠത രേഖപ്പെടുത്തി കാണുന്നത്. ഈ സാങ്കൽപ്പിക വ്യത്യസ്ഥതകൾ കാലാകാലമായി ചോദ്യം ചെയ്യപ്പെടാതെ നിൽക്കുന്നതിനാലായിരിക്കണം, പുരുഷന്റെ നേതൃത്വ കഴിവുകൾ ധ്വനിപ്പിക്കുന്ന വിധത്തിലും, അവൻ ജോലിസ്ഥലത്തേക്ക് ജീവശാസ്ത്രപരമായി സ്വീകാര്യനായ രീതിനിലും, എന്നാൽ സ്ത്രീകൾ ഗാർഹീക ജീവിതത്തിന് അനുയോജ്യമായ രീതിയിലും അങ്ങനെയാണ്, സമൂഹം പൊതുവേ കരുതുന്നതും സാഹിത്യകൃതികളടക്കമുള്ള എല്ലാ രചനകളിലും, കലാരൂപങ്ങളിലും അത്തരത്തിൽ ചിത്രീകരിക്കപ്പെടുന്നതും.

പുതിയ തലമുറ, സ്ത്രീയേയും പുരുഷനേയും ഒരേപോലെ ബുദ്ധിശക്തിയും അഭിരുചികളും ആഗ്രഹങ്ങളും ആവശ്യങ്ങളുമുള്ള മനുഷ്യരൂപങ്ങളുടെ രണ്ടു ഭാഗങ്ങളായിട്ടാണ് പൊതുവേ പരിഗണിച്ചു വരുന്നത് എന്നത് ഒരു ശുഭസൂചകമായ സംഗതിയാണെന്ന കാര്യം ഇവിടെ പറയാതെ വയ്യ. പഴയ കാലങ്ങളിൽ കരുതിയിരുന്നതുപോലെ സ്ത്രീയും പുരുഷനും അത്രയൊന്നും വ്യത്യസ്ഥരല്ല എന്ന യാഥാർത്ഥ്യം ഇന്ന് പൊതുവേ അംഗീകരിക്കപ്പെട്ട ഒരു വസ്തുതയാണ്. ഇന്ന് ബഹുഭൂരിപക്ഷം സ്ത്രീകളും തുല്യത എന്ന ആശയം വളരെയധികം ഇഷ്ടപ്പെടുന്നവരാണ്. എന്നാൽ സ്ത്രീകളിൽനിന്നും വിഭിന്നമായി പ്രത്യേകം പ്രത്യേകം തരംതിരിച്ച ഒരു വ്യത്യസ്ഥത തങ്ങൾക്ക് വേണമെന്നതാണ്, അല്ലെങ്കിൽ ഉണ്ടെന്നാണ് മിക്ക

പുരുഷന്മാരും പൊതുവെ കരുതുന്നത്.

ഏതാണ്ട് ഇരുപതാം നൂറ്റാണ്ടുവരെയും അത്തരമൊരു വ്യത്യസ്ത വ്യവസ്ഥ എല്ലാ സംസ്കാരങ്ങളും സമുദായങ്ങളും സൌകര്യപ്പെടുത്തി വന്നിരുന്നതുമൂലം, വിശാലവും ഏറെ തർക്കങ്ങളുമുള്ള ഈ വ്യത്യാസങ്ങൾ, സ്ത്രീയുടെയും പുരുഷന്റെയും പ്രവർത്തന മേഖലകളിലും, വസ്ത്രധാരണങ്ങളിലും, സ്വഭാവ പെരുമാറ്റ രീതികളിലും നിലനിന്നു വന്നിരുന്നുവെന്നത് തർക്കമറ്റ ഒരു സംഗതിയാണ്. ഒട്ടുമിക്ക സമൂഹങ്ങളിലും പുരുഷന്റെ തൻ മേധാവിത്വം, അല്ലെങ്കിൽ അവരുടെ ആൺവർഗ്ഗമെന്ന ദൃഢത എന്നത്, ദുഷ്ക്കരമായ ചില പ്രവർത്തികളിൽ ഏർപ്പെടാനുള്ള സ്ത്രീകളുടെ വൈഷമ്യവുമായും, അക്കാര്യങ്ങളിലുള്ള പുരുഷന്റെ പ്രാഥമിത്വവുമായും കെട്ടുപിണഞ്ഞു കിടക്കുന്നുവെന്നതാണ് വാസ്തവം. സ്ത്രീകൾക്ക് ചില കർമ്മങ്ങൾ നിർവ്വഹിക്കുന്നതിനും, ചില രംഗങ്ങളിൽ പ്രവേശിക്കുന്നതിലുമുള്ള വിഷമതകൾ, പുരുഷന്മാർ തങ്ങളുടെ ആണത്വമെന്ന അപ്രമാണിത്വത്തിന്റെ അടയാളമായി കൊട്ടിഘോഷിച്ചു വന്നിരുന്നതുമാണ്.

ചില സമുദായ മേലാളന്മാരെ ഒഴിച്ചുനിർത്തിയാൽ പൊതുവേ ഇന്നത്തെ സമൂഹം, അത്തരത്തിലുള്ള നിഷേധങ്ങളെ അംഗീകരിക്കുന്നേയില്ല. സ്ത്രീകളെ പല രംഗങ്ങളിൽനിന്നും അകറ്റി നിർത്തുന്നത് അവരോടും കുടുംബത്തോടും സമൂഹത്തോടും കാണിക്കുന്ന കനത്ത അനീതിയാണെന്ന കാര്യം ഇന്ന് പൊതുവേ അംഗീകരിക്കപ്പെട്ടിട്ടുണ്ടെങ്കിലും, പുരുഷസമൂഹം (മൊത്തത്തിൽ അല്ല) പൊതുവേ വിശ്വസിക്കുന്നത്, ഈ ഒഴിച്ചു നിർത്തലുകൾക്കു പിന്നിലെ യഥാർത്ഥ ആവശ്യകത അംഗീകരിക്കാതിരിക്കുന്നത് ശരിയായ ഒരു നിലപാടല്ല എന്നാണ്. അതൊക്കെ എന്തുതന്നെയായാലും,

കായികബലമുള്ളവനാണ് പുരുഷൻ എന്നു തെളിയിക്കേണ്ടത്, ജീവശാസ്ത്രപരമായ നിശ്ചിത ആവശ്യമാണെന്ന ധാരണയിൽ നിന്നും ഉടലെടുത്ത ദൃഢനിശ്ചയമായിരിക്കണം, കൌമാരപ്രായക്കാരുടെയും യുവാക്കളുടെയും ആക്രമണ സ്വഭാവത്തിനുള്ള ഒരു പ്രധാന കാരണം. നമ്മുടെ നാട്ടിലെ ചില രാഷ്ട്രീയ പാർട്ടികളും ഈ മനോഭാവം വെച്ചുപുലർത്തുന്നവരാണ് എന്ന് പലർക്കും അഭിപ്രായമുണ്ട്.

പൊതുവേ മിക്ക പുരുഷന്മാരും (പ്രത്യേകിച്ച് നമ്മുടെ നാട്ടിൽ) തങ്ങളുടെ സ്നേഹപ്രകടങ്ങളോടുള്ള സ്ത്രീകളുടെ പ്രലോഭിതയെ, അവരുടെ ഒരു ദൌർബല്യം ആയിട്ടാണ് നോക്കിക്കാണുന്നത് എന്ന കാര്യം നിഷേധിക്കുക എളുപ്പമല്ല. അതായിരിക്കാം പുരുഷന്മാരിൽ പലരും 'സ്നേഹിച്ച പെൺകുട്ടിയെ, അവൾക്കുവേണ്ടി എന്തും ത്യജിക്കുമെന്ന്' മുമ്പ് വീമ്പ് പറഞ്ഞതു മറന്ന് മറ്റൊരു പെണ്ണിനെ വിവാഹം കഴിക്കുന്നതിനുള്ള ഒരു കാരണം. സ്വത്തും, ധനസ്ഥിതിയും സമൂഹത്തിലുള്ള സ്ഥാനമാനങ്ങളും ജാതിയും മതവുമടക്കം പല കാരണങ്ങളും അതിനുണ്ടാകാമെങ്കിലും, മറ്റൊരാളെ വിവാഹം കഴിച്ചശേഷം, മിക്ക പുരുഷന്മാരും താൻ തന്റെ ഭാര്യയെ വളരെയധികം സ്നേഹിക്കുന്നു എന്ന് ആണയിട്ടു പറയുമെങ്കിലും, ചിലർ ഭാര്യ കൊണ്ടുവന്ന അല്ലെങ്കിൽ ഭാര്യാവീട്ടിലുള്ള സ്വത്തും പണവും അനുഭവിച്ച് തീർക്കുന്നതോടെ അല്ലെങ്കിൽ കുറയുകയോ ചെയ്യുന്നതിനനുസരിച്ച് ആദ്യം പറഞ്ഞ സ്നേഹ പ്രസ്താവനയിൽ ഭേദഗതികൾ വരുത്തുകയും ചെയ്യും. സ്വത്തും പണവും കരസ്ഥമാക്കുകയും, ധൂർത്തടിക്കുകയോ ചെയ്തശേഷം, ഭാര്യയെ കയ്യൊഴിയുന്ന ചില അതിസമർത്ഥന്മാരെയും, എങ്ങിനെയെങ്കിലും 'ആ ശല്യം' ഒഴിവാക്കുന്ന ദുഷ്ടന്മാരെയും നമ്മുടെ നാട്ടിൽ കാണാം.

പൊതുവേ പുരുഷന്മാർ തങ്ങൾ വ്യത്യസ്തരാണ് അല്ലെങ്കിൽ മേധാവിത്വം ഉള്ളവരാണ് എന്ന് സമർത്ഥിക്കാനായി എടുത്തു കാട്ടുക മൂന്ന് കാര്യങ്ങളാണ്. അതിൽ ഒന്നാമത്തേത്, ഒരു ആൺകുഞ്ഞ് ജനിക്കുമ്പോൾത്തന്നെ, അമ്മയിൽ നിന്നും വ്യത്യസ്ഥനായിട്ടാണ് ജനിക്കുന്നത്. രണ്ടാമത്തേത്, മിക്ക പുരുഷന്മാരും കായികബലവും, ആക്രമണ സ്വഭാവവുമുള്ളവരായിരിക്കും. മൂന്നാമത്തേത്, പുരുഷന്മാർക്ക് ഗർഭധാരണം സാധ്യമല്ല എന്നതാണ്. എന്നാൽ ലോകചരിത്രത്തിലെ പരിണാമ പ്രക്രിയയിൽ, എല്ലാ ജീവജാലങ്ങളെയും അപേക്ഷിച്ച് മാനുഷികമായ സ്വഭാവങ്ങളിൽ പ്രകടമായി കാണുന്ന മൃദുത്വം എന്ന സവിശേഷത സാമൂഹികവും സാംസ്കാരികവും പാരിസ്ഥിതികവുമായ വ്യതിയാനങ്ങളെ വിജയകരമായി അഭിമുഖീകരിക്കുവാൻ സ്ത്രീയെയും പുരുഷനെയും ഒരുപോലെ സഹായിച്ചിട്ടുണ്ട് എന്നത് എടുത്തുപറയേണ്ട കാര്യം തന്നെയാണ്. സ്വഭാവരീതികളിലും പെരുമാറ്റങ്ങളിലുമുള്ള വ്യത്യാസങ്ങൾ, അവരെ അവരിലെ മൃഗീയതയെ കൂടുതൽ കൂടുതൽ ലഘൂകരിക്കുവാൻ സജ്ജമാക്കിയിട്ടുണ്ടെന്നതും എടുത്തു പറയേണ്ട കാര്യം തന്നെയാണ്. (ഈ ഗ്രന്ഥത്തിലെ അവസാന അദ്ധ്യായത്തിലെ ദുഷ്ടപുത്രൻ എന്ന വിചിത്രജീവി അതിനൊരപവാദമാണ്.)

ലിംഗപരമായി, സ്ത്രീയെയും പുരുഷനെയും പ്രത്യേക രീതിയിൽ മുദ്രണം ചെയ്യപ്പെടുന്നതിനും, പുരുഷമേധാവിത്വ സംസ്കാരം ദൃഢീകരിക്കുന്നതിനും, ഹോർമോണുകളെക്കാൾ ലിംഗഭേദങ്ങൾ തന്നെ അടിസ്ഥാനശലയാക്കി ഇന്നും ഉപയോഗിക്കപ്പെടുന്നു എന്നതാണ് യാഥാർത്ഥ്യം. ജനിച്ച ഉടനെ തന്നെ ഒരു കുഞ്ഞിനെ ലിംഗ വ്യത്യാസമനുസരിച്ച് സമൂഹവും സാംസ്കാരികതയും കുടുംബാംഗങ്ങളും

അവരോട് വ്യത്യസ്ത രീതിയിലുള്ള നടിപ്പാണ് പ്രകടമാക്കുന്നത് എന്ന കാര്യം പല ഗവേഷകരും ചൂണ്ടിക്കാണിച്ചിട്ടുണ്ട്. അതിനാൽ പ്രകൃതിയാണോ പരിപാലനമാണോ സ്ത്രീപുരുഷ സ്വഭാവവിശേഷങ്ങളിൽ പ്രധാന പങ്കുവഹിക്കുന്നത് എന്ന പുരാണ ചിന്താശകലം, ഗവേഷകർ പുതിയ തീവ്രതയോടെ ഇന്ന് പുനർജീവിച്ചിരിക്കുന്നു എന്നതും ഇവിടെ ചൂണ്ടിക്കാണിക്കേണ്ടിയിരിക്കുന്നു. എന്നാൽ എല്ലാ അവകാശവാദങ്ങൾക്കും എതിർവാദങ്ങൾക്കും അകലെ, സ്ത്രീ-പുരുഷ സ്വഭാവ വ്യത്യസ്ഥതകളുടെ ജീവശാസ്ത്രപരമായി ഭ്രമിപ്പിക്കുന്ന ചില പുത്തൻ [illegible] ഗവേഷകർ ഇന്ന് പുറത്തുവിടുന്നുണ്ട്.

ഒട്ടുമിക്ക ജീവജാലങ്ങളിലും [illegible] വർ[illegible] പെൺവർഗ്ഗത്തേക്കാൾ ആക്രമണ കാര്യത്തിലും പൊരുതുന്ന കാര്യത്തിലും പ്രാമുഖ്യവും, പ്രാവീണ്യവും കൂടുതലാണ് എന്നതിനെ, ശാരീരിക ശാസ്ത്ര ലോകം ആൺവർഗ്ഗത്തിനുള്ള റ്റെസ്റ്റോസ്റ്ററോൺ (Testosteron) എന്ന ഹോർമോണിന്റെ അടിസ്ഥാന അടയാള തത്വമായിട്ടാണ് വ്യാഖ്യാനിക്കുന്നത്. അതായത് ഹോർമോണുകൾ മസ്തിഷ്കത്തിന്റെ ഘടന തന്നെ മാറ്റിമറിക്കുന്നു എന്നാണ് ഇന്ന് ശാസ്ത്രലോകം വിശ്വസിക്കുന്നത്. പല മൃഗങ്ങളിലും മസ്തിഷ്കത്തിലെ വ്യത്യസ്ഥത വെളിവാക്കുന്ന ഏറ്റക്കുറച്ചിലുകൾ കണ്ടെത്തിയിട്ടുണ്ട്. പല മൃഗങ്ങളുടെയും നാഡീകോശ ഘടനകളിലുള്ള ഹോർമോൺ വ്യത്യസ്ഥത, അവരുടെ ലിംഗപരമായ വ്യത്യാസങ്ങൾ എന്നിവ മസ്തിഷ്കത്തിൽ തന്നെ മുദ്രണം ചെയ്യപ്പെട്ടിട്ടുണ്ട് എന്നത് ഇന്ന് ശാസ്ത്രലോകത്തിന് ബോധ്യം വന്ന കാര്യമാണ്.

മനുഷ്യരുടെ കാര്യത്തിൽ സ്ത്രീയുടേയും, പുരുഷന്റേയും മാനുഷികമായ ആചരണങ്ങൾ വ്യത്യസ്ഥമായ രീതിയിലാണ്

ക്രമീകരിക്കപ്പെട്ടിരിക്കുന്നത് എന്നത് ഗവേഷകർക്ക് കുറേ കാലമായി അറിയാവുന്ന വസ്തുതയാണ്. പുരുഷന്മാരിൽ ആണ് പൊതുവേ മിക്ക കാര്യങ്ങളിലും (ലൈംഗിക കാര്യങ്ങളിൽ ഒഴിച്ച്) വൈകിപ്പിക്കുന്ന സ്വഭാവം പ്രകടമാവുക. പുരുഷന്മാരുടെ പ്രവർത്തനങ്ങൾ മസ്തിഷ്കത്തിലെ ഇടതും വലതുമായ ഗോളാർദ്ധങ്ങൾ മുഖേന, പ്രത്യേകം പ്രത്യേകമായി നിയന്ത്രിക്കപ്പെടുന്നു എന്നതാണ് അതിനുള്ള കാരണം. എന്നാൽ സ്ത്രീകളുടെ കാര്യത്തിൽ പ്രവർത്തനങ്ങൾ, മസ്തിഷ്കത്തിലെ ഇടതും വലതുമായ രണ്ടു ഗോളാർദ്ധങ്ങളിലും പടന്നുപിടിച്ച സ്ഥിതിയിലാണ് കാണപ്പെടുന്നത്. സങ്കീർണമായ ഈ അസാമാനതയുടെ തെളിവുകൾ, മസ്തിഷ്കത്തിൽ പരിക്കുകൾ പറ്റിയ രോഗികളിൽനിന്ന് ഗവേഷകർ കണ്ടെത്തിയിട്ടുണ്ട്. അത്തരം രോഗികളെ നിരീക്ഷിച്ച ഡോക്ടർമാർ കണ്ടെത്തിയത്, പുരുഷ രോഗികൾക്ക് ഇടതു ഗോളാർദ്ധത്തിനു പരിക്കു പറ്റിയിട്ടുണ്ടെങ്കിൽ അതേ അവസ്ഥയിൽ ഉള്ള സ്ത്രീ രോഗികളെക്കാൾ, സംസാരിക്കുവാനുള്ള കഴിവിന് പുരുഷരോഗികൾക്ക് കൂടുതൽ കോട്ടം തട്ടുന്നതായും എന്നാൽ വലത് ഗോളാർദ്ധത്തിനാണ് പരിക്കേറ്റിട്ടുള്ളത് എങ്കിൽ അത് പുരുഷന്മാരുടെ ദൃശ്യപരമായും, സ്ഥലപരമായുള്ള ധാരണകളെ പ്രതികൂലമായി ബാധിക്കുന്നു എന്നുമാണ്. എന്നാൽ സ്ത്രീകൾക്ക് മസ്തിഷ്കത്തിൽ ഏറ്റ പരിക്കുകൾ ഏതു ഗോളാർദ്ധത്തിലായാലും നിർവഹണപരമായ കോട്ടങ്ങൾ താരതമ്യേന കുറവാണെന്നും കണ്ടെത്തിയിട്ടുണ്ട്.

സ്ത്രീകളുടെ മസ്തിഷ്ക പ്രവർത്തനങ്ങൾ ഒരേ സമയത്ത് തന്നെ രണ്ട് ഗോളാർദ്ധങ്ങളിലും ഒരുപോലെ പകർത്തപ്പെടുമെന്നതാണ് ഇതിനു കാരണമെന്നാണ് പല ശാസ്ത്രജ്ഞരും വിശ്വസിക്കുന്നത്. സ്ത്രീകൾ പൊതുവെ

പുരുഷന്മാരേക്കാൾ വേഗത്തിൽ ശാരീരികമായ വളർച്ചയും പ്രായപൂർത്തിയും പ്രാപിക്കുന്നതിനാൽ അവരുടെ മസ്തിഷ്കത്തിലെ അർദ്ധഗോള പരിണാമങ്ങൾക്ക് വേറിടുവാൻ സമയക്കുറവ് അനുഭവപ്പെടുന്നതിനാലാണ് ഇത് എന്നാണ് പൊതുവേ കണക്കാക്കപ്പെടുന്നത്. അതായത് സ്ത്രീകൾക്ക് അവരുടെ മസ്തിഷ്കത്തിലെ രണ്ടു ഗോളാർദ്ധങ്ങൾ തമ്മിൽ ചേർക്കുന്ന നാഡീകോശ സംവിധാനം നിലനിർത്തുവാൻ സാധിക്കുകയും തന്മൂലം രണ്ട് ഗോളാർദ്ധങ്ങളിലുമുള്ള പ്രവർത്തനങ്ങൾ നന്നായി ഏകോപിപ്പിച്ച് കൊണ്ടുപോകുവാൻ കഴിയുകയും ചെയ്യുന്നു എന്ന് സാരം. അതിനാലാണ് രണ്ട് ഗോളാർദ്ധങ്ങൾ തമ്മിൽ മത്സരിക്കുന്നതും, ഒന്നിന് ഒന്ന് തടസ്സപ്പെടുത്തുന്നതുമായ പ്രവർത്തനങ്ങൾ സ്ത്രീകൾക്ക് മെച്ചമായ രീതിയിൽ നടപ്പാക്കാൻ ആകുന്നത്.

ഹോർമോണുകളും സ്വഭാവ വൈവിധ്യങ്ങളും തമ്മിലുള്ള ബന്ധം, അടുത്തകാലംവരെ വിശ്വസിച്ചിരുന്നതിൽ നിന്നും വളരെ സങ്കീർണമായതാണെന്നാണ് ഇന്ന് കണക്കാക്കപ്പെടുന്നത്. പ്രഭാവവും, കാരണവും എന്ന ദ്വിതീയ വീഥികളിലുള്ള വ്യത്യസ്തതയുടെ ഭാഗമാണ് അത് എന്ന് വെളിവാക്കുന്ന തെളിവുകൾ ഇന്ന് ലഭ്യവുമാണ്. സാമൂഹികമായി നേരിടുന്ന തിരിച്ചടികൾ കുരങ്ങന്മാരിലെ ടെസ്റ്റാസ്റ്ററോൺ ഹോർമോണിന്റെ അളവ് കുറയ്ക്കുന്നതായും, വിജയം അനുഭവപ്പെടുമ്പോൾ പ്രസ്തുത ഹോർമോണുകൾ കാര്യമായ രീതിയിൽ തിളച്ചു മറിയുന്നതും, പല പഠനങ്ങളും കണ്ടെത്തിയിട്ടുണ്ട്. അതായത് സാമൂഹികമായ ഉത്തേജനങ്ങൾക്ക് ജീവശാസ്ത്രം വിധേയമാകുന്നു എന്ന ഈ അഭിയോഗം, ശാസ്ത്ര ലോകത്തിന് ഇന്നും പിടികിട്ടാത്ത സമസ്യ തന്നെയായി അവശേഷിക്കുകയാണ് എന്ന് ചുരുക്കം. എന്നാൽ

മനുഷ്യനെയും മൃഗങ്ങളെയും സംബന്ധിച്ചിടത്തോളം, അവരുടെ ജീവശാസ്ത്രപരമായ പലകാര്യങ്ങളും സാമൂഹ്യതയുമായും സാംസ്കാരികതയുമായും ഉണ്ടാകുന്ന തുടർച്ചയായ സമ്പർക്കത്തിലൂടെയാണ് സംഭവിക്കുന്നത് എന്ന കാര്യം ഇന്ന് പൊതുവേ അംഗീകരിക്കപ്പെട്ടു കഴിഞ്ഞ വസ്തുതയാണ്. ഇന്ന് സ്ത്രീകൾക്കും പുരുഷന്മാർക്കും ഇടയിൽ പല പല കഴിവുകളിലേക്കുമുള്ള കടന്നുകയറ്റവും കവിഞ്ഞു കയറ്റവും പരക്കെ ദൃശ്യമാണ്. ബുദ്ധിവൈഭവം, നൈപുണ്യം, മനോബലം, അഭിലാഷം, കനിവ്, വികാരപരമായി വഴങ്ങുന്ന സ്വഭാവം എന്നിവയെല്ലാം പൊതുവെ മാനുഷിക ഗുണങ്ങളും സ്വഭാവങ്ങളുമാണെന്നും, അതിൽ സ്ത്രീക്കും പുരുഷനും ഉള്ള പങ്ക് തുല്യമാണെന്നും അംഗീകരിക്കപ്പെട്ട വസ്തുതയാണ്. ഇത്തരം ഗുണവിശേഷങ്ങൾക്ക് സ്ത്രീയും പുരുഷനും തങ്ങളുടേതായ പ്രത്യേക ശൈലിയും ഭാവവും രൂപവും കൊണ്ടുവരാൻ കഴിഞ്ഞാൽ, അത് മൊത്തം മാനവരാശിക്ക് തന്നെ ഗുണകരമാകും എന്ന കാര്യത്തിൽ ആർക്കും സംശയമുണ്ടാകാനിടയില്ല.

പരിണാമ സംബന്ധമായ പുതിയ ഗ്രാഫുകൾ പ്രകാരം സ്ത്രീയും പുരുഷനും തമ്മിലുള്ള വ്യത്യാസങ്ങൾ കുറഞ്ഞു വരുന്നതായും ഈ അടുത്തകാലത്തായി ആ സ്ഥിതിക്ക് ആക്കം കൂടിയതായും കണ്ടുവരുന്നുണ്ട്. ഒരുപക്ഷേ ഗവേഷകരുടെ അടുത്ത കാലങ്ങളിലുണ്ടായ ഏറ്റവും ശ്രദ്ധേയമായ അനുമാനങ്ങൾ പ്രകാരം, സ്ത്രീപുരുഷന്മാർ തമ്മിലുള്ള അനിഷേധ്യമായ വ്യത്യസ്തതകൾ, അവർക്ക് തുറന്നു കിട്ടുന്ന അവസരങ്ങളുമായി താരതമ്യം ചെയ്യുമ്പോൾ വളരെ കുറവുമാണ് എന്നതും എടുത്തുപറയേണ്ട വസ്തുതയാണ്. കൂടാതെ പഴയകാലത്ത് കരുതിയിരുന്നതുപോലെ സ്ത്രീകൾ എല്ലാ കാര്യങ്ങളിലും

അത്രയൊന്നും പിന്നിലല്ലെന്ന യാഥാർത്ഥ്യം ഇന്ന് ലോകത്തിൽ പരക്കെ അംഗീകരിക്കപ്പെട്ടിരിക്കുന്നു എന്നും പറയാതെ വയ്യ. ഇന്ന് ഭൂരിപക്ഷം സ്ത്രീകളും തുല്യത എന്ന ആശയം നെഞ്ചിലേറ്റിയവരാണ്. അത് സമൂഹത്തിൽ ആശാവഹമായ ചലനങ്ങൾ ഉണ്ടാക്കുകയും ചെയ്യുന്നുണ്ട് എന്നതും സ്വാഗതാർഹമായ കാര്യമാണ്.

എന്നാൽ സ്ത്രീക്കും പുരുഷനും ആയി വേർതിരിക്കപ്പെട്ട ചില പ്രവർത്തികളിലും, വസ്ത്രധാരണത്തിലും, പുരുഷന്മാർ മേനി പ്രകടമാക്കി വരുന്നത്, ചില ചര്യകളിൽ അവർക്കുള്ള മേൽകോയ്മ നഷ്ടപ്പെടുമെന്ന അപകർഷതാബോധത്തിൽ നിന്നും ഉടലെടുത്തതാണ് എന്നകാര്യം നിഷേധിക്കുക എളുപ്പമല്ല. ഇന്നത്തെ ആധുനിക സമൂഹം സ്ത്രീകളെ ചില രംഗങ്ങളിൽ നിന്നും അകറ്റി നിർത്തുന്നതിനെ [illegible] അംഗീകരിക്കാത്തതും ആ കാരണത്താൽ തന്നെയായിരിക്കും. സ്ത്രീകളോടും സമൂഹത്തോടുമുള്ള ഈ നീതിനിഷേധം - അതായത് സ്ത്രീകൾക്ക് അവരുടെ കഴിവുകൾ വ്യത്യസ്തമേഖലകളിൽ പ്രകടിപ്പിക്കുന്നതിന് വിലക്കുന്ന അനീതി - പൊതുവേ ഇന്നത്തെ പരിഷ്കൃതലോകം അനുവദനീയമല്ലാതാക്കി വരുന്നുണ്ടെങ്കിലും, പുരുഷന്മാർ ഇത്തരത്തിലുള്ള വികാരം പ്രകടിപ്പിക്കുന്നതിന് പിന്നിലുള്ള ചേതോവികാരവും തീരെ അവഗണിക്കുക വയ്യ. കൂടാതെ വിശ്വാസപ്രമാണ കാര്യങ്ങളിൽ സ്ത്രീക്കും പുരുഷനും തുല്യത വേണമെന്ന കാര്യം, സമൂഹം തുറന്ന മനസ്സോടെ ആലോചിക്കുവാൻ സമയം വൈകിയിരിക്കുന്നു എന്നതും ഓർക്കേണ്ട കാര്യമാണ്.

2

സ്നേഹമെന്ന വികാരം

പരസ്പരം മനസ്സിലാക്കുവാനും, ഇഷ്ടപ്പെടുവാനും, അടുക്കുവാനും, സ്നേഹിക്കുവാനുമുള്ള കഴിവും ആഗ്രഹവും മനുഷ്യരിൽ ജനനം മുതൽ അന്തർലീനമായ ഒരു സ്വഭാവ സവിശേഷതയായിട്ടാണ് കരുതപ്പെടുന്നത്. ഈ ആഗ്രഹവും, കഴിവും കൗമാരപ്രായത്തോടെ മനുഷ്യരിൽ കുറേക്കൂടി വ്യക്തവും പ്രകടവും ആഴമേറിയതുമായി രൂപംകൊള്ളും. അതായത് കൌമാരത്തോടെ ഉടലെടുക്കുന്ന എതിർലിംഗത്തോടുള്ള ആകർഷകത ക്രമേണ ഇഷ്ടമായും സ്നേഹമായും പ്രേമമായും ഒക്കെ രൂപം പ്രാപിക്കുകയായി എന്നർത്ഥം.

ഒരാൾ മറ്റൊരാളെ ഇഷ്ടപ്പെടുമ്പോൾ അല്ലെങ്കിൽ സ്നേഹിക്കുമ്പോൾ, തിരിച്ച് ഇങ്ങോട്ടും അതേ വികാരങ്ങൾ പ്രകടമാക്കുന്നതോടെ അയാളുമായി അല്ലെങ്കിൽ അവളുമായി ഒരു മാനസികമായ അടുപ്പം രണ്ടുപേരും അറിയാതെതന്നെ സ്ഥാപിക്കപ്പെടുകയായി. ഈ അടുപ്പം തീരെ സങ്കരമല്ലാത്തതും തീർത്തും ശുദ്ധവുമായ ഒരു വികാരമാണ്. അധികം വൈകാതെ സ്നേഹമെന്ന മോഹമായും, പ്രേമമെന്ന വികാരവുമായി രൂപം പ്രാപിക്കുകയായി. പലപ്പോഴും അത്തരം മോഹമോ, വികാരമോ

പ്രകടമാക്കുവാൻ വാക്കുകൾ തന്നെ ആവശ്യമായി എന്നു വരില്ല. ഒരു നോട്ടമോ മന്ദഹാസമോ മതിയാകും അത് പ്രതിഫലിപ്പിക്കുവാൻ. സ്നേഹമെന്ന വികാരം നിങ്ങൾ വാക്കുകളിലൂടെയോ മറ്റു വിധത്തിലോ പ്രകടിപ്പിക്കുമ്പോൾ നിങ്ങളുടെ പ്രേമഭാജനവും അതാണ് ആഗ്രഹിക്കുന്നതെങ്കിൽ, അവളുടെ അല്ലെങ്കിൽ അയാളുടെ മനസ്സിലൂടെ കടന്നു പോകുന്ന വികാരവിസ്മയങ്ങൾ, നിങ്ങൾക്ക് അയാളുടെ അല്ലെങ്കിൽ അവളുടെ മുഖത്തുനിന്നും, കണ്ണുകളിൽ നിന്നും വായിച്ചെടുക്കാനാവും. അതാണ് സ്നേഹമെന്ന വികാരത്തിന്റെ മാസ്മരികത! അതിനെയാണ് മാനസികമായ അടുപ്പം അല്ലെങ്കിൽ ബന്ധം എന്നു പറയുന്നത്. മാനസികമായ അടുപ്പം സ്ഥാപിക്കുവാനുള്ള ഇച്ഛയും നിശ്ചയവുമാണ് ഏതു [illegible] കാതലായ ഭാഗം.

നിങ്ങൾക്ക് ഒരാളോടുള്ള ഇഷ്ടം സ്നേഹമായി മാറുവാൻ തുടങ്ങുമ്പോൾ, ആ വ്യക്തിയുമായി ഒരു പ്രത്യേക അടുപ്പം ഉടലെടുക്കുന്നതായുള്ള ഒരു തോന്നൽ അല്ലെങ്കിൽ വികാരം ഉണ്ടാകും; അല്ലെങ്കിൽ ഉണ്ടാകണം എന്നത് സ്നേഹബന്ധത്തിന്റെ കാര്യത്തിൽ തികച്ചും പ്രാഥമികമായ ഒരു നിബന്ധന കൂടിയാണ്. ആ വികാരം നിങ്ങൾ മാന്യമായ രീതിയിൽ എങ്ങനെ പ്രകടിപ്പിച്ചാലും നിങ്ങളുടെ പ്രേമഭാജനത്തിന് അത് ഉടൻ ബോധ്യമാവുകയും, അന്നേരം നിങ്ങൾ ഇഷ്ടപ്പെടുന്ന, നിങ്ങളെയും ഇഷ്ടപ്പെടുന്ന ആളുടെ മനസ്സിലൂടെ ഒരു മിന്നൽപിണർ പോലെ സ്നേഹം എന്ന വികാരം കടന്നുപോകുന്നത് നിങ്ങൾക്ക് മനസ്സിലാക്കുവാനും ആകും. അതാണ് നേരത്തെ പറഞ്ഞ 'മാനസികമായ ബന്ധം' ഉടലെടുക്കുന്നു എന്നീ വാക്കുകളിലൂടെ ഉദ്ദേശിച്ചത്. ഈ മാനസികബന്ധം വളർന്നു പന്തലിച്ച് വിരിയുന്നതോടെ നിങ്ങൾ രണ്ടുപേരും പ്രേമജോഡികൾ അല്ലെങ്കിൽ

കമിതാക്കൾ ആയി മാറിയിരിക്കും. ഒരു യഥാർത്ഥ സ്നേഹത്തിന്റെ കാതൽ അല്ലെങ്കിൽ അന്തർഭാഗം എന്നത്; നിങ്ങൾ ഇഷ്ടപ്പെടുന്ന അല്ലെങ്കിൽ നിങ്ങളെ ഇഷ്ടപ്പെടുന്ന ആളുമായി വൈകാരികമായി അടുക്കുവാനുള്ള ഇച്ഛ അല്ലെങ്കിൽ ആഗ്രഹം ഒരു സമർപ്പണമായി രൂപംകൊള്ളുന്നതോടെയാണ്. അതിനാലാണ് സ്നേഹം എന്നത് വെറും ഒരു വാക്കോ വികാരമോ മാത്രമല്ല എന്നും അത് ഒരു ക്രിയ അല്ലെങ്കിൽ കർമ്മം കൂടിയാണ് എന്നു പറയുന്നത്. അതായത് സ്നേഹമെന്ന അഴകുള്ള പട്ടിൽ പൊതിഞ്ഞ പരസ്പര സമർപ്പണമെന്ന മഹത്കർമ്മം.

സ്നേഹമെന്ന വികാരത്തെക്കുറിച്ച് പ്രതിപാദിക്കുന്ന പല കഥകൾ വായിച്ചും സിനിമകൾ കണ്ടും, ആണ് നമ്മൾ മിക്കവരും വളർന്നുവന്നത്. അനേകമനേകം ദശാബ്ദങ്ങളായി ലോകസമൂഹം മൊത്തത്തിൽ വിവാഹമെന്ന കർമ്മത്തെ വാഴ്ത്തുകയും പ്രകീർത്തിക്കുകയും ചെയ്തു വന്നിട്ടുള്ളതാണ്. അതിനാലായിരിക്കണം വിവാഹമെന്നത് എല്ലാ പ്രണയജോഡികളുടെയും സ്വപ്നസാക്ഷാത്കാര നിമിഷമായി പരിഗണിക്കപ്പെടുന്നത് .

പൊതുവേ രണ്ടുവിധത്തിലുള്ള (സ്വവർഗപ്രേമം ഒഴിച്ചുനിർത്തിയാൽ) പ്രേമങ്ങൾ ഉണ്ട്. അതിൽ ഒന്നാമത്തേത് ഉന്മത്തമായ പ്രേമമാണ്; അത് മേഘാവൃതമായ ഉന്നതിയിലേക്കും മനോരാജ്യ ചിന്തകളിലേക്കും നയിക്കും. രണ്ടാമത്തേത്, ഒരാളെ പരിചയപ്പെട്ട്, ഇഷ്ടപ്പെട്ട്, തമ്മിൽ തമ്മിൽ മനസ്സിലാക്കി സ്വാതന്ത്ര്യത്തോടെ അടുത്ത് ഇടപഴകുവാനുള്ള ധൈര്യവും, വിശ്വാസവും ആർജ്ജിക്കുകവഴി, മനസ്സിന് ആശ്വാസമരുളുന്ന സുഖകരമായ ഒരു തൊട്ടറിവ് എന്ന് വിശേഷിപ്പിക്കാവുന്ന ബന്ധം സ്ഥാപിക്കലാണ്. അതായത് എന്തെങ്കിലും പ്രയാസങ്ങളോ വിഷമങ്ങളോ സങ്കടങ്ങളോ ആവശ്യങ്ങളോ

വന്നാൽ തന്റെ ഉറ്റ സ്നേഹിതനോ സ്നേഹിതയോ ആയി തന്റെ ഏറ്റവും അടുത്തു തന്നെ നിലകൊള്ളും എന്ന ഉത്തമ വിശ്വാസം വന്നുചേരുക എന്ന അവസ്ഥ. ആദ്യം പറഞ്ഞ ഉന്മത്തമായ പ്രേമത്തിന്റെയത്ര ഉത്തേജനം പ്രദാനം ചെയ്യുന്നതോ, തലകീഴായി നിൽക്കുന്നതുപോലെയുള്ള പ്രതീതി ജനിപ്പിക്കുന്നതോ ആയിരിക്കില്ല രണ്ടാമത് പറഞ്ഞ പ്രേമം. എന്നാൽ നീണ്ടകാലത്തെ ജീവിതയാത്രയിൽ (പലപ്പോഴും ഇരുളടഞ്ഞ വഴികളിലൂടെ ആകാം) കൂടുതൽ ഫലപ്രദദായകവും സുനിശ്ചിതവുമായ ഒരു ബന്ധം ഉടലെടുക്കുന്നു എന്ന തോന്നൽ അല്ലെങ്കിൽ ആത്മവിശ്വാസം ഉണ്ടാക്കുന്നതാണ് രണ്ടാമത് പറഞ്ഞ പ്രേമം.

ചിലർ കരുതുന്നത്, യഥാർത്ഥ സ്നേഹമെന്നത്, പ്രതീക്ഷിക്കാത്ത നിമിഷങ്ങളിൽ [illegible] സംഭവിക്കുന്നപോലെയുള്ള പ്രത്യേക അനുഭവമോ അല്ലെങ്കിൽ ചിരകാല സ്വപ്നങ്ങൾ പൂവണിയുന്നതു പോലെയുള്ള ഒരു അനുഭൂതിയോ ആണെന്നാണ്. ആദ്യം പറഞ്ഞ ഉന്മത്തപ്രേമത്തിന്റെ ഒരു അടയാളം, മനസ്സിൽ നിന്നും വിട്ടുപോകാത്ത ആധിക്യമേറിയ സ്നേഹമെന്ന അത്യാസക്തിയുടെ പ്രകടനമാണ്. ഇതു ചില സ്ത്രീകളിലാണ് പൊതുവേ കാണപ്പെടാറുള്ളതെങ്കിലും അപൂർവ്വമായി ചില പുരുഷന്മാരിലും കാണാം. ചില മനഃശാസ്ത്രജ്ഞരുടെ അഭിപ്രായത്തിൽ, അത്തരക്കാരുടെ ബാല്യകാലത്തെ വൈകാരിക അനുഭവങ്ങളും, സ്വഭാവവൈകല്യങ്ങളും കാരണമായി ഉണ്ടായേക്കാവുന്ന ഒരു അവസ്ഥാവിശേഷം അല്ലെങ്കിൽ മാനസികമായ അസ്വസ്ഥതയാണ് ഇത് എന്നാണ്. ഇക്കാര്യം പിന്നീട് വിശദീകരിക്കാം.

പരസ്പരം പ്രേമത്തിലാകുമ്പോൾ സ്വാഭാവികമായും ജോഡികൾ രണ്ടുപേരും ഒരുപാട് പ്രതിദാനം പ്രതീക്ഷിക്കും. മനഃപൂർവ്വമാണെങ്കിലും അല്ലെങ്കിലും ജോഡികളെ

പലതരത്തിലുള്ളതും, ഗൌരവമുള്ളതുമായ അവകാശപ്പെടലുകൾ നടത്തുവാൻ പ്രേമമെന്ന വികാരം പ്രേരിപ്പിക്കും. പൊതുവേ പല യുവതീയുവാക്കളും, തങ്ങൾക്ക് ജീവിതത്തിൽ മുമ്പ് കിട്ടാതെപോയ സൌഭാഗ്യങ്ങളും സന്തോഷങ്ങളും നൽകുവാൻ കഴിവുള്ള ഒരു ജീവിതപങ്കാളിയെ കണ്ടെത്തുവാൻ കഴിയുമെന്ന് പ്രതീക്ഷിക്കും. അത്തരം മനോരാജ്യ സങ്കല്പങ്ങൾ സാക്ഷാത്കരിക്കപ്പെടും എന്ന മോഹവലയത്തിലേക്ക് പ്രേമം അവരെ കൊണ്ടുചെന്ന് എത്തിക്കുകയും ചെയ്യും. എന്നാൽ എല്ലാ യുവതീയുവാക്കളും, പ്രത്യേകിച്ച് അടുത്തകാലത്ത് പ്രേമിക്കുവാൻ നടങ്ങിയ യുവമിഥുനങ്ങൾ ഒന്ന് ഓർത്തിരിക്കണം: നിങ്ങൾക്ക് ആർദ്രതയും (compassion), ഗ്രഹിക്കാനുള്ള ശക്തിയും (understanding) ഉള്ള ജീവിതപങ്കാളിയെ കിട്ടുക എന്നതായിരിക്കണം ഏറ്റവും കൂടുതലായിലുള്ള പ്രതീക്ഷ. കാരണം, അതാണ് യഥാർത്ഥ സ്നേഹത്തിന്റെയും പക്വതയുടെയും അടയാളം.

ഏതൊരു യുവാവിലും, ആദ്യമായി സ്നേഹബന്ധത്തിൽ ആകുമ്പോൾ ഉണ്ടാകുന്ന വികാരവിചാരങ്ങൾ തന്നെയാണ്, അത്തരം ഘട്ടങ്ങളിൽ ഏതൊരു യുവതിക്കും അനുഭവപ്പെടുക. അത് രണ്ടുപേർക്കും സന്തോഷവും ആനന്ദവും പ്രദാനം ചെയ്യുന്ന ഒരു പരസ്പര സമർപ്പണ വികാരവും ആയിരിക്കും. വിചാരങ്ങളും വികാരങ്ങളും മാറിമറിയാം; എന്നാൽ പരസ്പരം സമർപ്പിക്കുവാനും ഉൾക്കൊള്ളുവാനും ഉള്ള മോഹം ഒരു നിശ്ചയമായി അല്ലെങ്കിൽ പ്രതിജ്ഞയായി മാറുമ്പോൾ അതി തീവ്രപ്രണയമായി മാറുന്നു. പ്രണയം എന്ന ഈ തീവ്രവികാരത്തിന് പ്രത്യേക നിർവചനങ്ങൾ ഒന്നും തന്നെയില്ലെങ്കിലും അത് പലരുടെയും സങ്കല്പങ്ങളിൽ ഉള്ളതുപോലെയോ, വായിക്കുന്ന പൈങ്കിളി കഥകളിലും

സിനിമകളിലും സീരിയലുകളിലും മറ്റും കാണുന്ന പോലെയോ ഉള്ള ഒരു വികാരപ്രകടനമോ ആവേശത്തിമർപ്പോ അല്ല.

പ്രണയജോഡികളുടെ പരസ്പര സമർപ്പണമെന്ന പ്രതിജ്ഞയിലും ക്രിയയിലും അധിഷ്ഠിതമാണ് യഥാർത്ഥ സ്നേഹം എന്ന് നേരത്തെ പറഞ്ഞുവല്ലോ. അപ്പോൾ എന്തായാലും തീവ്രമായ പ്രണയ വികാരങ്ങൾ, പ്രണയജോഡികളെ വിവാഹമെന്ന ചിന്തയിലേക്ക് നയിക്കുകതന്നെ ചെയ്യും. അതിനാൽ വിവാഹശേഷമുള്ള ജീവിതനിലവാരം ഇന്നത്തെക്കാൾ മെച്ചപ്പെട്ടതായാലും അല്ലെങ്കിലും, അത് ഇന്നത്തെ അവസ്ഥയെക്കാൾ മോശമായാൽപോലും, ഒരുമിച്ച് കൈകൾ പിടിച്ച് ഒത്തൊരുമയോടെ ജീവിതനൗക തുഴയുവാനുള്ള പ്രതിജ്ഞ, അല്ലെങ്കിൽ അതിനായി പ്രയത്നിക്കുമെന്ന തീരുമാനം, അതിനുള്ള ആത്മാർത്ഥമായ തയ്യാറെടുപ്പ് – അതാണ് യഥാർത്ഥ സ്നേഹം. 'ജീവിതത്തിൽ പല കാര്യങ്ങളും സംഭവിക്കും, അതിൽ പലതും പ്രതീക്ഷിക്കാത്തതുമായിരിക്കും' എന്ന ആപ്തവാക്യം, പ്രണയജോഡികൾ വിവാഹത്തെക്കുറിച്ച് ആലോചിക്കുമ്പോൾ ഓർത്തിരിക്കണം. അതായത്, വിവാഹജീവിതമെന്ന നീണ്ടയാത്ര, നൂൽപ്പാലത്തിലൂടെയുള്ള യാത്രയായതിനാൽ, ആ യാത്രയുടെ സമതുലനാവസ്ഥ നിലനിർത്തുവാൻ രണ്ടു പേർക്കും ഒരുപാട് സഹനശക്തിയും ക്ഷമാശീലവും കൂടിയേ തീരൂ എന്ന്.

സ്നേഹിച്ചുള്ള വിവാഹത്തെ ആത്മീയതയുടെ കൺകോണിലൂടെയും വ്യാഖ്യാനിക്കാൻ ആകും. നിരുപാധിക സ്നേഹത്തിന്റെ പ്രതിഫലനമാണ് വിവാഹം എന്നു സാരം. ദൈവസ്നേഹം എന്നും നമ്മളോടൊത്ത്, നമ്മെ കൈവെടിയാതെയും, പരിത്യജിക്കാതെയും

നിലകൊള്ളുന്നതുപോലെ (മഹാപാപികൾക്കും ദുഷ്ടന്മാർക്കും അങ്ങനെ പ്രതീക്ഷിക്കുക വയ്യ), സ്നേഹിച്ചുള്ള വിവാഹവും എന്നെന്നേക്കും നിലകൊള്ളണമെന്ന് ചുരുക്കം. ഇതു വിവാഹശേഷം സ്നേഹിക്കാൻ തുടങ്ങുന്നവർക്കും ബാധകമാണ്. പരസ്പരം യാതൊരു ഉപാധികളും ഇല്ലാതെ (സ്വത്തോ പണമോ സ്വർണമോ ആവശ്യപ്പെടാതെയും ആഗ്രഹിക്കാതെയും), പ്രണയജോഡികൾ വിവാഹിതരാകുമ്പോൾ ആ രണ്ടു ജന്മങ്ങൾ ഒരുമിച്ചു ചേർന്ന്, സന്തുഷ്ടിയും സമാധാനവും ആനന്ദവും നിറഞ്ഞു കവിയുന്ന അവസ്ഥയിലേക്ക് എത്തിച്ചേരുന്നു, അല്ലെങ്കിൽ എത്തിച്ചേരണം; അതാണ് സൃഷ്ടാവ് ദമ്പതികളിൽ നിന്നും പ്രതീക്ഷിക്കുന്നത്.

മിന്നുകെട്ടിനെക്കുറിച്ച് ആലോചിക്കുന്നതിനു മുമ്പ്, അല്ലെങ്കിൽ മിന്നുകെട്ടിനു മുൻപ്, കഥകളിൽ പറയുംപോലെ വിവാഹജീവിതം എന്നു പറയുന്നത്, 'വിവാഹശേഷം അവർ ശിഷ്ടകാലം സന്തോഷത്തോടെ ജീവിച്ചു' എന്നതായിരിക്കില്ല യാഥാർത്ഥ്യം എന്ന കാര്യം ദമ്പതികൾ ഓർത്തിരിക്കണം. ദാമ്പത്യജീവിതം പലപ്പോഴും നിങ്ങൾ ആഗ്രഹിച്ചപോലെ, അത്ര ആകർഷകമായിരിക്കുകയില്ല. കൂടാതെ വിവാഹജീവിതമെന്നത് ദുർബലഹൃദയർക്ക് പറഞ്ഞതുമല്ല. പക്ഷേ എന്തു കാര്യത്തിനും എപ്പോഴും നിങ്ങളുടെ കൂടെ സഹയാത്രികനായി അല്ലെങ്കിൽ സഹയാത്രികയായി ജീവിതപങ്കാളി കൂടെ ഉണ്ടാവുമെന്നതാണ് വിവാഹമെന്ന ആശയ സങ്കൽപത്തിലെ ആകർഷകമായതും, സാഹസികത നിറഞ്ഞതുമായ ഭാഗം. നിങ്ങൾ ജീവിതയാത്രയിൽ പല വീഥികളിലും പല വെല്ലുവിളികളും അഭിമുഖീകരിക്കേണ്ടി വരും; അവയിൽ പലതും വലിയ വിഷമങ്ങൾ ഉണ്ടാക്കുന്നവയുമാവാം. അപ്പോഴെല്ലാം നിങ്ങൾ ഒറ്റക്കല്ല, പിന്താങ്ങാനും ഹർഷാരവം മുഴക്കുവാനും, ഏതു കഠിനമായ

പരിതസ്ഥിതിയിലും പ്രിയപ്പെട്ടവൻ അല്ലെങ്കിൽ പ്രിയപ്പെട്ടവൾ കൂടെയുണ്ടാവും എന്ന കാര്യം ഉറപ്പിക്കാൻ സാധിച്ചാൽ ജീവിതയാത്ര അല്ലെങ്കിൽ ദാമ്പത്യജീവിതം വളരെ എളുപ്പവും വ്യത്യസ്തവുമായി മാറും.

ഒരു പെൺകുട്ടിയെ സ്നേഹിച്ചു വിവാഹം കഴിക്കുവാൻ തീരുമാനിക്കുന്നതിനു മുമ്പ്, അവൾക്ക് ചില ഗുണങ്ങൾ ഉണ്ടോ എന്നറിയുന്നത് പിന്നീടുള്ള പിണക്കങ്ങളും, കലഹങ്ങളും, വേറിട്ടുനിൽക്കലും, വേർപിരിയലും, അതിനെത്തുടർന്നുണ്ടാകുന്ന മനഃക്ലേശങ്ങളും; മറ്റു വിഷമങ്ങളും ഒഴിവാക്കുവാൻ കുറെയൊക്കെ സഹായിക്കും. സത്യത്തിൽ ഇന്നത്തെ മൂല്യച്യുതിയുടെ ഈ കാലഘട്ടത്തിൽ എല്ലാ ഗുണങ്ങളും തികഞ്ഞ ഒരു ഇണയെ കണ്ടെത്തുക [illegible] ശ്രമിക്കുന്നതിൽ തെറ്റില്ലല്ലോ.

ആ ഗുണങ്ങളിൽ പ്രധാനപ്പെട്ട ഒന്ന്, അദ്ധ്വാനശീലമാണ്. അദ്ധ്വാനിക്കുവാൻ തയ്യാറുള്ള അല്ലെങ്കിൽ മടിയില്ലാത്ത ഒരു സ്ത്രീയെ ജീവിതസഖിയായി കിട്ടുക എന്നതിനർത്ഥം, ജീവിതഭാരങ്ങളും ഉത്തരവാദിത്വങ്ങളും സന്തോഷസൌഭാഗ്യങ്ങളോടൊപ്പം, സങ്കടങ്ങളും വിഷമങ്ങളുംകൂടി പങ്കുവയ്ക്കുവാൻ തയ്യാറുള്ള ആളെ കൂടെ കൂട്ടുക എന്നതാണ്. അതായത്, കുടുംബം നടത്തിക്കൊണ്ടു പോകുവാനുള്ള ബാധ്യത, ഒരാളുടേത് മാത്രമായിരിക്കാതെ, രണ്ടുപേരും അത് ആവുന്നത്ര പങ്കുവെയ്ക്കുവാൻ തയ്യാറാകുന്ന മനസ്ഥിതി എന്നർത്ഥം. ഇതൊരു വലിയ ഗുണമാണ്; കാരണം നിങ്ങൾക്ക് തളർച്ചയോ അസുഖമോ അല്ലെങ്കിൽ ജോലി – ബിസിനസ്സ് നഷ്ടപ്പെടുന്ന അവസ്ഥയോ വന്നുചേർന്നാൽ, നിങ്ങളോടൊപ്പം നിങ്ങൾക്കും മക്കൾക്കും ഒരു താങ്ങും തണലുമായി, ജീവിതസഖിയും കൂട്ടിനുണ്ടാവും എന്ന ബോധ്യം, വിവാഹജീവിതത്തിൽ

ഒരുപാട് ആത്മവിശ്വാസം നൽകും.

മറ്റൊരു പ്രധാന ഗുണമാണ് വിനയം. സ്ത്രീകൾക്ക്, പ്രത്യേകിച്ച് അവർ സാമൂഹികമായും സാമ്പത്തികമായും ഉയർന്ന തട്ടിലുള്ളവർ ആണെങ്കിൽ, വിനയമായിരിക്കണം അവരുടെ മുഖശ്രീ. ഇന്നു പല സ്ത്രീകളും, പ്രത്യേകിച്ച് അവർ സമ്പന്നരായ മാതാപിതാക്കളുടെ മക്കളാണെങ്കിൽ, അല്ലെങ്കിൽ അത്യാവശ്യം നിറപ്പകിട്ട് ഉള്ളവരാണെങ്കിൽ, തങ്ങൾ ശ്രേഷ്ഠഗണത്തിൽപ്പെട്ടവർ ആണെന്നും, അതിനാൽത്തന്നെ വിവാഹം കഴിക്കാൻ ഏതു പുരുഷനും തയ്യാറാകുമെന്നും സ്വയം കരുതുക സാധാരണമാണ്. ഇത്തരം ശ്രേഷ്ഠ വനിതകളിൽ പലരും, സ്വയം വിനയം ശീലിക്കുന്നതിലും നല്ലത് അവിവാഹിതയായി കഴിയുകയാണ് അഭികാമ്യമെന്ന അഭിപ്രായമുള്ളവർ ആയിരിക്കും. ഒരു വനിത സ്വയം ശ്രേഷ്ഠത നടിക്കുന്നവളോ, അതിനുവേണ്ടി പെടാപ്പാട് പെടുന്നവളോ ആണെങ്കിൽ, അവരുമായുള്ള ദാമ്പത്യബന്ധം മിക്കപ്പോഴും മിക്ക പുരുഷൻമാരുടെയും പ്രതീക്ഷയ്ക്കൊത്ത് ഉയരുകയില്ല. സ്വത്തിലും പണത്തിലും ആർത്തിപൂണ്ട പുരുഷന്മാർക്ക് അതൊരു പ്രശ്നമായി ആദ്യം തോന്നില്ലെങ്കിലും, അവരുടെ ദാമ്പത്യജീവിതം മിക്കവാറും ഒരു പരാജയമായിരിക്കും. വിനയമാണ് ഏതൊരാളെയും വിട്ടുവീഴ്ചാ മനോഭാവത്തിന് തയ്യാറാക്കുന്നതും, കുടുംബബന്ധങ്ങൾ നിലനിറുത്തുവാൻ സഹായിക്കുന്നതും. സ്ത്രീകളുടെ കാര്യത്തിൽ വിനയത്തിന് കൂടുതൽ പ്രാധാന്യമുണ്ട്. അത്തരത്തിലുള്ള ഒരു സ്ത്രീയെ കണ്ടെത്തിക്കഴിഞ്ഞാൽ, സൌന്ദര്യമടക്കമുള്ള മറ്റു ഗുണങ്ങൾ ഒന്നുമില്ലെങ്കിലും ജീവിതസഖിയാക്കാനുള്ള പ്രഥമ പരിഗണന നൽകാം.

മറ്റൊരു ഗുണം നിസ്വാർത്ഥതയാണ്. സ്വന്തം വ്യക്തി താത്പര്യങ്ങളേക്കാൾ താൻ സ്നേഹിക്കുന്ന പുരുഷന്റെ

താൽപര്യങ്ങൾക്കാണ് പ്രധാനം എന്നു കരുതുന്ന ഒരു സ്ത്രീയെ വിവാഹം കഴിക്കുവാൻ സാധിച്ചാൽ, അതൊരു ഭാഗ്യം തന്നെയാണ്. താൻ വിവാഹം കഴിക്കുന്ന പുരുഷന്റെ കാര്യങ്ങൾക്ക്, തന്നെ സംബന്ധിച്ച കാര്യങ്ങളുടെ അത്രതന്നെയോ അതിലധികമോ ഉത്കണ്ഠയുള്ളവരും, തന്റെ പുരുഷനുകൂടി ഗുണപ്രദമായ കാര്യങ്ങൾ ചെയ്യുവാൻ മനസ്സുള്ളവളുമായ സ്ത്രീയെ കണ്ടെത്താനും അവളെ വിവാഹം കഴിക്കുവാനും കഴിഞ്ഞാൽ അതൊരു വലിയ നേട്ടം തന്നെയാണ്.

ക്ഷമിക്കുവാനുള്ള മനസ്സ് ഉണ്ടാവുക എന്നതാണ് മറ്റൊരു പ്രധാന ഗുണം. ഇതു സ്ത്രീകൾക്കു മാത്രമല്ല പുരുഷന്മാർക്കും വലിയ ഒരു അലങ്കാരമാണ്. കാരണം ക്ഷമിക്കുവാനുള്ള മനസ്സിന്റെ [illegible] പരിശുദ്ധമായ സ്വർണ്ണം. അപ്പോൾ ക്ഷമിക്കുവാനുള്ള മനസ്സുള്ള ഒരു സ്ത്രീയെ വിവാഹം കഴിക്കുവാൻ പറ്റിയാൽ, ഒരു മാണിക്യക്കല്ലിന്റെ ഉടമയെയാണ് വീട്ടിലേക്ക് കൂട്ടിക്കൊണ്ടു വരുന്നത് എന്ന് അനുമാനിക്കാം. നിങ്ങളുടെ കുറ്റങ്ങളും കുറവുകളും വീഴ്ചകളും എന്തൊക്കെ തന്നെയായാലും അതൊക്കെ പൂർണമനസ്സോടെ ക്ഷമിക്കുവാൻ തയ്യാറുള്ള ഒരു സ്ത്രീയാണ്, ഏതൊരു പുരുഷനും കിട്ടാവുന്ന ഏറ്റവും നല്ല ജീവിതസഖി. എന്നാൽ ഭർത്താവ് എന്ത് തെമ്മാടിത്തം കാണിച്ചാലും ഭാര്യ ക്ഷമിച്ചുകൊള്ളുമെന്ന് കരുതുന്നത് നല്ല കാര്യമല്ലെന്നു മാത്രമല്ല, അത്രയും പ്രതീക്ഷിക്കുന്നത് അബദ്ധവുമാണ്. ക്ഷമിക്കുന്നു എന്നതിനർത്ഥം, അവൾ നിങ്ങളെ ആത്മാർത്ഥമായി സ്നേഹിക്കുന്നുവെന്നും, നിങ്ങളുടെ അപൂർണതകളും കുറ്റങ്ങളും വീഴ്ചകളും അറിയാമായിരുന്നിട്ടും നിങ്ങളെ അതേപോലെ സ്വീകരിച്ച് മാറോടണക്കാൻ തയ്യാറാണ് എന്നതാണ്. അത്തരമൊരു സ്ത്രീ

നിങ്ങളുടെ എല്ലാ ബഹുമാനവും ആദരവും അർഹിക്കുന്നവളാണ് എന്നുകൂടി ഓർക്കണം.

മറ്റൊരു പ്രധാന ഗുണമാണ് വിശ്വസ്തത. ഇത് ശരീരത്തിന് മാത്രം ബാധകമായിട്ടുള്ള ഒന്നല്ല, മറിച്ച് മനസ്സിന്റെ വിശ്വസ്തത കൂടി ഉൾപ്പെട്ടതാണ്. അതായത് മനസ്സും ശരീരവും എല്ലാം നിങ്ങൾക്ക് വേണ്ടി മാത്രം പൂർണ്ണവിശ്വസ്തതയോടെ എന്നും സംരക്ഷിക്കുവാനും സമർപ്പിക്കുവാനുള്ള മനസ്സാന്നിധ്യം എന്നർത്ഥം. എന്നാൽ അപ്പൂപ്പൻതാടിപോലെ പാറിനടക്കുന്ന സദാചാരമൂല്യങ്ങൾ മാത്രമുള്ള ഇക്കാലത്ത്, അത്തമൊരു പെൺകുട്ടിയെ കണ്ടെത്തുക എളുപ്പമല്ല; പക്ഷേ കണ്ടെത്തിയാൽ മറ്റു കഴിവുകളും ഗുണങ്ങളും (പ്രത്യേകിച്ച് സമ്പത്ത്) ഒന്നുമില്ലെങ്കിലും അവളെ വിവാഹം കഴിക്കുവാൻ തീരുമാനിക്കുന്നത്, വിവേകപൂർണമായ ഒരു കാര്യമാണ്. കാരണം നിങ്ങളുടെ ദാമ്പത്യ ജീവിതം സ്വർഗീയമായ അനുഭൂതികൾ നിറഞ്ഞതാകുവാൻ ഈ ഒരു ഗുണം മാത്രം മതി.

വിവാഹിതരാകാൻ ആഗ്രഹിക്കുന്ന സ്ത്രീകളും മേൽപ്പറഞ്ഞ ഗുണങ്ങൾ ഏതെങ്കിലും ഉള്ള ഒരു പുരുഷനെ കണ്ടെത്തുവാൻ ശ്രമിക്കുന്നതിൽ തെറ്റില്ല. എന്നാൽ ഒരാളെ വിവാഹം കഴിക്കാൻ തീരുമാനിച്ചു കഴിഞ്ഞാൽ അവർ ആദർശപരമായി ഓർത്തിരിക്കേണ്ട ഒരു കാര്യമുണ്ട്. അതായത്, നിങ്ങൾ ചെറുപ്പത്തിൽ അയാളുടെ പ്രിയതമയും മദ്ധ്യവയസ്സോടെ അയാളുടെ ഏറ്റവും പ്രിയപ്പെട്ട സഹയാത്രികയും പ്രായമാകുന്നതോടെ അയാളുടെ ശുശ്രൂഷകയും ആയിരിക്കാൻ ദൃഢനിശ്ചയം ചെയ്തവൾ ആയിരിക്കണം എന്നത്. കൂടാതെ ഒരു കാര്യം കൂടി ഓർത്തിരിക്കേണ്ടതുണ്ട്. എന്തെന്നാൽ ഏതൊരു സ്ത്രീയും തന്റെ ജീവിതപങ്കാളി അല്ലെങ്കിൽ ഭർത്താവ്, തന്നെ

അസാധാരണവും അതിപ്രാധാന്യവുമുള്ള വ്യക്തിയായി എപ്പോഴും പരിഗണിക്കണമെന്ന ആഗ്രഹമുള്ളവർ ആയിരിക്കും. പക്ഷേ അയാൾ എപ്പോഴും എല്ലാ കാര്യങ്ങളിലും തന്റെ മാത്രം അധീനതയിലായിരിക്കണം എന്ന ആഗ്രഹം ഒരു മനോവിഭ്രാന്തിയോളം ചെന്നെത്തിക്കുന്നത്, ദാമ്പത്യജീവിതത്തിൽ താളപ്പിഴകൾ സൃഷ്ടിക്കുവാനേ ഉപകരിക്കുകയുള്ളൂ എന്ന്. ഇതൊക്കെ പുരുഷന്മാർക്കും ബാധകമാണ്. എന്നാൽ രണ്ടുപേരും ഉപാധികൾ ഒന്നുമില്ലാതെ പരസ്പരം സ്വീകാര്യതയ്ക്ക് ശ്രമിക്കുന്നതിൽ തെറ്റില്ല.

നേരത്തെ പറഞ്ഞ എല്ലാഗുണങ്ങളും ഉള്ള ഒരു ജീവിതപങ്കാളിയെ കണ്ടെത്തുക വിഷമകരമാണെങ്കിലും, എന്തെല്ലാം നല്ല ഗു[illegible] [illegible] നല്ല [illegible] (പണക്കൊഴുപ്പല്ലാത്തത്) കണ്ടിട്ടാണ് ഒരു സ്ത്രീയെ വിവാഹം കഴിക്കുവാൻ തീരുമാനിച്ചതെങ്കിലും, അതിനുശേഷം എന്തെല്ലാം കാര്യങ്ങളിൽ ആരെല്ലാം എന്തൊക്കെ പുകിലുകൾ ഉണ്ടാക്കിയാലും അവളെ വാക്കുകൊണ്ടോ പ്രവർത്തികൾ കൊണ്ടോ വേദനിപ്പിക്കുകയില്ലെന്നും, അവസാനശ്വാസം വരെ അവളെ കൈവെടിയുകയില്ലെന്നും ദൃഢനിശ്ചയം ചെയ്തിരിക്കണം. നിങ്ങൾക്ക് അതിനു കഴിഞ്ഞാൽ, ജീവിതത്തിലെ മറ്റു പലതിലും (സാമ്പത്തികമടക്കം) കാര്യമായ വിജയമൊന്നും കണ്ടെത്തുവാൻ കഴിഞ്ഞില്ലെങ്കിൽ പോലും, ദാമ്പത്യ ജീവിതം ഒരു വിജയഗാഥയാക്കി മാറ്റിയെന്ന് നിങ്ങൾക്കഭിമാനിക്കാം. നിങ്ങളുടെ ജീവിതസഖിയ്ക്ക് അതായിരിക്കും ജീവിതത്തിൽ ഏറ്റവും സന്തോഷം നൽകുന്ന ഘടകം; കൂടാതെ മക്കൾക്ക് നല്ല മാതൃകയും. എന്തെല്ലാം കാര്യങ്ങളിൽ ആരെല്ലാം എന്തെല്ലാം പുകിലുകൾ ഉണ്ടാക്കിയാലും എന്ന് മുകളിൽ പറഞ്ഞത്, വീട്ടുകാരുടെ നിസ്സഹകരണം (പ്രേമ വിവാഹത്തിൽ പ്രത്യേകിച്ച്) മാത്രം

ഉദ്ദേശിച്ചല്ല. ഇക്കാര്യം വ്യക്തമാക്കുവാൻ ഒരു അനുഭവവിവരണം ഈ ഗ്രന്ഥത്തിന്റെ അവസാന അധ്യായത്തിൽ ചേർത്തിട്ടുണ്ട്.

വിവാഹിതരാകാൻ പോകുന്നവർ (പ്രത്യേകിച്ച് പുരുഷന്മാർ) വിവാഹത്തിന് മുമ്പ് ചില തീരുമാനങ്ങൾ എടുക്കേണ്ടതുണ്ട്. അതിൽ പ്രധാനമായത്, ഇനിയുള്ള ജീവിതത്തിലുടനീളം ദാമ്പത്യജീവിതത്തിന് ഏറ്റവും പ്രഥമമായ പ്രാധാന്യം നൽകുമെന്നും, ഏറ്റവും അടുത്ത ബന്ധുക്കളുടെ ആരോഗ്യപരമായ കാര്യങ്ങളൊഴിച്ച് മറ്റെല്ലാ കാര്യങ്ങൾക്കും രണ്ടാമത്തെ പരിഗണന മാത്രമേ നൽകുകയുള്ളൂ എന്നും തീരുമാനിക്കണം. രണ്ടാമതായി, നിങ്ങളുടെ സ്നേഹങ്ങളും വികാരങ്ങളും പങ്കാളിയോട് മൃദുവായ സംഭാഷണത്തിലൂടെ പ്രകടിപ്പിക്കുവാൻ എപ്പോഴും എല്ലാവിധത്തിലും ശ്രമിക്കുമെന്നും, സ്വയം പ്രതിജ്ഞയെടുക്കണം. മൂന്നാമതായി നിങ്ങളുടെ പങ്കാളിയെ, നിങ്ങളുടെ സജീവമായതും സുവ്യക്തമായതുമായ സ്നേഹം ബോധ്യപ്പെടുത്തുവാനായി എന്തെല്ലാം ചെയ്യാനാകുമെന്ന് അവസരം കിട്ടുമ്പോഴെല്ലാം ആലോചിക്കുമെന്നും, അതനുസരിച്ച് പ്രവർത്തിക്കുമെന്നും തീരുമാനിക്കണം. നാലാമതായി കഴിവതും എല്ലാം വാരാന്ത്യങ്ങളിലും കുറച്ചുസമയം നിങ്ങളുടെ പങ്കാളിയോടൊപ്പം നല്ല നിമിഷങ്ങൾ പങ്കിടുവാനായി ചെലവഴിക്കുമെന്നും, അതിന് ആ ദിവസത്തിലെ പ്രഥമസ്ഥാനം നൽകുമെന്നും തീരുമാനിക്കണം. അഞ്ചാമതായി, തമ്മിൽ തമ്മിൽ എന്തെങ്കിലും അഭിപ്രായവ്യത്യാസങ്ങൾ ഉണ്ടായാൽ അത് ശാന്തമായും സമാധാനപരമായും സംസാരിച്ചു രണ്ടുപേർക്കും സ്വീകാര്യമായ രീതിയിൽ പരിഹരിക്കുമെന്നും കാര്യങ്ങൾ കൈവിട്ടു പോകാതിരിക്കുവാനായി ക്ഷമിക്കുവാൻ തയ്യാറാകുമെന്നും തീരുമാനിക്കണം.

പ്രേമത്തെപറ്റിയും വിവാഹത്തെപ്പറ്റിയും പരക്കെയുള്ള ഒരു ധാരണയാണ്, പ്രേമത്തിലാവുന്നവരും, വിവാഹിതരാകുന്നവരും പരസ്പരം തികച്ചും നിഷ്പക്ഷമായ സമീപനവും, ഒന്നും മറച്ചു വെയ്ക്കാതിരിക്കാനുള്ള മനോഗതിയും ഉണ്ടായിരിക്കണം എന്ന്. ഇതിനെ പരസ്പര വിശ്വാസവും സ്നേഹവും പ്രകടിപ്പിക്കുന്നതിന്റെ അടയാളമായിട്ടാണ് പൊതുവേ പരിഗണിക്കുക. ഒരുപക്ഷേ വിവാഹത്തിനു ശേഷമുള്ള കാര്യങ്ങളിൽ ഇത് ഭാഗികമായി ശരിയായിരിക്കാം. പക്ഷേ വിവാഹത്തിനു മുമ്പുള്ള കാര്യങ്ങളിൽ തികച്ചും സത്യസന്ധമായ വെളിപ്പെടുത്തലുകൾ നടത്തുന്നതിനെ പലവിധ വിദഗ്ധരും എതിർക്കുന്നുണ്ട്. പല മനശ്ശാസ്ത്രജ്ഞരും പറയുന്നത്, ചില ചിന്തകളും അനുഭവങ്ങളും പലപ്പോഴും മറ്റുള്ളവരിൽ നിന്നും മറച്ചു വയ്ക്കേണ്ടതായും, ചില കാര്യങ്ങളിൽ ചിലപ്പോഴെങ്കിലും ചെറിയ നുണകൾ പറയേണ്ടതായും വരുമെന്നാണ്. അതിനാൽ ദമ്പതികൾ രണ്ടുപേരും അവരവരുടെ എന്തെല്ലാം കാര്യങ്ങൾ തുറന്നു പറയണമെന്നും, എന്തൊക്കെ മറച്ചു വെക്കണമെന്നും ഉള്ളത് ഓരോരുത്തരുടെ ഇഷ്ടത്തിനും വിവേകത്തിനും സ്വയം നിർണയത്തിനും വിടുകയാണ് ഉചിതം. എന്നാൽ ദമ്പതികൾ തമ്മിൽ യാതൊരു രഹസ്യങ്ങളും നുണകളും ഉണ്ടാവരുത് എന്ന പുതിയ ചിന്താഗതിയും നിലവിലുണ്ട്. അതിനാൽ ഇക്കാര്യം ഓരോ വ്യക്തിയും സാഹചര്യങ്ങൾക്കും, വ്യക്തിപരമായ മൂല്യങ്ങൾക്കും അനുസരിച്ച്, സ്വന്തം വിവേകത്തിനനുസരിച്ച് നിർണയം നടത്തുന്നതായിരിക്കും അഭികാമ്യം.

3
വിവാഹജീവിതം

പരസ്പരം സ്നേഹിച്ച് വിവാഹം കഴിക്കുകയാണെങ്കിലും, വിവാഹശേഷം സ്നേഹിച്ചു തുടങ്ങുകയാണെങ്കിലും, വിവാഹിതരാകാൻ തീരുമാനിച്ചു കതിർമണ്ഡപത്തിലേക്ക് കാലെടുത്തു വയ്ക്കുമ്പോൾ, ജോഡികൾ ആദ്യം അംഗീകരിക്കേണ്ടത്, വിവാഹം എന്നത് ഒരു കുടുംബ ജീവിതത്തിലേക്കുള്ള ആദ്യ കാൽവെപ്പും, പ്രതിജ്ഞാബദ്ധമായ ആജീവനാന്ത സമർപ്പണത്തിനുള്ള തയ്യാറെടുപ്പും ആണെന്ന പ്രധാന കാര്യമാണ്. പൊതുവേ സ്വാർത്ഥരായി കരുതപ്പെടുന്ന പുരുഷന്, തന്റെ ഭാര്യയെയും കുട്ടികളെയും ആത്മാർത്ഥമായി സ്നേഹിക്കുക വഴി, നിസ്വാർത്ഥമായി ജീവിക്കുവാനും കഴിയും, എന്ന് തെളിയിക്കാനുള്ള അവസരം കൂടിയാണ് വിവാഹത്തിലൂടെ ലഭിക്കുന്നത്.

വിവാഹമെന്നത് രണ്ട് വ്യത്യസ്ത വ്യക്തികളുടെ ശാരീരികമായ ഒത്തുചേരൽ മാത്രമല്ല, ആത്മീയമായ ഒരു ഏകീകരണം കൂടിയാണ്. കാരണം വിവാഹിതരാകുന്നതോടെ രണ്ടു പേരും ചേർന്ന് ജീവിതനൗക ഒരുമിച്ചു തുഴയുവാൻ തുടങ്ങുകയാണ്. ആ ജീവിതനൗക കാറ്റിലും കോളിലും പെട്ട് തകരാതെ തീരത്ത് എത്തുവാൻ ദൈവാനുഗ്രഹവും കൂടിയേ

കഴിയൂ. മറ്റൊരു ബന്ധത്തിലും ഉടലെടുക്കാത്തതും എന്നാൽ രണ്ടു വ്യത്യസ്ത വ്യക്തിത്വങ്ങളിൽ അന്തർലീനവുമായ വികാരവിചാരങ്ങളെ, ഒരു പ്രത്യേക തരത്തിലുള്ള പരസ്പര ബന്ധത്തിൽ അലിയിച്ചു നിറുത്തുന്ന സ്നേഹമെന്ന വികാരമാണ് വിവാഹജീവിതത്തന്റെ ആത്മാവ് അല്ലെങ്കിൽ ജീവാത്മാവ്.

പൊതുവേ മിക്ക രാജ്യങ്ങളിലും വിവാഹിതരാകുന്നതിന് സ്ത്രീയും പുരുഷനും പ്രായപൂർത്തിയായവർ ആയിരിക്കണമെന്നത് നിർബന്ധമാണ്. പ്രായപൂർത്തി അല്ലെങ്കിൽ ഒരു നിശ്ചിത വയസ്സ് എന്നതുകൊണ്ട് ഉദ്ദേശിക്കുന്നത്, ജോഡികൾ പക്വത നേടിയവർ ആയിരിക്കണമെന്നതാണ്. പക്വതയുടെ ഒരു പ്രധാനപ്പെട്ട അളവുകോലായി വ്യാഖ്യാനിക്കപ്പെടുന്നത്, [illegible] മാനസികമായും ശാരീരികമായും പരസ്പര സമർപ്പണത്തിനുള്ള വളർച്ചയും മനഃസ്ഥിതിയും കൈവരിച്ചിരിക്കുക എന്നതാണ്.

കൂടാതെ ഒരാൾക്കും മറ്റൊരാളെ പൂർണമായി മനസ്സിലാക്കുവാനും തൃപ്തിപ്പെടുത്തുവാനും സാധ്യമല്ല എന്ന യാഥാർത്ഥ്യം അറിയുകയും അംഗീകരിക്കുകയും ചെയ്യുക എന്നതും പക്വതയുടെ അടയാളമാണ്. അതായത് നിങ്ങൾക്ക് ലഭിച്ചത്, അല്ലെങ്കിൽ നിങ്ങൾ സ്വീകരിച്ചത്, അതെത്ര തന്നെ അപൂർണതകൾ നിറഞ്ഞതായാലും, പൂർണ്ണമനസ്സോടെയും സന്തോഷത്തോടെയും സ്വീകരിച്ച്, അംഗീകരിച്ച്, സംതൃപ്തിയടഞ്ഞ് ശിഷ്ടകാലം മുഴുവൻ ഒരുമിച്ച് ജീവിതം അനുഭവിക്കുക എന്ന്. ഇതിനെ വേണമെങ്കിൽ വിവാഹജീവിതത്തിന്റെ നിർവചനമായും വ്യാഖ്യാനിക്കാം.

വിവാഹമെന്നത് വെറും ഒരു ആഘോഷം മാത്രമല്ല, അത് ദമ്പതികളുടെ വ്യത്യസ്തമായ സ്വരലയതാളമേളങ്ങളിൽ,

എങ്ങനെ പരസ്പരം അനുയോജ്യരായി ഒന്നുചേർന്ന് ലയിക്കുവാൻ സാധിക്കും, എന്നതിന്റെ ഒരു സ്വയം തയ്യാറെടുപ്പ് കൂടിയാണ്. വിവാഹിതരാകുന്നതോടെ ഒത്തുചേരലിന്റെ വിശുദ്ധിയും നിർമ്മലത്വവും കാത്തുസൂക്ഷിക്കുവാൻ രണ്ടുപേരും ബാധ്യസ്ഥരുമാണ്. സ്നേഹിക്കുവാൻ കഴിയുന്ന ഒരാളെ കണ്ടെത്തി വിവാഹം കഴിക്കുവാൻ തീരുമാനിക്കുമ്പോൾ, പ്രണയജോഡികൾ ഒരു കാര്യം ഓർക്കണം: സ്നേഹം അല്ലെങ്കിൽ അനുരാഗമെന്നത് നിർവ്വചനാതീതിതമായ ഒരു കാര്യമെന്നതുപോലെ വിവാഹജീവിതം എന്നത് പ്രവചനാതീതമായ സംഭവ പരമ്പരകളുടെ തുടക്കം കൂടിയാണ്.

ഏതൊരാളുടെയും വിവാഹമെന്നത് അവരുടെ ജീവിതത്തിലെ ഏറ്റവും പ്രധാനപ്പെട്ട തീരുമാനവും സംഭവമാണെന്ന കാര്യം എല്ലാവരും സമ്മതിക്കും. പക്ഷേ തുടർന്നുള്ള ജീവിതമെന്നത്, കയറ്റവും ഇറക്കവും ഉയർച്ചയും താഴ്ചയുമുള്ള ഒരു നീണ്ട യാത്രയാണ് എന്നുകൂടി ദമ്പതികൾ ഓർത്തിരിക്കണം. എന്നാൽ വിവാഹത്തിലൂടെ നിങ്ങൾക്ക് ഒരു ജീവിതപങ്കാളിയേയും, സംഘാംഗത്തേയും കൂടിയാണ് ലഭിക്കുന്നത്. അതായത് മുന്നോട്ടുള്ള ജീവിതയാത്ര സുഖകരമായാലും അല്ലെങ്കിലും, ഒരുമിച്ച് യാത്ര ചെയ്യുവാൻ തന്റേടമുള്ള ഒരു ടീം ആവുകയാണ് വിവാഹമെന്ന ചടങ്ങിലൂടെ. നമ്മുടെ നാട്ടിൽ വിവാഹമെന്നത് രണ്ടു വീട്ടുകാർ അവരവരുടെ വീടുകളിൽ നടത്തുന്ന ഒരു ആഘോഷം തന്നെയാണ്. ചിലപ്പോൾ ദിവസങ്ങളോളം നീണ്ടുനിൽക്കുന്ന ആഘോഷം. എല്ലാവർക്കും സന്തോഷകരവും കളിതമാശകൾ നിറഞ്ഞതുമായ ദിനങ്ങൾ. യുവമിഥുനങ്ങൾ പരസ്പരം വരണമാല്യം ചാർത്തുമ്പോൾ തീർച്ചയായും ഓർക്കണം, ആ നിമിഷം മുതൽ പല പ്രലോഭനങ്ങളും പ്രകോപനങ്ങളും പല ഭാഗത്തുനിന്നും

പലപ്പോഴും നിങ്ങളെ പിന്തുടർന്നു എന്നു വരാം. പക്ഷേ നിങ്ങളുടെ സ്നേഹബന്ധം, സന്തുഷ്ടി നിറഞ്ഞ ദാമ്പത്യജീവിതമാക്കി മാറ്റുക വഴി, ആ പ്രലോഭനങ്ങളേയും പ്രകോപനങ്ങളേയും കീഴ്പ്പെടുത്തുവാൻ നിങ്ങൾക്ക് സാധിക്കും, അല്ലെങ്കിൽ സാധിക്കണം.

വിവാഹം കഴിക്കാൻ നിങ്ങൾ കണ്ടെത്തുന്ന പങ്കാളി നിങ്ങൾക്ക് യോജിച്ച വ്യക്തിയായിരിക്കുകയും, നിങ്ങൾ പങ്കാളിക്ക് യോജിച്ച വ്യക്തിയായിരിക്കുകയും ചെയ്യുക എന്നത് ഒരു പ്രധാന കാര്യമാണ്. ഇവിടെയാണ് മാതാപിതാക്കൾ അല്ലെങ്കിൽ ബന്ധുക്കൾ അന്വേഷിച്ചു നിങ്ങൾക്ക് യോജിച്ച പങ്കാളിയെ കണ്ടെത്തുക എന്ന [illegible] സമ്പ്രദായങ്ങളുടെ പ്രസക്തി. മാതാപിതാക്കളുടേയും ബന്ധുക്കളുടേയും അനുഭവങ്ങളും പാളിച്ചകളും താൽപര്യങ്ങളും അന്വേഷണത്വരകളും രുചികളും ഒക്കെ നിർണ്ണയ കാര്യത്തെ സ്വാധീനിക്കുമെങ്കിലും അത്തരം ഏർപ്പാട് ചെയ്ത് നടത്തുന്ന വിവാഹങ്ങൾക്ക് അതിന്റേതായ മേന്മകളും ന്യൂനതകളും ഉണ്ട്. പക്ഷേ പൊതുവേ ഇന്നത്തെ തലമുറയ്ക്ക് തങ്ങളുടെ പങ്കാളിയെ സ്വയം കണ്ടെത്തുവാനാണ് കൂടുതൽ താല്പര്യം.

നിങ്ങൾ കണ്ടെത്തിയ ജീവിതപങ്കാളിക്ക് യോജിച്ച വ്യക്തിയാകുവാൻ, സ്വയം ചിട്ടപ്പെടുത്തിയ പരിശീലനങ്ങൾ നടത്തിയാലും ജീവിതപങ്കാളി അതിനു തയ്യാറാവുന്നില്ലെങ്കിൽ അഥവാ പങ്കാളി നിങ്ങൾക്ക് അനുയോജ്യനായ വ്യക്തിയല്ലെങ്കിലും നിങ്ങളുടെ ദാമ്പത്യ ജീവിതം ഒരുപാട് വെല്ലുവിളികൾ നിറഞ്ഞതു തന്നെയായിരിക്കും. ആയതിനാൽ സന്തുഷ്ടവും വിജയകരവുമായ വിവാഹജീവിതം കാംക്ഷിക്കുന്ന ദമ്പതികൾ, കുറച്ച് സാമാന്യബോധവും നിത്യജീവിതത്തിലെ പ്രായോഗിക കാര്യങ്ങളെപ്പറ്റി അത്യാവശ്യം ജ്ഞാനവുമുള്ളവരായിരിക്കണം. അതായത്

സ്വന്തം ജീവിതത്തിലെ കഴിഞ്ഞകാല പിഴവുകളും പുതിയ പിഴവുകളും കണ്ടെത്തി സ്വയം തിരുത്തി മുന്നോട്ടുപോകാൻ തയ്യാറുള്ളവരോ, അല്ലെങ്കിൽ മറ്റുള്ളവരുടെ അനുഭവങ്ങളിൽ നിന്നും പാഠങ്ങൾ ഉൾക്കൊള്ളുവാൻ തയ്യാറുള്ളവരോ ആയിരിക്കണം എന്നു സാരം.

വിവാഹിതരാകുന്നതോടെ ദമ്പതികൾ (പ്രത്യേകിച്ച് പുരുഷന്മാർ) ചില പുതിയ തീരുമാനങ്ങൾ എടുത്തിരിക്കണം. അതിൽ പ്രധാനമായത്, നിങ്ങൾ എല്ലാ കാര്യങ്ങളിലും ഒരു സമതുലനാവസ്ഥ നിലനിറുത്തുവാൻ കഠിനമായി യജ്ഞിക്കും എന്നതാണ്. കാരണം, രണ്ടു വ്യത്യസ്ത പശ്ചാത്തലങ്ങളിൽനിന്നും വരുന്ന രണ്ടു വ്യക്തികൾ ഒരുമിച്ച് ജീവിക്കുക എന്നത് സമതുലനാവസ്ഥയുടെ ഒരു മുഴുനീള പ്രകടനമായിരിക്കും എന്നതുതന്നെ. എന്നാൽ നിങ്ങളിൽ ഒരാൾക്ക് മാത്രമായി ആ സമതുലനാവസ്ഥ നിലനിറുത്തുവാൻ സാദ്ധ്യവുമല്ല. സർക്കസ്സിൽ ജോഡികൾ സമതുലനാവസ്ഥ നിലനിറുത്തുന്നതുപോലെ, ജീവിതത്തിൽ സമതുലനാവസ്ഥ നിലനിറുത്തുവാൻ ദമ്പതികൾ രണ്ടുപേരും ബാധ്യസ്ഥരാണ്. സമർപ്പിക്കുകയും സ്വീകരിക്കുകയും ചെയ്യുന്ന ഈ സമതുലനാവസ്ഥ നിലനിറുത്തുവാൻ ജോഡികൾക്കിടയിൽ അല്പം ഇടം പലപ്പോഴും ആവശ്യമായിവരും. ദമ്പതികളുടെ സംസർഗ്ഗത്തിന് ക്ഷണനേരത്തെ ശ്വസന സമയം ലഭിക്കുവാൻ!

തങ്ങൾ സ്നേഹിക്കുന്ന, അല്ലെങ്കിൽ വിവാഹം കഴിക്കുന്ന വ്യക്തി തങ്ങളുടെ മനസ്സ് വായിക്കണമെന്ന് പൊതുവേ എല്ലാ ജോഡികളും ദമ്പതികളും പ്രതീക്ഷിക്കും, ആഗ്രഹിക്കും. പക്ഷേ സാധാരണഗതിയിൽ ഒരു ആൾക്ക് മറ്റൊരാളുടെ മനസ്സ് വായിക്കുക എളുപ്പമല്ല. പക്ഷേ മിക്ക ജോഡികളും തങ്ങളുടെ പങ്കാളിയുടെ മനസ്സ് വായിക്കുവാൻ ശ്രമിക്കുകയും, മറ്റേയാൾ തന്റെ ആഗ്രഹങ്ങളും ഇഷ്ടങ്ങളും മനോഗതിയും

ഭാവങ്ങളും ഭാവവ്യത്യാസങ്ങളും മനസ്സിലാക്കിയിരിക്കണം എന്ന് ആഗ്രഹിക്കുകയും ചെയ്യും. അത്തരം ആഗ്രഹങ്ങളും നിഷ്കർഷതയും അപക്വതയുടെ അടയാളമാണ്. അതായത് പ്രവർത്തനക്ഷമമായ ബന്ധമെന്നത് രണ്ടുപേരും അന്യോന്യം ആദരവും പ്രാധാന്യവും പ്രത്യാശയും നൽകുന്നത് ആയിരിക്കണം. ഒരാൾ മറ്റേ വ്യക്തിയുടെ കാര്യങ്ങൾകൂടി ശ്രദ്ധിച്ച്, മനസ്സിലാക്കി, പങ്കാളിയുടെ ഇഷ്ടാനിഷ്ടങ്ങൾകൂടി പരിഗണിച്ച് പ്രവർത്തിക്കുമ്പോൾ, അത് ഇരുവരുടെയും മനസ്സിന് ആശ്വാസം പകരുന്നു. ഒരാൾ പറയുന്നത് മറ്റേയാൾ ശ്രദ്ധിക്കുകയും, അതിനെ അനുകൂലിക്കുന്ന ഏതാനും വാക്കുകൾ പറയുകയും ചെയ്യുമ്പോൾ അത് അയാൾക്ക് [illegible] പ്രതീതി ജനിപ്പിക്കും.

'എന്തിന് വിവാഹം കഴിക്കണം' എന്ന ലളിതമായ ചോദ്യം, ഗഹനമായ ഒരു മറുപടി അർഹിക്കുന്നതാണ്. വൈകാരികമായി വ്യാഖ്യാനിക്കുകയാണെങ്കിൽ, പൊതുവേ എല്ലാ യുവതീയുവാക്കളും ഇഷ്ടപ്പെടുന്നയാളെ കൂടുതലായി മനസ്സിലാക്കി, അടുത്തിടപെട്ട് പരസ്പരം കൂടുതൽ അറിഞ്ഞ്, ക്രമേണ ഉപാധികളില്ലാതെ സ്നേഹിക്കണം അല്ലെങ്കിൽ സ്നേഹിക്കപ്പെടണം എന്ന് ആഗ്രഹിക്കുന്നവരാണ്. ആത്മാർത്ഥമായ സ്നേഹമെന്നാൽ, കുറവുകളും കുറ്റങ്ങളും അറിഞ്ഞ്, ഉപാധികളില്ലാതെ സ്വീകരിക്കുവാൻ തയ്യാറാവുക എന്നതാണല്ലോ. അപ്പോൾ ആത്മാർത്ഥ സ്നേഹം അനുഭവിക്കുവാൻ ആഗ്രഹിക്കുന്നവർ നിശ്ചയമായും വിവാഹിതരാകുവാൻ ആഗ്രഹിക്കും. വിവാഹിതരായി ഏറ്റവും ഇഷ്ടമുള്ള വ്യക്തിയുമായി ഏറ്റവും അടുത്തതും സുദൃഢവുമായ ബന്ധത്തിലൂടെ ജീവിതം പങ്കുവെക്കണമെന്ന് എല്ലാ പ്രണയജോഡികളും ആഗ്രഹിക്കും. ആ ആഗ്രഹത്തിന്റെ സാഫല്യമാണ് വിവാഹമെന്ന ചടങ്ങ് അല്ലെങ്കിൽ ആഘോഷം.

എന്നാൽ കവിതകളിലും കഥകളിലും മറ്റും ചിത്രീകരിക്കപ്പെടുന്നത് പോലെയുള്ള കാവ്യാത്മകമായ സ്നേഹം ആണ്, പ്രണയ ജോഡികൾ പ്രതീക്ഷിക്കുന്നതെങ്കിൽ അവരെ കുറ്റം പറഞ്ഞുകൂടാ. പക്ഷേ അത് അടിമുടി മഞ്ഞുമൂടിയതും മങ്ങിയ വെളിച്ചം മാത്രവുമുള്ള ഒരു സ്വപ്നം അല്ലെങ്കിൽ അവബോധം മാത്രമായി അവശേഷിച്ചേക്കും; പ്രത്യേകിച്ച് സാക്ഷാത്കാരമല്ലാത്ത പ്രത്യാശകളുടെ മേൽ കെട്ടിപ്പടുക്കുന്ന സ്വപ്നം ആണെങ്കിൽ. കാവ്യാത്മകമായ സ്നേഹം യഥാർത്ഥ ജീവിതത്തിന്റെ കൈപ്പേറിയ വശങ്ങളെ പരിഗണിക്കുന്നേയില്ല. കൂടാതെ പരസ്പരമുള്ള ശ്രദ്ധ, പരിചരണം എന്നീ സ്നേഹത്തിന്റെ വിശാലമായ അർത്ഥങ്ങളെ അത് ആകെ കുഴച്ചു മറിക്കുവാനും സാധ്യതകളേറെയാണ്. കാമുകീകാമുകന്മാർ കൈകോർത്ത് കടൽക്കരയിലൂടെ സൂര്യാസ്തമനം ആസ്വദിച്ച് നടന്നുനീങ്ങുന്ന ഭാവാത്മകമായ രംഗങ്ങൾ, അല്ലെങ്കിൽ ഭാവനകൾ, കാവ്യാത്മകമായ പ്രേമമെന്ന ആദർശസിദ്ധാന്തത്തിന്റെ ഉദാഹരണമായി കണക്കാക്കാം. പക്ഷേ നിത്യജീറിതത്തിൽ അവർ അന്യോന്യം മുഖക്കുരുകളും, തൊലി ചുളിവുകളും, വ്യക്തിവൈകല്യങ്ങളും ഏറ്റവും അടുത്തറിഞ്ഞ് അനുഭവിക്കേണ്ടിവരുന്നു എന്നതാണ് യാഥാർത്ഥ്യം. കാവ്യാത്മകമായ അല്ലെങ്കിൽ ഭാവനാപരമായ സ്നേഹം എന്ന വീക്ഷണം, ഒരർത്ഥത്തിൽ ജോഡികൾക്കിടയിൽ അകൽച്ച സൃഷ്ടിക്കുവാനേ ഉപകരിക്കൂ. കാരണം അവർ യാഥാർത്ഥ്യത്തെ അല്ല തേടുന്നത്; പരസ്പരം ഒരു വശ്യതയേറിയ മരീചിക തേടി അലയുകയാണ്; ഒരിക്കലും കണ്ടെത്താനാവാത്ത ഒരു മരീചിക.

വിവാഹമെന്നത് രണ്ട് വ്യത്യസ്ത വ്യക്തികളുടെ വികാര വിചാരങ്ങളും ആഗ്രഹങ്ങളും ചേർന്നുള്ള ലയനമായിരിക്കണം അല്ലെങ്കിൽ അങ്ങനെ മാറ്റിയിരിക്കണം. ഏതൊരു യുവജോഡികളും വ്യത്യസ്തമായ രീതിയിലായിരിക്കും ജീവിതത്തിലെ വ്യത്യസ്ത അവസരങ്ങളെയും സന്ദർഭങ്ങളെയും ഉപയോഗപ്പെടുത്തുകയും വെല്ലുവിളികളെ നേരിടുകയും ചെയ്യുക. ആ വ്യത്യസ്തതകൾ ലയിപ്പിച്ച് ഒരുമിച്ചു നീങ്ങുവാൻ കഴിയാതെ വരുമ്പോഴാണ് പിണക്കങ്ങളും അസന്തുഷ്ടിയും കലഹങ്ങളും ഉരുത്തിരിഞ്ഞുവരുന്നത്. വിവാഹദിവസം വിഭവസമൃദ്ധമായ ഭക്ഷണം കഴിച്ചശേഷം, മധുരം നുണഞ്ഞ് ദാമ്പത്യ ജീവിതത്തിലേക്ക് പ്രവേശിക്കുന്ന പ്രണയജോഡികൾക്ക് പിന്നീടുള്ള ദിനങ്ങൾ അത്ര വിഭവ സമൃദ്ധവും മധുരം നിറഞ്ഞതുമായിരിക്കയില്ല. അത കഴിയുന്നത്ര സ്വാദിഷ്ഠവും മധുരം നിറഞ്ഞതുമാക്കുവാൻ ഒരുപാട് കാര്യങ്ങൾ ചെയ്യേണ്ടി വരും. ഒരുപാട് കാര്യങ്ങൾ എന്നതുകൊണ്ടുദ്ദേശിച്ചത്, ഒരുപാട് വിട്ടുവീഴ്ചകൾ എന്നാണ്.

വർഷങ്ങളായി ദാമ്പത്യജീവിതം നയിക്കുന്നവർ അതിന്റെ ഒരുപാട് നല്ല വശങ്ങളും അനുഭവങ്ങളും അതിന്റെയൊക്കെ പ്രാധാന്യവും സ്വായത്തമാക്കിയിരിക്കും. പലർക്കും ദാമ്പത്യ ജീവിതത്തിൽ പല വിഷമങ്ങളും ചില ചീത്ത അനുഭവങ്ങളും നേരിടേണ്ടി വന്നിട്ടുണ്ടാവാം. പക്ഷേ ദമ്പതികൾ ഒരു കാര്യം ഓർത്തിരിക്കണം: വിവാഹസമയത്ത് സന്തോഷത്തോടെ കൂട്ടിപിടിച്ച കരങ്ങൾ മരണസമയം വരെ പിടിവിട്ടുപോകുവാൻ അനുവദിച്ചുകൂടാ എന്നത്. അത് ദമ്പതികളെ ദൈവനിന്ദയ്ക്ക് പാത്രമാക്കും. രണ്ടുപേരും എപ്പോഴും ശുഭപ്രതീക്ഷ നിലനിർത്തണം. ആ പ്രതീക്ഷ നിലനിർത്തുന്നതിന്, നിങ്ങൾ പ്രതീക്ഷിച്ചതിലും

അനുഭവിച്ചതിലും എല്ലാം ഉപരി എത്രയോ ആശ്ചര്യജനകമാണ് ദാമ്പത്യജീവിതം എന്ന സാക്ഷാത്കാര വിശ്വാസം കൂടി ആവശ്യമാണ്.

പരസ്പരം ഇഷ്ടപ്പെട്ട്, വിവാഹം നിശ്ചയിച്ചു കഴിഞ്ഞാൽ, അത് വലിയ ആഘോഷമാക്കി മാറ്റുവാനുള്ള തിരക്കിലും വിവാഹജീവിതത്തെപ്പറ്റി നിറമാർന്ന സ്വപ്നങ്ങൾ നെയ്തെടുക്കുന്ന ആവേശത്തിമർപ്പിലുമായിരിക്കും എല്ലാ യുവമിഥുനങ്ങളും. ആ ഘട്ടത്തിൽ ഇനിയുള്ള ജീവിതകാലം മുഴുവൻ സന്തോഷകരമായി ജീവിക്കുമെന്ന ഉറപ്പിലുമായിരിക്കും രണ്ടുപേരും. എന്തെങ്കിലും താളപ്പിഴകൾ ഉണ്ടാകുമെന്ന് സങ്കൽപ്പിക്കുവാൻ പോലും അക്കാലത്ത് സാധിച്ചു എന്നുവരില്ല. എന്നാൽ മറ്റൊരു വ്യക്തിയുമായി ജീവിതം പങ്കുവെയ്ക്കുക എന്നത് വലിയൊരു വെല്ലുവിളിതന്നെയാണെന്ന് ക്രമേണ ബോധ്യം വരും. പരസ്പര സ്നേഹസമർപ്പണത്തിലധിഷ്ഠിതമായ വിവാഹജീവിതം നയിക്കുവാൻ പരസ്പര ബഹുമാനവും സഹകരണവും കൂടിയേ തീരൂ. അത്തരമൊരു ദാമ്പത്യബന്ധം താനെ സംഭവിക്കുന്നതല്ല; മറിച്ച് അതിന് രണ്ടുപേരുടെയും ആത്മാർത്ഥശ്രമവും എല്ലാവരുടെയും അനുഗ്രഹങ്ങളും ബന്ധുജനങ്ങളുടെ സഹകരണവും ആവശ്യമാണ്; പ്രത്യേകിച്ച് നമ്മുടെ നാട്ടിൽ. തുടർന്നുള്ള ജീവിതകാലം മുഴുവൻ നീണ്ടുനിൽക്കുന്ന ഒരു കൂട്ടുകെട്ട് എന്ന ദാമ്പത്യബന്ധം സ്നേഹവും സന്തോഷവും സമാധാനവും നിറഞ്ഞതാക്കി മാറ്റുക എന്ന ആഗ്രഹമായിരിക്കണം വിവാഹജീവിതത്തിലുടനീളം നിങ്ങളെ നയിക്കേണ്ടത്.

സന്തോഷകരമായ ദാമ്പത്യജീവിതത്തിന് ഇരുവരും തങ്ങളുടെ ജീവിതപങ്കാളിയെ അവരവരുടെ വ്യത്യസ്തമായ വ്യക്തിത്വത്തോടു കൂടിയും കുറവുകളോടൊപ്പവും സ്വീകരിക്കുവാൻ തയ്യാറാവുകയാണ് ആദ്യം വേണ്ടത്.

ഏതൊരാൾക്കും വ്യത്യസ്തമായ അഭിപ്രായങ്ങളും ആഗ്രഹങ്ങളും (ദുരാഗ്രഹങ്ങൾ ആകരുത്) ചിന്താധാരകളും കാഴ്ചപ്പാടുകളും വികാരവിചാരങ്ങളും ഉണ്ടാകാം; കൂടാതെ ചില കുറവുകളും കുറേ മാറാപ്പുകളും. അതായത് ഒരിക്കലും രണ്ടുപേർക്ക് ഒരേപോലെ കാര്യങ്ങൾ ഗ്രഹിക്കുവാനും പ്രതികരിക്കുവാനും കഴിയില്ല എന്ന വസ്തുത രണ്ടുപേരും മനസ്സിലാക്കിയിരിക്കണം എന്നുസാരം.

സ്ത്രീയെയും പുരുഷനെയും ഒരുമിച്ച് ചേർക്കുന്ന ഒരു ബന്ധനമാണ് താലികെട്ട്. ആനന്ദവും അതുവരെ അറിയാത്ത സുഖങ്ങളും അനുഭവിക്കുന്നതോടൊപ്പം അല്പസ്വല്പ നൊമ്പരങ്ങളും അനുഭവിച്ചറിയാനുള്ള ഒരു സ്നേഹബന്ധനം, തുടർന്നുള്ള ജീവിതയാത്രയിൽ അതിന്റെ ഗതിക്കൊത്ത് പല പല പരിവർത്തനങ്ങളും സംഭവവികാസങ്ങളും ഉണ്ടാകുമെന്ന കാര്യം തീർച്ചയാണ്. പക്ഷേ പരസ്പരം കൈവിടാതെ ഒരുമിച്ച മുന്നോട്ട് പോകാനുള്ള ഉൾക്കരുത്ത് ആണ് ദാമ്പത്യജീവിതത്തിന്റെ താക്കോൽ. നമ്മുടെ നാട്ടിൽ രണ്ടുപേർ വിവാഹിതരായാൽ, പൊതുവേ സൌജന്യമായി കിട്ടുന്ന ഉപദേശമായിരിക്കും ‘ഇനി നിങ്ങൾ കുട്ടികളല്ല, വലിയവരായി മാറിയിരിക്കയാണ്, അപ്പോൾ അതിനനുസരിച്ച് പെരുമാറുവാനും ജീവിക്കുവാനും ശ്രമിക്കണം’ എന്നത്. എന്നാൽ കളിചിരികൾ നിറഞ്ഞ അടുത്ത ബന്ധം കാലത്തെ അതിജീവിക്കും എന്ന യാഥാർത്ഥ്യം ആ ഉപദേശകർ ഓർക്കുന്നില്ല.

രണ്ടുപേർ ഇഷ്ടപ്പെട്ട് വിവാഹം കഴിച്ചാൽ തുടർന്നുള്ള ദിനങ്ങൾ പരമമായ ആനന്ദാവസ്ഥയിൽ ആയിരിക്കും എന്ന് അവർ ധരിക്കുന്നത് സാധാരണമാണ്. ഏതൊരു ബന്ധവും തുടക്കത്തിൽ വളരെയധികം ഉത്തേജിപ്പിക്കുന്നതും ആവേശമുണർത്തുന്നതും ആയിരിക്കും എന്നത് തീർച്ചയാണ്. എന്നാൽ കാലം കഴിയവേ ആ പുതുമയും ആസക്തിയും

കുറഞ്ഞു വരുന്നതും ഇല്ലാതാകുന്നതും സാധാരണമാണ്. അങ്ങിനെ വരുമ്പോൾ പല ദമ്പതികൾക്കും തങ്ങളുടെ ബന്ധം തളർച്ചയെ നേരിടുകയാണ് എന്ന തോന്നൽ ഉണ്ടാകും. തന്മൂലം ബന്ധം കൂടുതൽ വിരസത നിറഞ്ഞതായി മാറിയേക്കും. എന്നാൽ തീവ്രപ്രശ്രമങ്ങളിലൂടെ ആ വിരസത മാറ്റിയെടുത്ത്, വീണ്ടും ശാരീരികവും മാനസീകവുമായ അടുപ്പം നിലനിറുത്തുവാൻ രണ്ടുപേർക്കും സാദ്ധ്യമാകും.

വൈവാഹികബന്ധത്തിലെ സ്നേഹമെന്ന വികാരം, പതുക്കെ തീക്ഷണമാകുന്ന ഒന്നാണ്. തുടർന്ന് അത് ഹൃദയത്തേയും മനസ്സിനെയും ശരീരത്തെയും എന്നെന്നേക്കും ഊഷ്മളമായി നിലനിറുത്തുവാൻ പര്യാപ്തമായ ഒരു തീനാളമായി മാറുന്നു. എന്നാൽ ദാമ്പത്യബന്ധത്തിലെ ആ ഊഷ്മളത നിലനിറുത്തുവാൻ, തമ്മിൽ തമ്മിലുള്ള അനുകമ്പയും പരിഗണനയും ധാരണയും ആശയവിനിമയവും രണ്ടു വ്യത്യസ്ത വ്യക്തികളുടെ വൈരുദ്ധ്യങ്ങൾ ഇണക്കി ക്രമീകരിക്കലും പരസ്പര ബഹുമാനവും അതിനെല്ലാമുപരിയായി പരസ്പര സമർപ്പണത്തിൽ ഊന്നിയ ശാരീരിക ബന്ധവും ആവശ്യമാണ്. മോടിയുള്ളതും എന്നാൽ വികൽപ്പവും അസാദ്ധ്യവുമായ വൈകാരിക സങ്കൽപ്പങ്ങൾക്കടിമപ്പെടാതെ, പരസ്പരം സ്വീകരിക്കുന്നതും അതിലൂടെ ജ്വലിക്കുന്നതുമായിരിക്കണം ആ സ്നേഹബന്ധമെന്ന തീനാളം!

4

താളപ്പിഴകൾ

പ്രേമിച്ച് വിവാഹം കഴിക്കുമ്പോൾ പലപ്പോഴും ഒരാൾക്ക് തന്റെ പ്രണയ ജോടിയല്ലാതെ മറ്റാരും തന്നെ കൂട്ടിനില്ലാത്ത ഒരു അവസ്ഥ ഉണ്ടായി എന്നു വരാം, പ്രത്യേകിച്ച് അവർ വ്യത്യസ്ത ജാതി-മത സമവാക്യങ്ങളിലോ സാമ്പത്തിക നിലവാരത്തിലോ പെട്ടവർ ആണെങ്കിൽ. പക്ഷേ ദാമ്പത്യ ജീവിതം മാധുര്യം നിറഞ്ഞതും മഹത്വരവുമായി മാറ്റുവാൻ കഴിയും എന്ന പ്രതീക്ഷ മാത്രം മതി, അവരുടെ അനുരാഗ കരിക്കിൻ വെള്ളം മുന്നോട്ടു നീക്കുവാൻ. അപ്പോൾ രണ്ടുപേർക്കും സ്നേഹിക്കുവാനും സ്നേഹിക്കപ്പെടുവാനും ആളുണ്ട് എന്നും, ആ വ്യക്തിയുമായി ആനന്ദകരമായ ജീവിതം പങ്കിടുവാൻ കഴിയും എന്നുമുള്ള പ്രതീക്ഷകൾ സദാ കൂട്ടിനുണ്ടാവും.

പ്രേമവിവാഹമായാലും ബന്ധുക്കളോ മറ്റോ ഏർപ്പാട് ചെയ്തു നടത്തുന്ന (arranged) വിവാഹം ആണെങ്കിലും കുറച്ചു കാലം കഴിയുമ്പോൾ ദമ്പതികൾ തമ്മിൽ ചെറിയ ചെറിയ ഇഷ്ടക്കേടുകളും പിണക്കങ്ങളും ഭിന്നാഭിപ്രായങ്ങളും കൊച്ചുകൊച്ചു വഴക്കുകളും ഒക്കെ ഉണ്ടാവുക സ്വാഭാവികമാണ്. ഇന്നത്തെ ഫേസ്ബുക്ക്, വാട്സ്ആപ്പ് കാലഘട്ടത്തിൽ അതിനു പ്രത്യേകിച്ച് വലിയ

കാരണം ഒന്നും ആവശ്യവുമില്ല. പ്രേമിച്ച് വിവാഹം കഴിച്ചവർ ആയാലും വിവാഹശേഷം പ്രേമിച്ചുതുടങ്ങിയവർ ആയാലും വിസ്മയകരമായ നിങ്ങളുടെ പ്രണയകഥയ്ക്ക് കാലക്രമേണ അതിന്റെ മാസ്മരികത നഷ്ടപ്പെടുന്നു അല്ലെങ്കിൽ കുറയുന്നു എന്ന തോന്നലുണ്ടാവുക സർവസാധാരണമാണ്. ജീവിതനൌക മുന്നോട്ടു നീങ്ങവേ നിരർത്ഥ ഭാഷണങ്ങളും പ്രവൃത്തികളും കുന്നുകൂടുവാൻ തുടങ്ങുകയും, തന്മൂലം വിജയകരമായ ഒരു കുടുംബജീവിതം കെട്ടിപ്പടുക്കുവാനുള്ള ശ്രമങ്ങളിൽ നിന്നും നിങ്ങളുടെ ശ്രദ്ധ മാറുവാനും ഇട വന്നേക്കും.

വിവാഹത്തിന് മുമ്പ്, പ്രത്യേകിച്ച് പ്രണയകാലത്ത്, തമ്മിൽത്തമ്മിൽ പല വാഗ്ദാനങ്ങളും പ്രതിജ്ഞകളും തീരുമാനങ്ങളും കൈക്കൊണ്ടു എന്ന് വരാം. അവയിൽ പലതും വിവാഹശേഷം പ്രാവർത്തികമാക്കുവാൻ പറ്റാത്തവയും, മറ്റു ചിലത് പിന്നീട് പ്രവർത്തനക്ഷമം അല്ലാതായി മാറിയവയും, സാഹചര്യങ്ങൾ മാറിയതുകൊണ്ട് നിബന്ധനകളിൽ അയവുവന്നയും ആയിരിക്കാം. ചുരുക്കത്തിൽ പുതിയ രീതികൾക്കും പുതിയ സാഹചര്യങ്ങൾക്കും അനുയോജ്യരായി ജീവിക്കുവാൻ പഠിക്കുകയോ ശ്രമിക്കുകയോ ചെയ്യുവാൻ ദമ്പതികൾ തയ്യാറാകണമെന്ന് സാരം. ഇന്ന് നമ്മുടെ നാട്ടിൽ യുവജനങ്ങളുടെ ഇടയിൽ പ്രേമവിവാഹങ്ങളോടുള്ള താല്പര്യം മുമ്പത്തേക്കാൾ വളരെ കൂടുതലാണ്. എന്നാൽ ചില സ്ഥിതിവിവരക്കണക്കുകൾ വ്യക്തമാക്കുന്നത് അത്തരം വിവാഹങ്ങളിൽ ചിലതൊക്കെ പിന്നീട് പല കാരണങ്ങളാൽ തെറ്റിപിരിയാറുണ്ട് എന്നാണ്. ചിലരൊക്കെ പലതും സഹിച്ചും അമർത്തി പിടിച്ചും ജീവിക്കുവാൻ പല സാഹചര്യങ്ങൾ കൊണ്ടും നിർബന്ധിതരാകാറുണ്ട് എന്നതും ഒരു വസ്തുത തന്നെയാണ്. പ്രേമവിവാഹത്തിന്റെ

അല്ലെങ്കിൽ പ്രേമബന്ധത്തിന്റെ തകർച്ച, അത് പെട്ടെന്ന് ആയാലും വർഷങ്ങൾക്കുശേഷം ആയാലും ജോഡികളെ നിശ്ചയമായും വൈകാരികമായ വിഷമസ്ഥിതികളിലേക്കും ചിലരെ സാമ്പത്തികമായ വിഷമങ്ങളിലേക്കും നയിക്കുകയും കൂടാതെ മനോവേദന, നിരാശ, കോപം എന്നീ അവസ്ഥകൾ സൃഷ്ടിക്കുകയും ചെയ്യും.

വിവാഹിതരാകുന്നവരിൽ പലരും, തങ്ങളുടെ പഴയ മാറാപ്പുകളും കൂടി കൂടെ കൊണ്ടുവരുമെന്ന് മുമ്പ് സൂചിപ്പിച്ചുവല്ലോ. പഴയ മാറാപ്പുകൾ എന്നതുകൊണ്ട് ഉദ്ദേശിച്ചത് അശ്ലീല സാഹിത്യങ്ങളിൽ നിന്നോ അല്ലെങ്കിൽ ലൈംഗിക കാര്യങ്ങളിൽ വിദഗ്ധൻ എന്ന് സ്വയം അവകാശപ്പെടുന്ന മുറിവൈദ്യൻമാരിൽ നിന്നും ലഭിച്ച അശാസ്ത്രീയമായ അറിവുകൾ, അഭിപ്രായങ്ങൾ, ഉപദേശങ്ങൾ എന്നിവയാണ്. കൂടാതെ മുൻപ് ചിലരിൽ നിന്നും നേരിട്ട മോശമായ പെരുമാറ്റങ്ങളും അപമാനങ്ങളും അവ ഏൽപ്പിച്ച വൈകാരികവും മാനസികവും ശാരീരികവുമായ മുദ്രകളും മുറിവുകളും പഴയ മാറാപ്പുകൾ തന്നെയാണ്. അതിനുപുറമേ ശരീര സൗന്ദര്യത്തെപ്പറ്റിയും ലൈംഗിക ശക്തിയെപ്പറ്റിയും സംതൃപ്തിയേയും പറ്റിയുമുള്ള വികലമായ ധാരണകൾ, ചില വഞ്ചനകൾ ഏൽപ്പിച്ച മാനസിക ആഘാതങ്ങൾ തുടങ്ങിയവയും ഇതിൽ പെട്ടവയാണ്. ചില മതമേലധ്യക്ഷന്മാരുടെയോ അവരുടെ ശിങ്കിടികളുടെയോ ആൾദൈവങ്ങളുടെയോ ശാസനകളും നിബന്ധനകളും ചിലപ്പോൾ അവർ മുഖേന കൈവന്ന പീഢനാനുഭവങ്ങളും സമ്മാനിച്ച വേദനകളും ഒക്കെ ഇതിൽ പെടും.

മേൽപ്പറഞ്ഞ മാറാപ്പുകളിൽ പലതും നിങ്ങൾക്ക് നിങ്ങളുടെ ജീവിത പങ്കാളിയെ അറിയിക്കാമെങ്കിലും, അത് എത്രത്തോളം വേണം, എങ്ങനെ വേണം, വേണമോ

വേണ്ടയോ എന്നതൊക്കെ വ്യക്തിപരമായി സ്വയം ആലോചിച്ച് എടുക്കേണ്ട തീരുമാനങ്ങളാണ്. കാരണം, അത്തരം കാര്യങ്ങളിൽ മറ്റുള്ളവരുടെ അഭിപ്രായങ്ങൾ എന്തുതന്നെയായാലും അത് നിങ്ങളുടെ ദാമ്പത്യബന്ധത്തെ എങ്ങനെ ബാധിച്ചേക്കുമെന്നതും പങ്കാളിയുടെ പ്രതികരണങ്ങൾ എന്തായിരിക്കും എന്നതുമൊക്കെ മറ്റുള്ളവരേക്കാൾ നന്നായി നിങ്ങൾക്ക് മാത്രം മനസ്സിലാകുന്ന കാര്യങ്ങളാണ്. അത്തരം കാര്യങ്ങളിൽ സുഹൃത്തുക്കളുടെയോ വിദഗ്ധരുടെയോ അഭിപ്രായം തേടുന്നതിൽ തെറ്റില്ല. പക്ഷേ അവസാന തീരുമാനം നിങ്ങളുടെ മാത്രം ആയിരിക്കണം. കാരണം, അത് നിങ്ങളുടെ ദാമ്പത്യബന്ധത്തെ പിടിച്ചുലയ്ക്കാതിരിക്കേണ്ടത് നിങ്ങളുടെ മാത്രം ഉത്തരവാദിത്വമാണ്. പങ്കാളിയുമായി ഫലപ്രദമായി ആശയവിനിമയം സാധിക്കുമെങ്കിൽ ഇത്തരം കാര്യങ്ങളിൽ ഗുണം ചെയ്യും.

വിവാഹിതരാകുന്നതോടെ മിക്കവരും തങ്ങളുടെ ജീവിതസാഹചര്യങ്ങളും നിലവാരവും മെച്ചപ്പെടുമെന്നും, സാമ്പത്തികഭദ്രത ഉറപ്പാക്കാൻ സാധിക്കുമെന്നും (ചിലർ ഭാര്യവീട്ടിലെ സ്വത്തുക്കൾ മോഹിച്ച് ആയിരിക്കും) പ്രതീക്ഷിക്കും. കാലക്രമേണയോ ചിലപ്പോൾ നേരത്തെ തന്നെയോ സംഗതികൾ മോശമായ അവസ്ഥയിലേക്ക് നീങ്ങുകയോ അപൂർവ്വമായി മറ്റുള്ളവർ അത്തരം മോശമായ അവസ്ഥകൾ സൃഷ്ടിക്കുവാൻ (അവസാന അധ്യായത്തിലെ ദുഷ്ടപുത്രൻ ഉദാഹരണം) ശ്രമിക്കുകയോ ചെയ്തുവെന്ന് വരാം. അത്തരം മോശമായ അവസ്ഥയാണ് ഒരു യഥാർത്ഥ സ്നേഹബന്ധത്തിന്റെ ആഴവും പരപ്പും അളക്കുന്ന ശരിയായ പരീക്ഷണഘട്ടം. ബുദ്ധിമുട്ടുകളും കഷ്ടപ്പാടുകളും നിറഞ്ഞ ദിനങ്ങൾ ദമ്പതികളെ പൂർവാധികം അടുപ്പിച്ച് എന്നന്നേക്കും ദൃഢമായി നിൽത്തക്കവണ്ണം പൂർവാധികം ശക്തി

പകരുകയോ അഥവാ ആ ബന്ധത്തിൽ വിള്ളലുകൾ സൃഷ്ടിക്കുകയോ ചെയ്തേക്കും. പലപ്പോഴും അത്തരം വിള്ളലുകൾ വലുതായി, ബന്ധം വേർപെടുത്തുന്നതിനെപ്പറ്റി വരെ ചിന്തിക്കാൻ പ്രേരിപ്പിക്കും.

ഇത്തരം മോശമായ അവസ്ഥയെ പഴമക്കാർ പറയുന്ന ചീത്ത സമയത്തോട് വേണമെങ്കിൽ ഉപമിക്കാം. ഇത്തരം ചീത്ത സമയങ്ങൾ പലപ്പോഴും ദമ്പതികളുടെ നിയന്ത്രണത്തിന് അതീതമായ ചില കാര്യങ്ങൾ മൂലമാകാം. എന്നാൽ അത്തരംമോശമായ അവസ്ഥകൾ മനപ്പൂർവ്വം സൃഷ്ടിക്കുവാൻ ചില ബന്ധുജനങ്ങളും (ദുഷ്ടജനങ്ങൾ) ശ്രമിക്കാറുണ്ട്, പ്രത്യേകിച്ച് പ്രേമവിവാഹമാണെങ്കിൽ. [illegible] ബന്ധുജനങ്ങൾ സൃഷ്ടിക്കുന്ന പ്രശ്നങ്ങളിൽ പെട്ടതാണ് പത്രങ്ങളിലൂടെയും മറ്റു മാധ്യമങ്ങളിലൂടെയും പലപ്പോഴും പറയാറുള്ള അമ്മായിയമ്മ പോര, നാത്തൂൻ പോര് എന്നിവ. സ്ത്രീധനത്തിനു വേണ്ടിയും അത് കൂടുതൽ വേണമെന്നാവശ്യപ്പെട്ടുകൊണ്ടുള്ള ചില പ്രവർത്തനങ്ങളെയും (പീഡനങ്ങൾ അല്ല) ഈ ഗണത്തിൽ പെടുത്താവുന്നതാണ്. സ്ത്രീധനത്തിന് വേണ്ടിയുള്ള പീഡനങ്ങളെ പറ്റി വഴിയെ പറയാം.

ഇന്ത്യൻ കുടുംബങ്ങളിൽ (കൂട്ടുകുടുംബങ്ങൾ) പൊതുവേ ഉണ്ടാകാറുള്ള അല്ലെങ്കിൽ നവവധുക്കൾ നേരിടേണ്ടിവരുന്ന പ്രശ്നങ്ങളിൽ അത്രയൊന്നും ഗുരുതരമല്ലാത്ത ഒന്നാണല്ലോ അമ്മായിഅമ്മ പോരും, നാത്തൂൻ പോരും. അമ്മായിയമ്മയും മരുമകളും തമ്മിലുണ്ടാകുന്ന വഴക്കുകൾ ഇന്ത്യയിലെ പല കുടുംബങ്ങളും പണ്ടുമുതലേ നേരിടുന്ന ഒരു വെല്ലുവിളിയാണ്. കൂട്ടുകുടുംബ വ്യവസ്ഥിതിയെ ഇതിനുള്ള ഒരു കാരണമായി കാണാമെങ്കിലും അവർ തമ്മിലുള്ള ക്രമീകരണ (adjustment) പ്രശ്നങ്ങൾ, അമിതമായ പ്രതീക്ഷകൾ, സാമൂഹികവും സാമ്പത്തികവുമായ

അന്തരങ്ങൾ എന്നിവയൊക്കെയും അവർ തമ്മിലുള്ള എതിർപ്പുകൾക്ക് കാരണമായേക്കും. ഭർത്താവിന് ഇക്കാര്യത്തിൽ വളരെ കുറച്ചു മാത്രമേ ചെയ്യുവാൻ കഴിയുകയുള്ളൂ. ഒന്നുകിൽ ദമ്പതികൾ താമസം മാറ്റുക, അല്ലെങ്കിൽ പ്രശ്നങ്ങൾ ശാന്തമായും സമാധാനപരമായും പരിഹരിക്കുവാൻ രണ്ടു ഭാഗത്തോടും ആവശ്യപ്പെടുക. എന്നാൽ എല്ലാവരും ഒരു കാര്യം ഓർത്തിരിക്കണം, കുടുംബാന്തരീക്ഷം സമാധാനപരമായി നിലനിർത്തുവാൻ അമ്മായിയമ്മയ്ക്കും മരുമകൾക്കും മറ്റു കുടുംബാംഗങ്ങൾക്കും തുല്യമായ ബാധ്യതയുണ്ട്. ഇത്തരം വഴക്കുകളിലേക്ക് മരുമകനെ അല്ലെങ്കിൽ ഭർത്താവിനെ വലിച്ചിഴക്കുവാൻ രണ്ടുപേരും തുനിയരുത്. രണ്ടുപേരും പരസ്പരം വെച്ചുപുലർത്തുന്ന വിദ്വേഷം ഒതുക്കി, രണ്ടുപേരും മറ്റേയാളെ പറ്റിയുള്ള പ്രതീക്ഷകൾ എന്തെല്ലാം എന്ന് സാവധാനം ചോദിച്ചു മനസ്സിലാക്കി, അതിനൊത്ത് മാറുവാൻ രണ്ടു പേർക്കും ഉള്ള വിഷമതകൾ പരസ്പരം തുറന്നു പറയാൻ ശ്രമിച്ചാൽ സംഘർഷത്തിന് അയവ് വരും.

വിജയകരമായ ദാമ്പത്യ ജീവിതത്തിന്റെ പ്രാണവായുവാണ് ദമ്പതികൾ തമ്മിലുള്ള ശരിയായ ആശയവിനിമയം. അത് നടക്കാതെ വരുമ്പോൾ പലപല തെറ്റിദ്ധാരണകൾ ഉടലെടുക്കുകയും അത് ദാമ്പത്യബന്ധത്തെ പ്രതികൂലമായി ബാധിക്കുകയും ചെയ്യും. അത്തരം സ്ഥിതിവിശേഷങ്ങൾ നിങ്ങളുടെ ലൈംഗികാസക്തിയെ കൂടി സ്വാധീനിക്കുകയും വിചിത്രമായ

ഭാവനാവിശേഷങ്ങളെയും മറ്റും പറ്റി സംസാരിക്കുന്നതിന് തടസ്സം സൃഷ്ടിക്കുകയും, ക്രമേണ ശാരീരികബന്ധം കൂടുതൽ കൂടുതൽ സങ്കോചിക്കുവാനും ഇടയാക്കിയേക്കും. ക്രമേണ ദമ്പതികൾ തമ്മിലുള്ള ലൈംഗിക ബന്ധം കുറഞ്ഞു കുറഞ്ഞു ഒട്ടുംതന്നെ ഇല്ലാത്ത അവസ്ഥ അല്ലെങ്കിൽ

പരസ്പരമുള്ള ലൈംഗികാസക്തി തീരെ നഷ്ടപ്പെടുന്ന അവസ്ഥയിലേക്ക് എത്തുകയും പങ്കാളിയുമായുള്ള ശാരീരികവും മാനസികവും വൈകാരികവുമായ ബന്ധങ്ങൾ തന്നെ വിച്ഛേദിക്കപ്പെടുന്ന അവസ്ഥയിലേക്ക് വരെ നയിച്ചേക്കാവുന്ന സ്ഥിതിവിശേഷം സംജാതമാവുകയും ചെയ്തേക്കും. ഇത് അത്യാഹിതങ്ങൾക്ക് വരെ വഴിയൊരുക്കും എന്നതിനാൽ ബന്ധങ്ങൾ വഷളാകുന്നതിന് മുമ്പ് അല്ലെങ്കിൽ കൈവിട്ടു പോകുന്നതിനുമുമ്പ് പരിഹാര മാർഗങ്ങൾ തേടുകയാണ് ബുദ്ധി.

വിവാഹജീവിതം എന്നത് രണ്ടു വ്യത്യസ്ത സ്വഭാവങ്ങളുള്ള, വ്യത്യസ്ത പശ്ചാത്തലത്തിൽ ജനിച്ചു വളർന്ന (ചിലപ്പോൾ വ്യത്യസ്ത സാമൂഹ്യ സാമ്പത്തിക നിലവാരമുള്ളവർ) രണ്ടുപേർ, ജീവിതകാലം മുഴുവൻ ഒരുമിച്ചു ഒരേ കൂരയ്ക്കു കീഴിൽ ജീവിക്കുവാൻ എടുക്കുന്ന പ്രതിജ്ഞയാണ്. എന്നാൽ രണ്ടുപേരുടെയും വികാരങ്ങളും വിചാരങ്ങളും ആഗ്രഹങ്ങളും ആവശ്യങ്ങളും എപ്പോഴും വ്യത്യസ്തമായിരിക്കും എന്ന കാര്യത്തിൽ മാത്രമല്ല, കാര്യങ്ങൾ രണ്ടുപേരും വ്യത്യസ്തമായി ആഗ്രഹിക്കുന്നതിലും വലിയ കുഴപ്പമില്ല. കൂടാതെ പല കാര്യങ്ങളിലും തർക്കത്തിന് സ്ഥാനവുമില്ല, അല്ലെങ്കിൽ അതിന്റെ ആവശ്യവുമില്ല. കാരണം, ഒന്നുകിൽ ഒരാൾ പറയുന്ന കാര്യങ്ങൾ മറ്റേയാൾ അംഗീകരിക്കുക അല്ലെങ്കിൽ അത് ഗൗരവപരമായി പരിഗണിക്കാതെ മാറ്റി വെക്കുക എന്നത് മാത്രമേ പ്രായോഗികമായിട്ടുള്ളൂ. പക്ഷേ വഴക്കിടുന്ന ദമ്പതികൾ അത്തരം സന്ദർഭങ്ങളിൽ അവരുടെ ചിന്തകളെയും അവർ കാര്യങ്ങൾ ഗ്രഹിക്കുന്നതിനെയും വേർതിരിക്കുവാൻ പറ്റാത്ത അവസ്ഥയിൽ ആയിരിക്കും. അതിനാലാണ് പല മാനസിക വിദഗ്ധരും പറയുന്നത്, ദാമ്പത്യജീവിതം സുഖകരമാകുന്നത് വഴക്കുകൾ ഇല്ലാതിരിക്കുന്നതിലല്ല, മറിച്ച് രണ്ടുപേരും

വഴക്കുകൾ എപ്പോൾ എങ്ങനെ നിർത്താം എന്ന് എപ്പോഴും ചിന്തിക്കുകയും അറിയുകയും അതനുസരിച്ച് പ്രവർത്തിക്കുകയും ചെയ്യുമ്പോൾ ആണ് എന്ന്.

ആശയങ്ങളെ പറ്റി ആർക്കും തർക്കിക്കാം. എന്നാൽ വിചാരങ്ങളും വികാരങ്ങളും വിശ്വാസങ്ങളും വ്യക്തിപരമാണ്. അവ എപ്പോഴും ഓരോരുത്തരുടെയും തന്നോടുതന്നെയുള്ള 'സ്വയംമതിപ്പു'കളുമായി കെട്ടുപിണഞ്ഞു കിടക്കുന്നതാണ്. അതിനാൽ ജീവിതപങ്കാളിയുടെ വികാരം കൂടി മനസ്സിലാക്കുവാൻ കഴിയുന്നത്ര ശ്രമിക്കുകയും, കടമ്പകൾ നിറഞ്ഞതും ക്ലേശകരവുമായ ഒരു യാത്രയാണ് ജീവിതം എന്ന് സ്വയം അറിഞ്ഞു ജീവിക്കുവാൻ ശ്രമിക്കുകയുംവേണം. അങ്ങനെ മനസ്സിലാക്കുവാൻ തുടങ്ങുമ്പോൾ ജീവിതം (ദാമ്പത്യജീവിതവും) അത്രയൊന്നും ബുദ്ധിമുട്ടുകൾ നിറഞ്ഞതല്ലാതായി മാറും. ഇതിനെ ജീവിതകലയെന്നോ, സ്നേഹകല (art of love) എന്നോ വിശേഷിപ്പിക്കാം.

നമ്മൾ പലപ്പോഴും പുറകെ പോകുന്ന നൈമിഷികവും ലൌകികവുമായ മറ്റു പലതിനേക്കാളും വളരെ വളരെ വിലയേറിയതാണ് സന്തോഷകരവും വിജയകരവുമായ ദാമ്പത്യജീവിതം. അതാണ് ശേഷിക്കുന്ന ജീവിതകാലം മുഴുവൻ നിലനിൽക്കുന്നതും നിലനിൽക്കേണ്ടതും. ദാമ്പത്യജീവിതത്തിലെ പല പ്രശ്നങ്ങളുടെയും തുടക്കത്തിനുള്ള കാരണം നേരത്തേ പറഞ്ഞ പഴയ മാറാപ്പുകൾ ആയിരിക്കും. അത്തരം സമയങ്ങളിൽ, വിവാഹജീവിതത്തിലെ ഏറ്റവും മനോഹരമായ അടുത്ത സ്നേഹബന്ധം എന്ന പ്രതിഭാസം തിരിച്ചുകൊണ്ടുവരുവാനും, ബന്ധം കൂടുതൽ ഉദ്ധരിക്കുവാനും കഴിയണം. എങ്കിൽ ദാമ്പത്യജീവിതം വിജയകരമാക്കി മാറ്റാം. പ്രലോഭനങ്ങളും വെല്ലുവിളികളും ബുദ്ധിമുട്ടുകളും ഒക്കെ ഉണ്ടായേക്കും: അതൊക്കെ

ജീവിതത്തിന്റെ ഭാഗമാണ് എന്ന് മനസ്സിലാക്കി അതിജീവിക്കുവാൻ ശ്രമിക്കണം; പഠിക്കണം, കഴിയണം അതായിരിക്കണം നിങ്ങളുടെ വിവാഹജീവിതലക്ഷ്യം.

പ്രണയിച്ചു നടന്ന കാലത്തും, മധുവിധു നാളുകളിലും പൊട്ടിച്ചിരിച്ചു നടന്ന പല ദമ്പതികൾക്കും പിന്നീട് അതൊക്കെ കൈമോശം വന്നുപോകുന്നു എന്നത് ഒരു ജീവിത യാഥാർത്ഥ്യമാണ്. എന്നാൽ ബന്ധങ്ങൾക്ക് വീണ്ടും ഊർജ്ജം പകർന്ന് ആനന്ദകരമാക്കുവാൻ പല മാർഗ്ഗങ്ങളുണ്ട്. ചില പഠനങ്ങൾ തെളിയിക്കുന്നത്, ഒരേ തമാശകൾ ഒരുമിച്ച് ആസ്വദിച്ച് (തമാശ പടങ്ങൾ ആയാലും മതി) ഒരുമിച്ചു പൊട്ടിച്ചിരിക്കുന്ന ദമ്പതികൾ ജീവിതകാലം മുഴുവൻ വേർപിരിയുകയില്ല എന്നാണ്. അതിനുള്ള ഒരു കാരണം ജീവിതമൂല്യങ്ങൾ സംരക്ഷിക്കുവാനും [illegible]ക്കുവാനുമുള്ള സന്നദ്ധത നർമ്മബോധമുള്ളവർക്ക് കൂടുതലാണ് എന്നതാണ്. നർമ്മബോധം എന്നുപറയുമ്പോൾ സ്വന്തം ബലഹീനതകളെപ്പറ്റിയും പരിഹസിക്കുവാനുള്ള സ്വയംബോധം ആയിരിക്കണം. വിവാഹജീവിതം എന്നത് എപ്പോഴും സന്തോഷകരവും എളുപ്പവുമായിരിക്കുകയില്ല എന്നത് ഏത് വിവാഹിതനും സമ്മതിക്കും. ദമ്പതികൾക്ക് അവരുടെ വ്യക്തിപരമായ പ്രശ്നങ്ങൾ എങ്ങിനെ പരിഹരിച്ച് ദാമ്പത്യജീവിതം മുന്നോട്ടുകൊണ്ടുപോകണമെന്ന് ഒരു വ്യക്തമായ ധാരണ അല്ലെങ്കിൽ ബോധം ഉണ്ടായിരിക്കണം. ഇത്തരം കാര്യങ്ങൾ ഒരാളും തന്നെ നിങ്ങളെ പഠിപ്പിച്ചു എന്നു വരില്ല. ദാമ്പത്യജീവിതത്തിലെ പ്രശ്നങ്ങൾ എന്നു പറയുമ്പോൾ അടുത്ത ബന്ധുക്കൾ സൃഷ്ടിക്കുന്ന (അവസാന അദ്ധ്യായത്തിലെ അനുഭവവിവരണം വായിക്കുക) പ്രശ്നങ്ങളും അടങ്ങും. അത് രണ്ടുപേരും ഒരുമിച്ച് നിന്ന് നിശ്ചയദാർഢ്യത്തോടെ നേരിടണം.

പല ഭർത്താക്കന്മാരും വീട്ടിലെ പ്രശ്നങ്ങൾ പരിഹരിക്കുകയോ വീട്ടിലെ മറ്റു കാര്യങ്ങൾ ശ്രദ്ധിക്കുകയോ ചെയ്യുന്നതിനു പകരം അവയിൽ നിന്നും ഒളിച്ചോടുവാൻ ശ്രമിക്കും. ചിലർ മദ്യപാന സുഹൃത്തുക്കളോടൊത്ത് സമയം ചെലവഴിക്കും. മറ്റു ചിലർ ഷെഡ്ഡിൽ കിടക്കുന്ന പഴയ കാറിന്റെയോ ബൈക്കിന്റെയോ സൈക്കിളിന്റെയോ കാര്യങ്ങളിൽ കൂടുതൽ സമയം ചെലവഴിച്ചു എന്നു വരും. പ്രശ്നങ്ങൾ തുടക്കത്തിലെ തന്നെ സംസാരിച്ച് പരിഹരിക്കാൻ ശ്രമിക്കുന്നതിനു പകരം ഒഴിഞ്ഞുമാറുവാനും പരസ്പരം ഒഴിഞ്ഞു നിൽക്കുവാനും തുടങ്ങും. അതോടെ ആശയവിനിമയം കുറഞ്ഞു കുറഞ്ഞു വന്ന് കുടുംബജീവിതം പതിയെ പതിയെ വിഷമകരമായി മാറുകയും അധികം താമസിയാതെ അത് ദുഷ്കരമാവുകയും ചെയ്യും. ക്രമേണ വീടുമാറി താമസിക്കലേക്കും, ബന്ധങ്ങൾ വിച്ഛേദിക്കുന്നതിലേക്കും വരെ കാര്യങ്ങൾ നീങ്ങിയേക്കാം. വേറിട്ടു താമസിക്കലിനും വേർപിരിയലിനും മറ്റു ചില ഘടകങ്ങൾ കൂടി കാരണമാവാറുണ്ട്, അതു വഴിയെ പറയാം.

ഒരാളുടെ വ്യക്തിത്വത്തിന്റെ അവികസിതമായ ആകാരത്തെ പ്രതിനിധീകരിക്കുന്ന മറ്റൊരാളുമായി പെട്ടെന്ന് അടുപ്പത്തിലാവുക, പൊതുവേ മനുഷ്യസഹജമായ ഒരു സ്വഭാവവിശേഷമാണ്. എന്നാൽ മറ്റൊരാളുമായി ഒരുമിച്ച് ജീവിതം അനുഭവിക്കുക എന്നു വരുമ്പോൾ രണ്ടുപേരും പങ്കാളിയുടെ പരിമിതികൾ അറിഞ്ഞ്, ജീവിക്കുവാൻ സന്നദ്ധരാകേണ്ടതുണ്ട്; ഉദാഹരണത്തിന് എളുപ്പത്തിൽ ക്ഷോഭിക്കുന്ന തരത്തിലുള്ള വ്യത്യസ്തതകൾ പുലർത്തുന്ന ആളുടെ ശൈലികൾ, അയാൾ അല്ലെങ്കിൽ അവൾ വളർന്നു വലുതായ കുടുംബാന്തരീക്ഷത്തിലെ, വികാരപരമായ പ്രകടനങ്ങളോട് കടപ്പെട്ടിരിക്കും. നിങ്ങൾ വിവാഹം കഴിക്കുന്നതിന് അല്ലെങ്കിൽ പരിചയപ്പെടുന്നതിനു

മുമ്പുതന്നെ (ബാല്യത്തിൽ) അയാളിൽ അല്ലെങ്കിൽ അവളിൽ രൂപപ്പെടുന്ന വ്യക്തിപരമായ ചില സ്വഭാവവിശേഷങ്ങൾ, അല്ലെങ്കിൽ വൈകാരികമായ പ്രത്യേകതകൾ, യൌവനാവസ്ഥയിൽ മാറ്റിയെടുക്കുക എന്നത് തികച്ചും വിഷമകരമാണ് എന്ന കാര്യം രണ്ടുപേർക്കും മനസ്സിലാക്കുവാൻ സാധിച്ചാൽ, കൊച്ചുകൊച്ചു പിണക്കങ്ങൾ, വഴക്കുകളും കലഹങ്ങളും ആയിമാറി, സംഘർഷഭരിതമായ കുടുംബാന്തരീക്ഷം എന്ന ദുരവസ്ഥ സൃഷ്ടിക്കുന്നത് ഒഴിവാക്കി ദാമ്പത്യജീവിതം വിജയകരമായി മുന്നോട്ടു കൊണ്ടുപോകുവാൻ സാധിക്കും.

നിങ്ങൾ പങ്കാളിയിൽ കണ്ടുവന്നിരുന്ന ആകർഷകരമായ സ്വഭാവവിശേഷങ്ങൾ, വീണ്ടും പൊടിതട്ടി പുറത്തെടുവിപ്പിച്ച് അതിൽ മുറുകെപ്പിടിക്കുവാൻ ദമ്പതികൾ പരസ്പരം ശ്രമിക്കുകയാണെങ്കിൽ, സുഖകരമായ ദാമ്പത്യാനുഭവങ്ങൾ നിശ്ചയമാണ്. സ്ത്രീ-പുരുഷ ബന്ധങ്ങളിൽ പുരുഷന്മാർ തങ്ങളുടെ മേധാവിത്വവും (പ്രേമ വിവാഹങ്ങൾക്കും ഇത് ബാധകമാണ്), സ്ത്രീകളുടെ വിധേയത്വവും അരക്കിട്ടുറപ്പിക്കാൻ ശ്രമിക്കും. അങ്ങനെ ശ്രമിക്കുന്നതിനുള്ള ഒരു പ്രധാന കാരണം, പുരുഷവർഗ്ഗം പരമ്പരാഗതമായി സ്ത്രീകളെ രക്ഷിക്കുവാൻ ബാദ്ധ്യസ്ഥരും ,അതിനാൽ തന്നെ ഭരിക്കാൻ യോഗ്യരും ആണ് എന്ന ധാരണ വച്ചുപുലർത്തുന്നവരും, അത്തരം ഉപദേശങ്ങൾ സദാ സ്വീകരിക്കുന്നവരുമാണ് എന്നതാണ്. ഇത് പലപ്പോഴും ദാമ്പത്യജീവിതത്തിൽ അസമത്വം സൃഷ്ടിച്ച്, ദൈനംദിന കുടുംബജീവിതത്തെ താറുമാറാക്കും എന്ന് പുരുഷന്മാർ മനസ്സിലാക്കേണ്ടത് ഒരു നല്ല ദാമ്പത്യ ബന്ധത്തിന് അത്യാവശ്യമാണ്.

പരസ്പര സമർപ്പണത്തിൽ അധിഷ്ഠിതമാണ്, ആരോഗ്യപരമായ ദാമ്പത്യജീവിതം എന്ന് നേരത്തെ

പറഞ്ഞുവല്ലോ. ആ സമർപ്പണ മനോഭാവം ദാമ്പത്യജീവിതത്തിന്റെ ഉയർച്ചയിലും താഴ്ചയിലും നിലനിർത്തുവാൻ കഴിയുക എന്നതാണ് വിജയകരമായ ദാമ്പത്യബന്ധത്തിന്റെ പ്രധാന പൊരുൾ. എല്ലാ കാര്യങ്ങളും ഭംഗിയായി വേണ്ടവിധത്തിൽ അല്ലെങ്കിൽ ആഗ്രഹിക്കുന്ന തരത്തിൽ മുന്നോട്ടു പോകുമ്പോൾ, ആ സമർപ്പണ മനോഭാവം നിലനിർത്തുവാൻ വലിയ വിഷമം നേരിട്ടു എന്നു വരില്ല. എന്നാൽ ദാമ്പത്യജീവിതത്തിലെ പരീക്ഷണഘട്ടങ്ങളിലാണ് അതിന്റെ മാറ്റ് ഉരച്ചുനോക്കപ്പെടുന്നത്. അത്തരം ഘട്ടങ്ങളിൽ അത് പൂർവ്വാധികം ശക്തമാക്കി നിലനിർത്തുവാൻ കഴിയുന്നതോടെയാണ് സ്നേഹമെന്ന വികാരത്തിന്റെ യഥാർത്ഥ ഊഷ്മളത ദൃശ്യമാവുക. എന്നാൽ ദമ്പതികൾ ഒരു കാര്യം ഓർത്തിരിക്കണം: ഒരു ദാമ്പത്യബന്ധവും എല്ലാ അർത്ഥത്തിലും പൂർണവിജയമായി എന്നു വരില്ല. കുറച്ചൊക്കെ അപസ്വരങ്ങളും പിണക്കങ്ങളും പൊരുത്തക്കേടുകളും അൽപസ്വൽപം വഴക്കുകളും അല്ലറചില്ലറ കലഹങ്ങളും എല്ലാ ദാമ്പത്യബന്ധങ്ങളിലും ഉണ്ടാകും. അതായത്, സ്ഥിതിഗതികൾ മെച്ചപ്പെടുത്തുവാൻ ദമ്പതികൾ ദിനംതോറും ഒറ്റയ്ക്കും കൂട്ടായും കഠിനമായി യത്നിച്ചേ മതിയാകൂ എന്ന് സാരം.

ദാമ്പത്യജീവിതത്തിൽ പലപ്പോഴും മോശമായ അവസ്ഥകൾ ഉണ്ടാവുകയോ മറ്റുള്ളവർ അത്തരം മോശമായ അവസ്ഥകൾ സൃഷ്ടിക്കുവാൻ ശ്രമിക്കുകയോ ചെയ്യുമെന്ന് നേരത്തെ പറഞ്ഞുവല്ലോ. സാധാരണയായി എല്ലാ പുരുഷന്മാരും തങ്ങളുടെ സഹോദരിമാർക്കോ, പെൺമക്കൾക്കോ അത്തരം മോശമായ അവസ്ഥകൾ ഉണ്ടാകാതിരിക്കാൻ ആഗ്രഹിക്കുന്നവരും സ്ഥിതിഗതികൾ മെച്ചപ്പെടുത്തുവാൻ ശ്രമിക്കുന്നവരും ആയിരിക്കും. അത്തരം

ശ്രമങ്ങൾ ഒന്നും നടത്തിയില്ലെങ്കിൽ പോലും, അത്തരം മോശമായ അവസ്ഥകൾ മനഃപൂർവ്വം സൃഷ്ടിച്ച്, സ്വന്തം സഹോദരിയേയോ മകളേയോ അവരുടെ കുടുംബത്തെയോ ദ്രോഹിക്കുവാൻ, സാധാരണമായ മാനസികാവസ്ഥയും പൊതുവായ സാമാന്യബുദ്ധിയും സാമൂഹ്യനിലവാരവും ഉള്ളവർ ആരും ശ്രമിക്കുകയില്ല. എന്നാൽ അത്തരം ചില ദുഷ്ടന്മാരേയും നമ്മുടെ സമൂഹത്തിൽ അപൂർവമായി കാണാറുണ്ട്. അത്തരക്കാർ സാധാരഗതിയിലുള്ള ഒരു മാനസികാവസ്ഥയുടെ ഉടമകൾ ആയിരിക്കുകയില്ല. അവരെ വിചിത്ര മനോരോഗികൾ (Psychopath) എന്ന് വിളിക്കുകയാണ് നല്ലത്. അത്തരം ഒരു നീചനായ മനോരോഗിയുടെ ദുഷ്ടതകൾക്കിരയായ ഒരു കുടുംബത്തിന്റെ യഥാർത്ഥ അനുഭവവിവരണം ഗ്രന്ഥത്തിന്റെ അവസാന അദ്ധ്യായത്തിൽ ചേർത്തിട്ടുണ്ട്.

5

ചില കാര്യകാരണങ്ങൾ

വിവാഹശേഷം കുറച്ചുകാലം കഴിഞ്ഞാൽ ചെറിയ ചെറിയ വഴക്കുകളും മറ്റും ഉണ്ടാവുക എന്നത് ഇന്നത്തെ ഫേസ്ബുക്ക്, വാട്സ്ആപ് യുഗത്തിൽ സർവ്വസാധാരണമാണ് എന്ന് പറഞ്ഞുവല്ലോ. ഉദാഹരണത്തിന് ഒരു ഒഴിവു ദിനത്തിൽ ഉച്ചയുറക്കം കഴിഞ്ഞ് കാപ്പി കുടിക്കണം എന്ന് ആഗ്രഹിക്കുന്ന സമയത്ത് ഭാര്യ വാട്സ്ആപ് നോക്കിയിരിക്കുകയാണെന്ന് കരുതുക. ഭർത്താവ് അതിൽ നീരസം പ്രകടിപ്പിക്കുകയും ചിലപ്പോൾ അത് വലിയ വഴക്കായി മാറി എന്നും വരാം. പെട്ടെന്ന് ഭർത്താവ് വഴക്കു നിർത്തി പുറത്തുപോവുകയും, ഭാര്യ ടി.വിക്കു മുന്നിൽ കുത്തിയിരിക്കുകയോ അടുക്കളയിലേക്ക് പോവുകയോ ചെയ്തേക്കാം. പുറത്തുപോയ ഭർത്താവ് രാത്രിയിൽ അല്പം വൈകി, മദ്യപിച്ച് മടങ്ങിവന്നു എന്നിരിക്കട്ടെ. അതോടെ ഭാര്യ കൂടുതൽ നീരസത്തിലാവുകയും എന്തെങ്കിലും അഭിപ്രായപ്രകടനങ്ങൾ നടത്തുകയും ഭർത്താവ് മദ്യലഹരിയിൽ അത് ഏറ്റുപിടിച്ച് വഴക്കുണ്ടാക്കുകയും, ചിലപ്പോളത് മുട്ടൻ വഴക്കായി മാറുകയും ചെയ്തേക്കും. അഥവാ അത്രയൊന്നും ഉണ്ടായില്ലെങ്കിൽ പോലും, ഗൃഹാന്തരീക്ഷം മോശമാവുകയും,

പരസ്പരമുള്ള ആശയവിനിമയം കുറയുകയും തെറ്റിദ്ധാരണകൾ കൂടി വരികയും ചെയ്യും. അധികം വൈകാതെ എന്തെങ്കിലും നിസ്സാര കാര്യങ്ങൾക്ക് വഴക്കു തുടങ്ങുകയും, ഉടൻ ഒരാൾ പഴയ വഴക്കിലെ മുഴുവനാക്കാതെ നിറുത്തിയ വിഷയം വീണ്ടും പൊടിതട്ടി പുറത്തിടുകയും ചെയ്യും. അപ്പോൾ മറ്റേയാൾക്ക് 'ഇയാൾ എന്തിനാണ് വീണ്ടും വീണ്ടും ഒരേ കാര്യം (അല്ലെങ്കിൽ പഴയ കാര്യം) പറഞ്ഞു വഴക്കുണ്ടാക്കുന്നത്" എന്ന് തോന്നുകയും, ശക്തിയായി പ്രതിഷേധിക്കുകയോ പ്രതിരോധിക്കുകയോ പ്രതികരിക്കുകയോ ചെയ്യും. അതോടെ പ്രശ്നം ഗുരുതരമായി മാറുകയായി. അതായത്, വഴക്ക് മൂത്ത് രണ്ടുപേർക്കും വഴക്ക് നിർത്തുവാൻ പറ്റാത്ത അല്ലെങ്കിൽ പ്രശ്നങ്ങളിൽ നിന്നും പുറത്തുകടക്കാനാവാത്ത അവസ്ഥയിൽ എത്തിച്ചേരുകയായി.

ദമ്പതികൾ തമ്മിലുള്ള മിക്ക വഴക്കുകളിലും കാണാറുള്ള ഒരു പൊതുസ്വഭാവം ഇതാണ്: അഭിപ്രായ വ്യത്യാസങ്ങൾ പലതും ഭാര്യാഭർത്താക്കന്മാർ അധികമൊന്നും ആലോചിക്കാതെ പെട്ടെന്ന് നടത്തുന്ന ചില പരാമർശങ്ങളുടെ പരിണിതഫലമായി തുടങ്ങുന്നവ ആയിരിക്കും. അല്ലാതെ അത് അധികവും ഒരാളുടെ എന്തെങ്കിലും പിശകിനെയോ വീഴ്ചയേയോ സംബന്ധിച്ച് ആയിരിക്കില്ല. നിർഭാഗ്യകരമെന്നു പറയട്ടെ, വാക്കുതർക്കങ്ങളിൽ ഏർപ്പെടുന്ന ദമ്പതികൾ അത്തരം പരാമർശങ്ങളെ ലഘൂകരിച്ച് കാണുവാൻ ശ്രമിക്കുന്നതിനു പകരം, അതിനെ പർവതീകരിച്ച് കാണുവാൻ ശ്രമിക്കുന്നതിനെ തുടർന്ന്, വാക്തർക്കങ്ങൾ പലപ്പോഴും കലഹങ്ങളായി വളരുക എന്നതാണ് സംഭവിക്കാറുള്ളത്. അതിലെ രസകരമായ കാര്യം ഇതാണ്: തുടർന്നുണ്ടാവുന്ന എല്ലാ സംഭവവികാസങ്ങൾക്കും ഉള്ള സകല

ഉത്തരവാദിത്വവും ഒരാൾ മറ്റേയാളിന്റെ തലയിൽ കെട്ടിവയ്ക്കാൻ തീവ്രമായി ശ്രമിക്കും.

സ്നേഹിച്ച് വിവാഹം കഴിച്ചവർ ആയാലും വിവാഹശേഷം സ്നേഹിക്കുവാൻ തുടങ്ങിയവർ ആയാലും പൊതുവേ എല്ലാ ജോഡികളും വിവാഹത്തോടെ മൊത്തം ജീവിതം ഗംഭീരമാകുമെന്നും, എല്ലാ കാര്യങ്ങളും മെച്ചപ്പെടുവാൻ പോവുകയാണെന്നും നിശ്ചയമായും വിശ്വസിക്കും. എല്ലാ കാര്യങ്ങൾക്കും കൂട്ടായി, സ്നേഹം നിറഞ്ഞുകവിയുന്നതും മാധുര്യമേറുന്നതുമായ സാമീപ്യമായി ഒരു സ്നേഹിതൻ അല്ലെങ്കിൽ സ്നേഹിത കൂടെ ഉണ്ടാകുമെന്ന ആത്മവിശ്വാസത്തിൽ ആയിരിക്കും മിക്ക ദമ്പതികളും, വിവാഹശേഷമുള്ള ആദ്യനാളുകളിൽ. എന്നാൽ ക്രമേണ നിങ്ങൾ ആഗ്രഹിച്ച തരത്തിലുള്ള, അല്ലെങ്കിൽ നിങ്ങൾക്ക് അർഹതപ്പെട്ട ഒരു പങ്കാളിയെ ആണോ ലഭിച്ചത് എന്ന് ചിലപ്പോഴൊക്കെ ചിന്തിക്കാൻ തുടങ്ങും. അത്തരം ചിന്തകൾ കാടുകയറുമ്പോൾ നിങ്ങളുടെ പ്രേമകാലത്തിന്റെ ശോഭയ്ക്ക് മങ്ങൽ ഏൽക്കുന്നതായും, ദാമ്പത്യബന്ധത്തിന്റെ മാസ്മരത കുറയുന്നതായും തോന്നിത്തുടങ്ങും. അതോടെ ചില അപസ്വരങ്ങൾ വാക്ക് തർക്കങ്ങൾ ആയി മാറുകയും അത് വഴക്കുകളായി രൂപാന്തരപ്പെടുകയും ദമ്പതികളിലോരാളോ രണ്ടുപേരുമോ അധികമായി രോഷാകുലരാവുകയും ആകെ തിളച്ചുമറിയുന്നതുപോലെ പ്രതികരിക്കുകയും ചെയ്തേക്കും. ക്രമേണ ഇത്തരം സംഭവങ്ങൾ ദമ്പതികൾ തമ്മിലുള്ള സമ്പർക്കങ്ങൾക്ക് കുറവുവരുത്തുകയും അവർ മറ്റു കാര്യങ്ങളിൽ വ്യാപൃതരാകുവാൻ ശ്രമിക്കുകയും ചെയ്യും. ചിലർ സാമൂഹ്യമാധ്യമങ്ങളിൽ സമയം ചിലവഴിക്കും. മറ്റു ചിലർ സാമൂഹിക കാര്യങ്ങളിലോ മതപരമായ കാര്യങ്ങളിലോ സമയം ചെലവഴിക്കും. ചിലർ മദ്യപാനത്തിൽ അഭയം തേടും.

എന്നാൽ മറ്റു ചിലർ പെട്ടെന്ന് അവരുടെ കുടുംബ സ്വത്തിലേയും പങ്കാളിയുടെ കുടുംബസ്വത്തിലെയും പങ്കിനെപറ്റിയും, അതിന്റെ മൂല്യത്തെ പറ്റിയും ഒക്കെ ചിന്തിക്കുവാനും അന്വേഷിക്കുവാനും തുടങ്ങും; അല്ലെങ്കിൽ അതിനു നിർബന്ധിതനാകും. പിന്നെ അത് ഭാഗം വെക്കുന്നതിനെപ്പറ്റിയും (ചിലർക്ക് തന്റെ ഭാഗം മാത്രം മതിയാവില്ല), അത് വിൽക്കുന്നതിനെപറ്റിയുള്ള ചർച്ചകളിലും ശ്രമങ്ങളിലും മുഴുകുകയായി. അതോടെ വിവാഹബന്ധത്തിന്റെ സുസ്ഥിതി പരിശോധിക്കുന്നതിനേക്കാൾ, ബാങ്ക് പാസ്ബുക്കിലെ വരികളും ബാലൻസും പരിശോധിക്കുന്നതിലായിരിക്കും കൂടുതൽ താൽപര്യം. തുടർന്ന് ദമ്പതികൾ തമ്മിലുള്ള ആശയവിനിമയം കുറയുകയും ചിലപ്പോൾ അത് നിലയ്ക്കുന്ന സ്ഥിതിയിലേക്ക് എത്തിച്ചേരുകയും ചെയ്യും.

ദാമ്പത്യജീവിതത്തിലെ പ്രശ്നങ്ങൾക്കും തുടർന്നുണ്ടാവുന്ന ഭവിഷ്യത്തുകൾക്കും മറ്റു ചില ഘടകങ്ങൾ കൂടി കാരണമാകാറുണ്ട് എന്ന് നേരത്തേ പറഞ്ഞുവല്ലോ. അതിൽ ഏറ്റവും പ്രധാനം, സാമ്പത്തികമായി ഉണ്ടാകുന്ന വിഷമങ്ങളും തന്മൂലമുണ്ടാകുന്ന പ്രശ്നങ്ങളുമാണ്. മിക്ക വിവാഹബന്ധങ്ങളിലും ഉരസൽ ഉണ്ടാവുകയും ബന്ധത്തെ തന്നെ ഉലയ്ക്കുന്ന രീതിയിലേക്ക് അത് വളരുകയും ചെയ്യുന്നതിനുള്ള ഒരു മൂലഹേതു, ദമ്പതികൾക്കിടയിൽ ഒരാൾ അല്ലെങ്കിൽ രണ്ടുപേരും ധനപരമായ കാര്യങ്ങൾ ചെയ്യുന്നതിനെക്കുറിച്ചുള്ള അഭിപ്രായവ്യത്യാസങ്ങൾ തന്നെയായിരിക്കും.

ദമ്പതികളിൽ ഒരാൾ ധൂർത്തനും ധാരാളിയും മറ്റേയാൾ സമ്പാദ്യശീലമുള്ള ആളുമാണെങ്കിൽ മധുവിധുകാലം കഴിയുന്നതോടെതന്നെ അഭിപ്രായ വ്യത്യാസങ്ങൾ ഉടലെടുക്കും. ദമ്പതികളിൽ ഒരാൾക്ക് ചിലവ് ചുരുക്കി പണം

മിച്ചംവെച്ച്, നിക്ഷേപിച്ച് അത് വളർത്തിയെടുക്കുന്നതിലാണ് താല്പര്യമെങ്കിൽ ആ വ്യക്തി സമ്പാദ്യശീലം വളർത്തുന്നതിനാണ് പ്രഥമ പരിഗണന കൊടുക്കുക. മറിച്ച് മറ്റേ പങ്കാളി ധനാഗമന മാർഗ്ഗത്തെക്കുറിച്ചോ, സമ്പാദ്യമുണ്ടാക്കുന്നതിനെക്കുറിച്ചോ ഒട്ടുംതന്നെ ശ്രദ്ധയില്ലാത്ത ആളും, പണം ആവശ്യത്തിനും അനാവശ്യത്തിനും ചിലവഴിക്കുന്ന അല്ലെങ്കിൽ ധൂർത്തടിക്കുന്ന ആളുമാണെങ്കിൽ അഭിപ്രായ വ്യത്യാസങ്ങൾ പെട്ടെന്ന് വഴക്കുകളിലേക്കും വഴിമാറും. പണം ചിലവഴിക്കുന്നതിനെക്കുറിച്ചുള്ള വഴക്കുകളും ശണ്ഠകളുമാണ് പല ദാമ്പത്യപ്രശ്നങ്ങളുടെയും ഒരു മുഖ്യകാരണം.

ജീവിതത്തിലെ എല്ലാ കാര്യങ്ങളും നന്നായി മുന്നോട്ടു കൊണ്ടുപോകുവാൻ, അത്യാവശ്യമുള്ള ഒരു ഘടകമാണല്ലോ സാമ്പത്തിക ഭദ്രത. എന്നാൽ വൈവാഹിക ജീവിതത്തിൽ സാമ്പത്തിക ഭദ്രതയ്ക്ക് വളരെ വലുതായ പ്രാധാന്യമുണ്ട്. സാമ്പത്തികമായി ബുദ്ധിമുട്ടുകൾ അനുഭവിക്കുന്ന സമയങ്ങളിലെ ധനപരമായ ക്ലേശങ്ങൾ, മാനസികമായ ക്ലേശങ്ങൾ സൃഷ്ടിക്കുകയും തന്മൂലം മറ്റു വിഷമങ്ങൾകൂടി വലുതാക്കപ്പെടുകയും ചെയ്യും. തത്ഫലമായി വാക്ക്തർക്കങ്ങളും മറ്റും ഉണ്ടാവുക മിക്ക ദാമ്പത്യബന്ധങ്ങളിലും സാധാരണമാണ്. ദമ്പതികൾ തമ്മിലുള്ള വാക്ക് തർക്കങ്ങൾക്കും വടംവലികൾക്കും വഴക്കുകൾക്കും ഒരു പ്രധാന കാരണം, അവരിലൊരാളുടെ അധിമായുള്ള പണം ചിലവഴിക്കുന്ന ശീലം ആയിരിക്കും. ദമ്പതികൾ തമ്മിൽ ധനപരമായ കാര്യങ്ങളിൽ സംഘർഷം ഉണ്ടാകുമ്പോൾ, ആ വാദപ്രതിവാദങ്ങൾക്കു പുറകിൽ മറ്റു ചില ഘടകങ്ങൾ കൂടി ഉണ്ടായേക്കും. അധികാരവടംവലി, ആവശ്യങ്ങളിലും മൂല്യങ്ങളിലുമുള്ള വ്യത്യസ്തതകൾ

കൂടാതെ ധനസംബന്ധമായ മറ്റു ചില കാര്യങ്ങൾ എന്നിവയായിരിക്കും അവ. അത്തരം വടംവലികൾ പലപ്പോഴും വലിയ വഴക്കുകളിലേക്ക് നീങ്ങിയേക്കും. ഉദാഹരണത്തിന് ദമ്പതികളിലൊരാൾ ധനപരമായി അത്യധികം ക്ലേശം നേരിടുന്ന ഒരു ഘട്ടത്തിൽ, ആ വ്യക്തി വലിയ മാനസിക പിരിമുറുക്കങ്ങൾക്ക് അടിപ്പെട്ട്, എളുപ്പത്തിൽ ക്ഷമ നശിച്ച്, നിസ്സാര കാര്യങ്ങൾക്കുപോലും (പണസംബന്ധമല്ലാത്തവ) വഴക്കുകൾ ഉണ്ടാക്കിയേക്കാം.

ദമ്പതികളിലൊരാൾ സമ്പാദ്യശീലമുള്ള വ്യക്തിയും മറ്റേയാൾ ധാരാളിയോ ധൂർത്തരോ ആണെങ്കിൽ അത് ദാമ്പത്യജീവിതത്തിൽ എന്തെല്ലാം പ്രശ്നങ്ങൾ എങ്ങനെയെല്ലാം സൃഷ്ടിച്ചേക്കും എന്നത് ഏവർക്കും ഊഹിക്കാവുന്നതാണല്ലോ, പ്രത്യേകിച്ച് സാമ്പത്തികമായി ആയി ഞെരുക്കം നേരിടുന്ന ഘട്ടങ്ങളിൽ. അത്തരം സാഹചര്യങ്ങളിൽ എത്ര പണം എന്തിനെല്ലാം ചെലവഴിച്ചു അവ ആവശ്യങ്ങൾക്കാണോ അനാവശ്യങ്ങൾക്കാണോ എന്നീ ചോദ്യങ്ങൾ ദമ്പതികൾ തമ്മിൽ ഉയർന്നുവരികയും വാക്ക് തർക്കങ്ങളും വഴക്കുകളും ഉണ്ടാവുകയും ചെയ്യും, പ്രത്യേകിച്ച് ദമ്പതികളിൽ ഒരാൾ മാത്രം ധനാഗമന മാർഗ്ഗങ്ങളിൽ വ്യാപൃതനും, മറ്റേയാൾ പ്രത്യേകിച്ച് വരുമാനമോ സാമ്പത്തിക ശേഷിയോ ഇല്ലാത്ത ആളും ആണെങ്കിൽ. കൂടാതെ അത് കുടുംബത്തിൽ അധികാര വടംവലികൾ സൃഷ്ടിക്കുകയും ചെയ്യും.

സ്നേഹിച്ചു വിവാഹം കഴിച്ചവർ ആയാലും, വിവാഹശേഷം ശേഷം സ്നേഹിക്കാൻ തുടങ്ങിയവർ ആയാലും, ദാമ്പത്യജീവിതത്തിലേക്ക് കടക്കുമ്പോൾ അവർക്ക് പല സാമ്പത്തിക വിഷമങ്ങളും നേരിടേണ്ടിവരും. ഉദാഹരണത്തിന് വിവാഹശേഷം ദമ്പതികളിലൊരാളുടെ മാതാപിതാക്കളോടൊപ്പം അവരുടെ വീട്ടിൽ താമസിക്കാതെ,

വേറിട്ടു താമസിക്കാൻ തീരുമാനിച്ചാൽ ഒരു വീട് വാങ്ങുകയോ വാടകയ്ക്ക് എടുക്കുകയോ ചെയ്യേണ്ടിവരും. രണ്ടായാലും അത് പണച്ചിലവ് ഉള്ള കാര്യമാണ്. കൂടാതെ ഫർണിച്ചർ അടക്കമുള്ള പല വീട്ടുസാധനങ്ങളും വാങ്ങണം. വീട്ടുകാരുടെ യാതൊരുവിധ സഹകരണവും ഇല്ലാതെ, അതിനെല്ലാം പണം സ്വന്തമായി ചെലവഴിക്കുക എന്നത് ദമ്പതികൾക്ക് വലിയൊരു സാമ്പത്തിക ഭാരമാകും, പ്രത്യേകിച്ച് ദാമ്പത്യജീവിതത്തിലേക്ക് പിച്ചവെച്ചു നടക്കാൻ തുടങ്ങുന്ന ആദ്യനാളുകളിൽ. (അവസാന അധ്യായത്തിലെ ദമ്പതികൾ ഉദാഹരണമാണ്). ഈ സ്ഥിതിവിശേഷം കാര്യമായ സാമ്പത്തിക ബാധ്യതകൾ ഒന്നും സൃഷ്ടിക്കാതെ കൈകാര്യം ചെയ്യുക എന്നത് മാനസികമായും ശാരീരികമായും സാമ്പത്തികമായും ഒരുപാട് ക്ലേശങ്ങൾ സൃഷ്ടിക്കും. പ്രത്യേകിച്ച് വേണ്ടപ്പെട്ടവരുടെ സഹായസഹകരണങ്ങൾ കൂട്ടിനില്ലാതെ വന്നാൽ. പലരും അത്തരം സമയങ്ങളിൽ ധനകാര്യസ്ഥാപനങ്ങളിൽനിന്നും മറ്റും ലോണുകൾ എടുത്തെന്നു വരും. അതിന്റെ മാസംതോറുമുള്ള അടവുകൾ പിന്നീടുള്ള കുറേക്കാലം സാമ്പത്തിക ക്ലേശങ്ങൾ സൃഷ്ടിക്കും.

വിവാഹിതരാകുന്ന പല ദമ്പതികൾക്കും വിവാഹശേഷം നേരിടേണ്ടിവരുന്ന സാമ്പത്തിക വെല്ലുവിളികളെപറ്റി കാര്യമായ ഒരു ധാരണ ഉണ്ടായി എന്ന് വരില്ല. ഒരു കുഞ്ഞു കൂടി ജനിക്കുന്നതോടെ ക്ലേശങ്ങൾ വളരെയധികം വർദ്ധിക്കുമെന്ന് ഉറപ്പാണ്, പ്രത്യേകിച്ച് അവസാന അധ്യായത്തിലെ ദമ്പതികളെ പോലെ വാടകവീട്ടിൽ താമസിക്കുകയാണെങ്കിൽ. കഴിയുമെങ്കിൽ വിവാഹത്തിനു മുൻപ് തന്നെ രണ്ടുപേരും സാമ്പത്തിക കാര്യങ്ങൾ സംസാരിക്കുന്നത് നല്ലതാണ്. അടിയന്തര ആവശ്യങ്ങൾക്കായി ഒരു തുക മാറ്റിവയ്ക്കുകയോ, സംയുക്ത അക്കൗണ്ടിൽ

ബാങ്കിൽ നിക്ഷേപിക്കുകയോ ആകാം. അപ്പോഴും ദമ്പതികൾ ഭാവിയിലെ സാമ്പത്തിക കാര്യങ്ങൾ കൂടി കണക്കിലെടുത്ത് അപ്രതീക്ഷിതമായി ഉണ്ടായേക്കാവുന്ന ചെലവുകൾക്കായി പണം സ്വരൂപിച്ചു വയ്ക്കുവാൻ ശ്രമിക്കണം. അതിനു കഴിഞ്ഞാൽ പിന്നീട് ഉണ്ടായേക്കാവുന്ന പല ക്ലേശങ്ങളും പ്രശ്നങ്ങളും ദാമ്പത്യജീവിതത്തിലെ പല താളപ്പിഴകളും ഒഴിവാക്കാം.

ദമ്പതികളിൽ രണ്ടുപേരും വ്യത്യസ്തമായ സാമ്പത്തിക പശ്ചാത്തലമുള്ള വീടുകളിൽ നിന്നും വരുന്നവർ ആണെങ്കിൽ, നിശ്ചയമായും പണം ചെലവഴിക്കുന്ന കാര്യങ്ങളിൽ അവരുടെ സ്വഭാവങ്ങൾ വ്യത്യസ്തമായിരിക്കും. അതിനാൽത്തന്നെ ധനം എന്നത് ദമ്പതികൾക്കിടയിലുള്ള ബന്ധങ്ങളിൽ കാര്യമായ സമ്മർദ്ദ സംഘർഷങ്ങളും മാനസികമായ പിരിമുറുക്കങ്ങളും ഉണ്ടാക്കും. രണ്ടുപേരും പരസ്പരം മറ്റൊരാളുടെ ചെലവുകൾ നിരീക്ഷിക്കാനും അന്വേഷിക്കുവാനും തുടങ്ങിയാൽ അത് വലിയ പ്രശ്നങ്ങൾ സൃഷ്ടിക്കുകയും വഴക്കുകൾ ഉണ്ടാക്കുകയും ചെയ്യും. അതിനാൽ ഇത്തരം കാര്യങ്ങളിൽ ആദ്യമേ തന്നെ ഒരു ധാരണ ഉണ്ടാക്കുന്നത് നല്ലതാണ്. രണ്ടുപേരും ചേർന്ന് ഒരു സംയുക്ത ബാങ്ക് അക്കൗണ്ടോ പ്രത്യേകം പ്രത്യേകം അക്കൗണ്ടുകളോ ആരംഭിക്കുന്നത് ഗുണപ്രദമാകും. എന്നാലും ഒരാൾ മറ്റൊരാളുടെ പാസ് ബുക്കുകളും ക്രെഡിറ്റ് കാർഡ് സ്ലിപ്പുകളും പരിശോധിക്കാൻ തുടങ്ങിയാൽ, അത് മറ്റേയാളുടെ ഫോൺ റെക്കോർഡുകൾ പരിശോധിക്കാൻ ശ്രമിച്ചാൽ ഉണ്ടാകുന്നപോലെ പ്രശ്നങ്ങളുണ്ടാക്കും.

കൂടാതെ വലിയ ബാധ്യത വരുത്തുന്ന സാമ്പത്തിക തീരുമാനങ്ങൾ കൈകാര്യം ചെയ്യേണ്ടത് ആരെന്നും, അത് രണ്ടുപേരും കൂടി വേണമോ, അല്ലെങ്കിൽ എത്ര വലിയ സംഖ്യ മുകളിലുള്ള ആണ് വലിയ ചിലവുകൾ എന്ന പട്ടികയിൽ

പെടുത്തേണ്ടത് എന്നിവയും രണ്ടുപേരും ആലോചിച്ചു ഒരു ധാരണയിൽ എത്തണം. ഉദാഹരണത്തിന് ഒരു പുതിയ ബൈക്കോ കാറോ ഫ്രിഡ്ജോ, വാഷിംഗ് മെഷീനോ വാങ്ങുന്ന കാര്യം അല്ലെങ്കിൽ ഒരു വീട് വാങ്ങുന്ന കാര്യം അതുമല്ലെങ്കിൽ പുതിയ ബിസിനസ് തുടങ്ങുന്നതും ഫണ്ടുകളിലോ ഷെയറുകളിലോ നിക്ഷേപിക്കുന്ന കാര്യം ഇതൊക്കെ വലിയ സാമ്പത്തിക ബാധ്യതകൾ ഉണ്ടായേക്കാവുന്ന ചെലവുകളിൽ പെടുത്തി അതിനൊക്കെ രണ്ടുപേരും പരസ്പരം ആലോചിച്ചു മാത്രമേ തീരുമാനങ്ങളെടുക്കുമെന്ന് ആദ്യം തന്നെ ഒരു ധാരണയിലെത്തുവാൻ പറ്റിയാൽ പിന്നീടുള്ള പല പ്രശ്നങ്ങളും വഴക്കുകളും ഒഴിവാക്കുവാൻ സാധിക്കും.

ചിലപ്പോൾ ദമ്പതികളിലൊരാൾ സാമ്പത്തിക കാര്യങ്ങളെല്ലാം മറ്റേയാൾ കൈകാര്യം ചെയ്യുന്നതാണ് നല്ലത് എന്ന അഭിപ്രായമുള്ളവർ ആയിരിക്കും. മറ്റുചിലർ ഒരാളുടെ അഭിപ്രായങ്ങൾ കേട്ട ശേഷം മറ്റേയാൾ തീരുമാനിക്കുക എന്ന ചിന്താഗതിക്കാർ ആയിരിക്കും. അതെന്തായാലും വ്യക്തമായ ഒരു ധാരണ ഈ കാര്യത്തിൽ ആദ്യമേ ഉണ്ടാക്കുവാൻ സാധ്യമായാൽ പിന്നീട് അതുമൂലം ഉണ്ടായേക്കാവുന്ന തെറ്റിദ്ധാരണകളും അഭിപ്രായവ്യത്യാസങ്ങളും മനഃക്ലേശങ്ങളുമൊക്കെ ഒഴിവാക്കാൻ സാധിക്കും. വിവാഹത്തിനു മുൻപോ അത് കഴിഞ്ഞ് അധികം വൈകുന്നതിന് മുൻപോ രണ്ടുപേരും തങ്ങളുടെ സാമ്പത്തിക നിലയെപറ്റിയും സാമ്പത്തികമായ ചുമതലകളെപ്പറ്റിയും നിക്ഷേപങ്ങളെപ്പറ്റിയും സ്വത്തുക്കളെപ്പറ്റിയും സാമ്പത്തിക ബാധ്യതകളെപ്പറ്റിയും തമ്മിൽത്തമ്മിൽ അറിയിക്കുന്നത് നല്ലതാണ്.

ദമ്പതികൾ രണ്ടുപേർക്കും സ്വന്തമായ വരുമാനമാർഗങ്ങൾ ഉണ്ടെങ്കിൽ അതിൽ ഒരാൾക്ക് ധന സംബന്ധമായ കാര്യങ്ങൾ കൈകാര്യം ചെയ്യുന്നതിന് സമയമോ താൽപര്യമോ

ഇല്ലെങ്കിൽ മൊത്തം വരുമാനങ്ങളുടെയും ചെലവുകളുടെയും കാര്യങ്ങളും കണക്കുകളും മറ്റൊരാളെ ഏൽപ്പിക്കുകയോ അല്ലെങ്കിൽ ഒരു നിശ്ചിത പരിധി വരെയുള്ള ചിലവുകൾ പകുതി പകുതിയായി പങ്കുവയ്ക്കുന്ന രീതിയിൽ ഒരു ധാരണയിലെത്തുകയും ആ പരിധിയ്ക്കു മുകളിൽ വരുന്ന ചിലവുകൾ പരസ്പരം ആലോചിച്ച് തീരുമാനിക്കാം എന്നും മുൻകൂട്ടി ധാരണയിൽ എത്തുന്നത് സ്വാഗതാർഹമാണ്. അങ്ങനെ ചെലവുകൾ പകുതി പകുതിയായി വഹിച്ച ശേഷം മിച്ചം വരുന്ന പണം സ്വന്തം താൽപര്യപ്രകാരം രണ്ടുപേർക്കും ചെലവഴിക്കാം എന്ന ഒരു ധാരണയിൽ എത്തിയാൽ, അത് ഗൃഹത്തിന്റെ സാമ്പത്തികനില ഭദ്രമാക്കാനുള്ള ഒരു നല്ല സംവിധാനമാക്കി മാറ്റാം. എന്നാലും ക്രമേണ ദമ്പതികളിൽ ഒരാൾക്ക് മറ്റേ ആളിന്റെ ശേഷിച്ച പണത്തിൽ ആഗ്രഹം വരികയോ അല്ലെങ്കിൽ നിയന്ത്രണമില്ലാത്ത ചിലവുകളെപ്പറ്റി നീരസം വരികയോ ഒക്കെ ഉണ്ടായേക്കാം. അത് ക്രമേണ വിവാഹബന്ധത്തിന്റെ കൂട്ടായ സാമ്പത്തികസ്ഥിതിയേയും അതിന്റെ മൂല്യങ്ങളെയും ബാധിക്കുകയും, വീട് വാങ്ങുന്നതുപോലെയുള്ള ദീർഘകാല നിക്ഷേപപരിപാടികളെ പ്രതികൂലമായി ബാധിക്കാൻ ഇടയാക്കുകയും ചെയ്യും. അത്തരം ദീർഘകാല നിക്ഷേപങ്ങൾക്കായി രണ്ടുപേരും ഒരു നിശ്ചിത തുക മാറ്റിവെച്ച് സംയുക്ത ബാങ്ക് അക്കൗണ്ടിൽ നിക്ഷേപിക്കുക എന്നതും ആലോചിക്കാവുന്നതാണ്. അതൊക്കെ ചെയ്താലും പിന്നീട് ഉണ്ടായേക്കാവുന്ന അപ്രതീക്ഷിത സാമ്പത്തിക ആവശ്യങ്ങൾ എങ്ങനെ കൈകാര്യം ചെയ്യണമെന്ന കാര്യത്തിൽ ഒരു സമന്വയം സൃഷ്ടിക്കുന്നതിന്, നേരത്തെ പറഞ്ഞ ചിലവുകൾ പങ്കുവെക്കുന്ന സംവിധാനം വിഷമകരമാക്കിയേക്കും. ഉദാഹരണത്തിന് ദമ്പതികളിൽ ഒരാൾക്ക് ജോലി നഷ്ടപ്പെടുകയോ ചില പ്രത്യേക

സാഹചര്യങ്ങളിൽ ജോലി രാജിവയ്ക്കാൻ നിർബന്ധിതരാകുകയോ, ബിസിനസ്സിൽ നഷ്ടം വരികയോ, മറ്റുള്ളവരുടെ ഇടപെടൽ മൂലം ബിസിനസ് നിർത്തേണ്ടി വരികയോ (അവസാന അദ്ധ്യായത്തിലെ പോലെ) ചെയ്താൽ. മാതാപിതാക്കളുടെ കാര്യങ്ങൾ ശ്രദ്ധിക്കുവാനോ കുട്ടികളുടെ കാര്യങ്ങൾ നോക്കുവാനോ വേണ്ടി നീണ്ട അവധി എടുക്കേണ്ടി വരികയോ ചെയ്യുന്ന സന്ദർഭങ്ങളിൽ ചിലവുകൾ പകുതി പകുതിയായി ഭാഗിക്കുക എന്ന നയം പ്രായോഗികമല്ലാതെ വരും. അതിനാൽ ദമ്പതികൾ വിവാഹത്തിനു മുൻപോ അതിനുശേഷമോ സാമ്പത്തികപരമായ എല്ലാ കാര്യങ്ങളെപ്പറ്റിയും ഒരു ഏകദേശ ധാരണ ഉണ്ടാക്കിയാൽ അത് പിന്നീട് വളരെ ഉപകാരപ്രദം ആവുകയും, അഭിപ്രായവ്യത്യാസങ്ങളും തന്മൂലമുണ്ടാകുന്ന മനഃക്ലേശവും ഒഴിവാക്കാനാവുകയും ചെയ്യും.

ചിലപ്പോൾ ദമ്പതികളിലൊരാൾ വിവാഹത്തിന് മുൻപ് തന്നെ വരുത്തിവെച്ച (സ്വയം സൃഷ്ടിയോ മറ്റുള്ളവരുടെ സൃഷ്ടിയോ ആകാം) സാമ്പത്തിക ബാധ്യതകളുടെ മാറാപ്പും തൂക്കി ആയിരിക്കും വിവാഹ മണ്ഡപത്തിലേക്ക് പ്രവേശിക്കുന്നത് തന്നെ; മറ്റുചിലർ വിവാഹത്തെ ഒരു സാമ്പത്തിക സ്രോതസ്സോ കടങ്ങൾ വീട്ടുവാനുള്ള ഒരു മാർഗ്ഗമോ ആക്കി എന്നുവരാം. പലവിധ വായ്പകൾ വാങ്ങി മാസംതോറും നല്ലൊരു തുക ഇഎംഐ അടയ്ക്കുവാൻ ബാധ്യതയുള്ള വ്യക്തിയാണ് ദമ്പതികളിലൊരാളെങ്കിൽ (അത് മിക്കവാറും ഭർത്താവ് ആയിരിക്കും) അല്ലെങ്കിൽ ഭാര്യവീട്ടിലെ സ്വത്തുക്കൾ തട്ടിയെടുത്തു തന്റെ ബാധ്യതകൾ തീർക്കുക എന്ന ഗൂഢോദ്ദേശ്യമുള്ള വ്യക്തിയോ (അവസാന അദ്ധ്യായത്തിലെ ദുഷ്ടപുത്രനെപോലെ) ആണ് ഭർത്താവെങ്കിൽ മധുവിധു കഴിയും മുമ്പ് തന്നെ ദമ്പതികൾ

തമ്മിൽ കടിപിടി തുടങ്ങും. ഒരാളുടെ സാമ്പത്തിക ബാധ്യതകൾ തീർക്കുക എന്നത് മറ്റേ ആളുടേയോ അവരുടെ വീട്ടുകാരുടെ ഉത്തരവാദിത്വമാണ് എന്ന സ്ഥിതി ഉണ്ടായാൽ, അത് വഴക്കുകളൾക്കും, അതിക്രമങ്ങളിലേക്കും വേർപിരിയലുകളിലേക്കും ചിലപ്പോൾ ദുർമരണങ്ങളിലേക്കും (അവസാന അധ്യായത്തിലെ ദുഷ്ട പിതാവിന്റെ ഭാര്യ ഉദാഹരണം) ഒക്കെ നയിച്ചേക്കാം.

സാമ്പത്തിക സ്ഥിതിഗതികളോട് സാമ്യം പുലർത്തുന്ന അല്ലെങ്കിൽ സാമ്പത്തിക കഴിവിനൊത്ത് രൂപം പ്രാപിക്കുന്ന ഒരു അവസ്ഥയാണ് ‘വീട്ടിനുള്ളിലെ നിയന്ത്രണാധികാരം’. ദമ്പതികളിൽ ഒരാൾക്ക് മാത്രം ജോലിയും വരുമാനവും ഉണ്ടായിരിക്കുക അല്ലെങ്കിൽ രണ്ടുപേർക്കും വരുമാനങ്ങൾ ഉണ്ടെങ്കിലും ഒരാളുടേത് മറ്റേയാളിനേക്കാൾ വളരെയധികം ആയിരിക്കുക, അതുമല്ലെങ്കിൽ ഒരാൾ വലിയ സാമ്പത്തികശേഷിയുള്ള വീട്ടിലെ അംഗമായിരിക്കുക, അല്ലെങ്കിൽ അവർ കുറേ പണവും സ്വത്തും സ്വർണവും സ്ത്രീധനമായോ സമ്മാനമായോ കൂടെ കൊണ്ടുവന്നിട്ടുണ്ടാവുക എന്നീ സാഹചര്യങ്ങളിൽ ദമ്പതികൾക്കിടയിലും അവരുടെ വീട്ടിലും അധികാര നിയന്ത്രണ കാര്യങ്ങളിൽ പിടിവലി ഉണ്ടാകുവാൻ സാധ്യതകൾ വളരെ കൂടുതലാണ്. മുകളിൽ പറഞ്ഞ സാഹചര്യങ്ങളിൽ, വരുമാനമുള്ള വ്യക്തി (അല്ലെങ്കിൽ കൂടുതൽ വരുമാനമോ സ്വത്തോ ഉള്ള വ്യക്തി) പൊതുവേ എല്ലാ ചെലവുകളുടേയും കാര്യത്തിൽ അനുശാസനങ്ങൾ പുറപ്പെടുവിക്കുകയും അത് ദമ്പതികൾക്കിടയിലും വീട്ടിലും പിരിമുറുക്കങ്ങളും പ്രശ്നങ്ങളും സൃഷ്ടിക്കുകയും ചെയ്യും. വരുമാനമുള്ള അല്ലെങ്കിൽ സ്വത്തുള്ള വ്യക്തികളുടെ വീക്ഷണത്തിൽ ചെലവുകൾക്ക് നിയന്ത്രണം വേണ്ടത് ഒരു പ്രധാന ഒരാവശ്യവും അതിനായി പല ന്യായീകരണങ്ങളും

കണ്ടെത്തുകയും ചെയ്യും. പക്ഷേ പങ്കാളിക്ക് അക്കാര്യങ്ങളിലെല്ലാം എതിർപ്പും, ചോദിക്കുവാൻ വിഷമങ്ങളും ഉണ്ടാകും. അത്തരം സാഹചര്യങ്ങളിൽ ഒരു സംയുക്ത ബാങ്ക് അക്കൗണ്ട് തുടങ്ങുന്നതിനെ പറ്റിയോ പങ്കാളിക്ക് ഒരു നിശ്ചിത തുക വരെ ചോദ്യങ്ങൾ നേരിടാതെ ചെലവഴിക്കുവാൻ സ്വാതന്ത്ര്യം നൽകുന്നതിനെപ്പറ്റിയോ ആലോചിക്കാവുന്നതാണ്. എന്നാലും സാമ്പത്തികമായി രണ്ടുപേരും വളരെ വിഭിന്നമായ അവസ്ഥകളിൽ ആണെങ്കിൽ അത് വീട്ടിലെ നിയന്ത്രണാധികാര കാര്യങ്ങളിൽ (പ്രത്യേകിച്ച് കുട്ടികളുടെ നിയന്ത്രണം) സമതുലനാവസ്ഥ ഇല്ലാത്ത അവസ്ഥയുണ്ടാക്കുകയും, നിത്യജീവിതത്തിലെ പല കാര്യങ്ങളിലും തമ്മിൽ തമ്മിൽ ബലപരീക്ഷണം നടത്തേണ്ട അവസ്ഥാവിശേഷം വന്നുചേരുകയും ചെയ്യും.

മറ്റുള്ളവരുടെ മുമ്പിൽ താൻ വലിയ നിലയിലാണ് എന്ന് സ്വയം ചിത്രീകരിക്കുവാനോ പണക്കാരനാണെന്ന് സ്വയം അഹങ്കരിക്കുവാനോ ഒക്കെയായി ആവശ്യമുള്ളതും അല്ലാത്തതുമായ പലതും വാങ്ങിക്കൂട്ടുകയും ക്രെഡിറ്റ് കാർഡുകളും ഇ.എം.ഐ.യും ഉപയോഗിച്ച് ധാരാളിത്തം കാട്ടുകയും (അതോ അല്പത്തരമോ?) ചെയ്യുന്ന പലരും കാലക്രമേണ കടക്കെണിയിൽ അകപ്പെട്ടു പോകാറുണ്ട്. ഇക്കാര്യത്തിലും പുരുഷൻമാർ സ്ത്രീകളേക്കാൾ വളരെ മുന്നിലാണ്. പലപ്പോഴും ധാരാളിത്തത്തിന്റെ അല്ലെങ്കിൽ ധൂർത്തിന്റെ തിക്തഫലങ്ങൾ കുഞ്ഞുങ്ങളടക്കം ഉള്ള എല്ലാ കുടുംബാംഗങ്ങളും അനുഭവിക്കേണ്ടിയും വരും. അത് തീർച്ചയായും ഗൃഹാന്തരീക്ഷം പ്രക്ഷുബ്ദമാക്കുകയും കലഹങ്ങൾ സൃഷ്ടിക്കുകയും ചെയ്യും. ദമ്പതികളിലൊരാൾ അത്തരം കടക്കെണിയിലേക്ക് വീഴുവാൻ പോവുകയാണ് എന്ന് മറ്റേയാൾ മനസ്സിലാക്കുവാൻ തുടങ്ങുമ്പോൾ തന്നെ മുൻവിധികൾ കൂടാതെ പങ്കാളിയുമായി ഇക്കാര്യം സംസാരിച്ച്,

ധാരാളിത്ത ചിലവുകളും ധൂർത്തുകളും നിർത്തുവാനുള്ള കർമ്മപരിപാടി തയ്യാറാക്കി അത് ആത്മാർത്ഥമായി നടപ്പാക്കുവാൻ ശ്രമിക്കണം. അതിനുവേണ്ടി അടുത്ത മാസങ്ങളിലേക്കുള്ള വരവിന്റെയും നിത്യചിലവുകളുടെയും ഒരേകദേശരൂപം മുൻകൂർ തയ്യാറാക്കി അതുപ്രകാരം മിതമായ ചിലവുകൾ ചെയ്ത് കടക്കെണിയിൽ വീഴാതിരിക്കാൻ ശ്രമിക്കുകയോ, പെട്ടുപോയിട്ടുണ്ടെങ്കിൽ അതിൽ നിന്നും പുറത്തു കടക്കുവാൻ ശ്രമിക്കുകയോ ചെയ്തിരിക്കണം. പല ദാമ്പത്യബന്ധങ്ങളും കുടുംബങ്ങളും തകരുന്നതും, വിവാഹമോചനങ്ങളും മറ്റു അത്യാഹിതങ്ങളും സംഭവിക്കുന്നതും ദമ്പതികളിലൊരാളുടെ (അപൂർവമായി രണ്ടുപേരുടെയും) ധൂർത്തോ ധാരാളിത്തമോ സൃഷ്ടിക്കുന്ന കടക്കെണി മൂലമാണ്.

നിയന്ത്രണാധികാരം അല്ലെങ്കിൽ സ്വാധീനം എന്നതിനെ സാമ്പത്തിക സ്വാതന്ത്ര്യത്തോട് ചേർത്ത് വായിക്കാവുന്ന കാര്യമാണെന്നും അതിലെ അസമത്വങ്ങൾ ഭാര്യഭർതൃബന്ധത്തെ ബാധിക്കുമെന്നും നേരത്തെ സൂചിപ്പിച്ചുവല്ലോ. സ്വാധീനം അല്ലെങ്കിൽ നിയന്ത്രണം പല മേഖലകളിലും പരന്നുകിടക്കുന്ന ഒന്നാണ്. അവയിൽപ്പെട്ടതാണ് ചിലവുകളുടെ നിയന്ത്രണം, കുട്ടികളുടെ നിയന്ത്രണം, ദൈനംദിന വീട്ടുകാര്യങ്ങളുടെ നിയന്ത്രണം എന്നിവ. ദമ്പതികളിലൊരാൾ ജോലിയുള്ള അഥവാ വരുമാനം ഉള്ളതും, മറ്റേയാൾ പ്രത്യേകിച്ച് വരുമാനമോ സ്വത്തോ ഇല്ലാത്ത ആളും ആണെങ്കിൽ അത് വീട്ടിലെ നിയന്ത്രണാധികാര കാര്യങ്ങളിൽ അസമത്വങ്ങൾ സൃഷ്ടിക്കുകയും പ്രശ്നങ്ങളുണ്ടാക്കുകയും ചെയ്യും. വീട്ടുകാര്യങ്ങൾ മാത്രം നോക്കുന്ന ഭാര്യ സമ്പന്നമായ വീട്ടിൽനിന്നും വരുന്നവളാണെങ്കിൽ, വീട്ടിലേക്ക് ആവശ്യമായ നിത്യോപയോഗസാധനങ്ങളും അവർക്കാവശ്യമായ

സൗന്ദര്യവർധക വസ്തുക്കളും മറ്റും വാങ്ങിക്കൂട്ടുന്നതിൽ ഭർത്താവ് വലിയ ഇടപെടലുകൾ നടത്തുകയില്ല. കാരണം, അത്തം ചിലവുകൾ അവളുടെ കൈവശമുള്ള പണത്തിൽ നിന്നും അവൾ കൈകാര്യം ചെയ്തുകൊള്ളും എന്നോ, ആവശ്യം വന്നാൽ അവളുടെ വീട്ടിൽനിന്നും സാധനങ്ങളോ പണമോ കൊണ്ടുവന്നു കൊള്ളുമെന്ന വിശ്വാസത്തിലായിരിക്കും അയാൾ. എന്നാൽ ഒരു വിലപിടിച്ച കാറോ അല്ലെങ്കിൽ വിലകൂടിയ മറ്റെന്തെങ്കിലും വാങ്ങുമ്പോൾ പ്രശ്നങ്ങൾ ഉടലെടുത്തേക്കും. കാരണം ചില ഭർത്താക്കന്മാർക്ക് അതിനുള്ള കാശ് മുഴുവനും അവളുടെ വീട്ടിൽ നിന്ന് വരട്ടെ എന്ന മനോഭാവം ആയിരിക്കും. കുട്ടികളുടെ വിദ്യാഭ്യാസ ചിലവുകൾ അടക്കമുള്ള കാര്യങ്ങൾക്കും ഭാര്യാവീട്ടിലെ പണമാണ് ഉപയോഗിക്കുന്നതെങ്കിൽ അത് അധികാര വടംവലികൾ സൃഷ്ടിക്കും; കാരണം പണപ്പെട്ടിയുടെ താക്കോൽ അവളുടെ കൈകളിലാണ് എന്നതുതന്നെ. അപ്പോൾ കുട്ടികൾ എല്ലാറ്റിനും അമ്മയെയായിരിക്കും കൂടുതൽ ആശ്രയിക്കുകയും അനുസരിക്കുകയും ചെയ്യുക. പലതിലും അവസാനവാക്ക് അവളുടേത് ആയിരിക്കും; അതിനാൽ തന്നെ പ്രശ്നങ്ങളുമുണ്ടാകും. സാമ്പത്തിക കാര്യങ്ങളെക്കുറിച്ച് ഇത്രയും വിശദമായി പറഞ്ഞത് ദാമ്പത്യജീവിതത്തിൽ അതിനുള്ള പ്രഥമസ്ഥാനം കണക്കിലെടുത്താണ്.

ദമ്പതികൾ തമ്മിൽ ഉരസൽ ഉണ്ടാകാനുള്ള മറ്റൊരു കാരണം, ഉത്തരവാദിത്വങ്ങളും വീട്ടുജോലികളും പങ്കുവയ്ക്കുന്നത് സംബന്ധിച്ച അസമത്വങ്ങൾ ആണ്. ദമ്പതികൾ രണ്ടുപേരും വീടിനു പുറത്ത് ജോലിക്കോ ബിസിനസ്സിനോ പോകുന്നവരാണെങ്കിൽ അത് അസമത്വങ്ങൾ കൂടുതൽ സങ്കീർണമാക്കും. സാധാരണയായി വീട്ടിലെ ഉപ്പു മുതൽ കർപ്പൂരം വരെയുള്ള സാധനങ്ങൾ

തീരുന്ന മുറയ്ക്ക് വാങ്ങുകയോ, വാങ്ങുവാൻ ഓർമ്മിപ്പിക്കുകയോ ചെയ്യേണ്ട ഉത്തരവാദിത്തങ്ങൾക്കു പുറമേ വീട്ടിലെ മറ്റു പല കാര്യങ്ങളും ഓർത്തിരിക്കേണ്ടത് ഭാര്യയാണ്. ഉദാഹരണത്തിന് ബന്ധുവിനെന്റെയോ സുഹൃത്തിന്റെയോ വിവാഹ തീയതി, വീട്ടിൽ കൂടടൽ അല്ലെങ്കിൽ പിറന്നാൾ തീയതി, അവരുടെ പേരുകൾ മാതാപിതാക്കളെയോ മക്കളെയോ ഡോക്ടറുടെ അടുത്തു കൊണ്ടുപോകേണ്ട തീയതി, വല്ല കോടതി നടപടികളും നേരിടുന്നുണ്ടെങ്കിൽ അതിന്റെ തീയതി, വക്കീലിനെ കാണേണ്ട കാര്യം എന്നിങ്ങനെ നൂറുകൂട്ടം കാര്യങ്ങൾ. വീട്ടുജോലികൾക്കു പുറമേ ഇത്തരം എല്ലാ കാര്യങ്ങളും വീട്ടമ്മയായ സ്ത്രീക്ക് തന്നെ ഓർത്തിരിക്കുക വിഷമം ആയിരിക്കും. എന്നാൽ പിന്നെ അവർ ജോലിക്ക് കൂടി പോകുന്നുണ്ടെങ്കിൽ എത്രത്തോളം വിഷമകരമായിരിക്കുമെന്ന് ഊഹിക്കാമല്ലോ.

ദമ്പതികൾക്കിടയിൽ അപസ്വരങ്ങളും ഉരസലുകളും ഉണ്ടാകാനുള്ള മറ്റൊരു കാരണമാണ് കുഞ്ഞുങ്ങൾ. വിവാഹശേഷം കുറച്ചു വർഷങ്ങൾക്കു ശേഷവും കുഞ്ഞുണ്ടാകാത്തതിൽ ചിലർക്കുണ്ടാകുന്ന വിഷമങ്ങൾ അല്ല ഇവിടെ ഉദ്ദേശിച്ചത്. എല്ലാ ദമ്പതികൾക്കും വിവാഹശേഷം രണ്ടോ മൂന്നോ വർഷങ്ങൾക്കുള്ളിൽ ഒരു കുഞ്ഞു ജനിക്കുന്നത് വളരെ ആനന്ദകരമായ കാര്യമായിരിക്കും. എന്നാൽ ശാരീരികമായും മാനസികമായും സാമ്പത്തികമായും ഉള്ള പല ക്ലേശങ്ങളുടെ തുടക്കം കൂടിയാകും അത്, പ്രത്യേകിച്ച് ദമ്പതികളുടെ മാതാപിതാക്കളുടെ സഹായസഹകരണങ്ങൾ ലഭ്യമല്ലെങ്കിൽ. കുട്ടികൾ വളരുന്നതോടെ അവരുടെ ആരോഗ്യപരവും വിദ്യാഭ്യാസപരവും ആയ ചിലവുകളും മറ്റും കൂടുതൽ സാമ്പത്തിക ക്ലേശങ്ങൾ ഉണ്ടാക്കും. ഇതും ദമ്പതികൾ തമ്മിൽ

രസക്കേടുകൾ ഉണ്ടാകാനുള്ള ഒരു കാരണമായി മാറിയേക്കും.

ദാമ്പത്യ ജീവിതത്തിലെ താളപ്പിഴകൾക്കുള്ള മറ്റൊരു കാരണമാണ് വ്യത്യസ്തമായ മൂല്യങ്ങൾ, വിശ്വാസങ്ങൾ എന്നിവ. വ്യത്യസ്ത രീതികളിൽ ലോകത്തെ കണ്ടറിയുന്നവരോ വ്യത്യസ്തമായ ആശയങ്ങളും മൂല്യങ്ങളും ഉള്ളവരോ വ്യത്യസ്തമായ വിശ്വാസങ്ങൾ വച്ചുപുലർത്തുന്നവരോ ആണ് ദമ്പതികൾ എങ്കിൽ, രണ്ടുപേരും പരസ്പരം മനസ്സിലാക്കാൻ കഴിയാതെ വരും. ഉദാഹരണത്തിന് പരസ്പരം സ്നേഹിച്ച് വിവാഹിതരാകുന്ന രണ്ടുപേർ വ്യത്യസ്ത മതങ്ങളിൽ പെട്ടവരോ ജാതികളിൽ പെട്ടവരോ ആണെങ്കിൽ നിശ്ചയമായും രണ്ടുപേരും വളർന്നുവന്ന കുടുംബങ്ങളിലെ ആചാരങ്ങളും അനുഷ്ഠാനങ്ങളും എന്തിന് ഭക്ഷണരീതികൾ വരെ വ്യത്യസ്തമായിരിക്കും. അത് ദമ്പതികളിൽ ഒരാൾക്കെങ്കിലും വിഷമങ്ങൾ ഉണ്ടാക്കും. രാഷ്ട്രീയപരമായി രണ്ടു ധ്രുവങ്ങളിൽ നിൽക്കുന്ന കുടുംബങ്ങളിൽ നിന്നു വന്നവർ ആയാലും ഇത്തരം പല വിഷമങ്ങളും ഉണ്ടാവാം. അത്തരം വിഷമങ്ങളെ നേരിടുവാനും അതിജീവിക്കാനും രണ്ടുപേരും വളരെ ആത്മാർത്ഥമായി കഠിനശ്രമം നടത്തണം.

ദാമ്പത്യജീവിതത്തിലെ പ്രശ്നങ്ങളുടെ മറ്റൊരു കാരണം മാറ്റങ്ങളോടുള്ള പ്രതിരോധം അല്ലെങ്കിൽ എതിർപ്പ് ആണ്. വ്യക്തികളുടെ ശീലങ്ങളെ അല്ലെങ്കിൽ സ്വഭാവങ്ങളെ മാറ്റിയെടുക്കുക വളരെയധികം വിഷമകരമാണ്. ഏതൊരു വ്യക്തിയെ സംബന്ധിച്ച സ്വഭാവവിശേഷണങ്ങളിലും മറ്റൊരാൾക്ക് രസിക്കാത്തതും അലോസരമുണ്ടാക്കുന്നതുമായ എന്തെങ്കിലും ഒക്കെ ഉണ്ടാകും എന്ന് തീർച്ചയാണ്. അത് മനസ്സിലാകാതെ ദമ്പതികളിലൊരാൾ മറ്റേയാളുടെ ശീലങ്ങളും സ്വഭാവങ്ങളും മാറ്റിയെടുക്കാൻ ശ്രമിക്കുന്നത് മൂഢത്തരമാണെന്ന് മാത്രമല്ല, അതിനോടുള്ള മറ്റേയാളുടെ

എതിർപ്പ് ബന്ധത്തിൽ പ്രശ്നങ്ങളുണ്ടാക്കും. പ്രേമിച്ച് വിവാഹം കഴിക്കുന്നതിനു മുൻപ് പലരും അയാളുടെ അല്ലെങ്കിൽ അവളുടെ ശീലങ്ങൾ മാറ്റിയെടുക്കുവാൻ സാധിക്കുമെന്ന് കരുതും, എന്നാൽ പലപ്പോഴും അത് അസാദ്ധ്യമായി വരും. അതിനാൽ മറ്റൊരു വ്യക്തിയുടെ ശീലങ്ങൾ മാറ്റിയെടുക്കുവാൻ പരസ്പരം ശ്രമിക്കുന്നതിനു പകരം, മറ്റേയാളെ, അതേപോലെ സ്വീകരിക്കുവാൻ ശ്രമിക്കുന്നതും പറ്റുമെങ്കിൽ സ്വയം മാറുവാൻ ശ്രമിക്കുന്നതും യുക്തിക്കു നിരക്കുന്ന കാര്യങ്ങളാണ്.

ദമ്പതികൾ തമ്മിലുണ്ടാകാറുള്ള അപസ്വരങ്ങൾക്ക് മറ്റൊരു കാരണം പരസ്പരം എണ്ണം കുറിച്ചു വയ്ക്കുകയും, അത് അവസരത്തിലും അനവസരത്തിലും പുറത്തെടുക്കുകയും ചെയ്യുക എന്ന ദുഃശ്ശീലമാണ്. ദമ്പതികളിൽ ഒരാൾ മറ്റേയാൾക്ക് വേണ്ടി പലതും ചെയ്യുന്നുണ്ടെന്ന് എണ്ണി പറഞ്ഞ്, അത് മറ്റേയാൾ തനിക്കുവേണ്ടി ചെയ്യുന്നതിനേക്കാൾ വളരെ കൂടുതലാണെന്ന് പറയുവാൻ തുടങ്ങിയാൽ ദാമ്പത്യജീവിതത്തിൽ പ്രശ്നങ്ങൾ ഉറപ്പാണ്. ഉദാഹരണത്തിന് ദമ്പതികളിൽ രണ്ടുപേരും ഓഫീസ് ജോലി ഉള്ളവരാണെങ്കിൽ, ഭാര്യ വൈകിട്ട് വീട്ടിൽ വന്നു കുട്ടികൾക്കും ഭർത്താവിനും വേണ്ട അത്താഴം ഒരുക്കി, കുട്ടികളെ കുളിപ്പിച്ച് ഭക്ഷണം കൊടുത്ത് ഉറക്കി കഴിയുമ്പോഴേക്കും വീട്ടിലെത്തുന്ന ഭർത്താവ് കുളിച്ചു വന്നു ഫ്രിഡ്ജിൽ നിന്നും ബീർ കുപ്പിയെടുത്ത് ടിവിക്ക് മുന്നിൽ കുത്തിയിരിക്കാൻ തുടങ്ങവേ, ശുചീകരണ ജോലികളിൽ വ്യാപൃതയായിരുന്ന ഭാര്യയോട് ബീർ ഗ്ലാസ്സ് എടുത്തു കൊണ്ടു വരാൻ പറഞ്ഞു എന്നിരിക്കട്ടെ. ബീർ ഗ്ലാസ്സ് കൊണ്ടുവരവേ, തന്റെ ജോലി ഭാരങ്ങളെക്കുറിച്ച് അമർഷത്തോടെ എന്തെങ്കിലും സൂചിപ്പിച്ചാൽ അത് തമ്മിൽത്തമ്മിൽ പലതും

എണ്ണിത്തിട്ടപ്പെടുത്തലുകളിലേക്കും വഴക്കിലേക്കും നീങ്ങുമെന്നത് ഉറപ്പാണ്.

ദാമ്പത്യജീവിതത്തിലെ പ്രശ്നങ്ങൾക്കുള്ള മറ്റൊരു കാരണം അപ്രായോഗികമായ അല്ലെങ്കിൽ യഥാർത്ഥ്യബോധമില്ലാത്ത പ്രതീക്ഷകളാണ്. പൊതുവേ നമുക്ക് എല്ലാവർക്കും മറ്റുള്ളവർ എങ്ങനെ പെരുമാറണം, പ്രതികരിക്കണം എന്നോ, എങ്ങനെ വികാരങ്ങൾ പ്രകടിപ്പിക്കണമെന്നോ, എന്തെല്ലാം ചെയ്യണമെന്നോ ഉള്ള കാര്യങ്ങളിൽ പലവിധ അഭിപ്രായങ്ങളും പ്രതീക്ഷകളും ഉണ്ടാവുക സാധാരണമാണ്. പക്ഷേ അതെല്ലാം എപ്പോഴും പ്രായോഗികം ആയിരിക്കില്ല. ഉദാഹരണത്തിന് നിങ്ങൾ വിവാഹം കഴിക്കുമ്പോൾ ദിവസവും ഒന്നിൽ കൂടുതൽ പ്രാവശ്യം ശാരീരികബന്ധത്തിലേർപ്പെടണമെന്ന് നിങ്ങളോ പങ്കാളിയോ ആഗ്രഹിക്കുകയോ പ്രതീക്ഷിക്കുകയോ ചെയ്തു എന്ന് വരാം. പക്ഷേ അതൊക്കെ നിത്യജീവിതത്തിൽ പലപ്പോഴും പ്രായോഗികമായി എന്നു വരില്ല. നിങ്ങളോ നിങ്ങളുടെ പങ്കാളിയോ ജോലി ചെയ്തു ക്ഷീണിച്ചിരിക്കാം. അല്ലെങ്കിൽ വീട്ടുജോലികൾക്കു പുറമേ മാതാപിതാക്കൾക്ക് സൗകര്യങ്ങൾ ഒരുക്കുന്നതിനും വിരുന്നുകാർക്ക് ഭക്ഷണം ഒരുക്കുന്നതിനും ഒക്കെയായി പങ്കാളി ക്ഷീണിതയായിരിക്കാം, അല്ലെങ്കിൽ നിങ്ങൾ നിങ്ങളുടെ അമ്മയുണ്ടാക്കിയപോലത്തെ മീൻകറി ഉണ്ടാക്കാത്തതിൽ പ്രതികരിച്ചിരിക്കാം. അങ്ങനെ പലതും പ്രതീക്ഷകൾക്കനുസൃതമായി എന്നുവരില്ല. ഇത്തരം ഘട്ടങ്ങളിൽ പരസ്പരം അലോസരമായ വർത്തമാനങ്ങളും നിരാശകളും ഉണ്ടായേക്കാം. ചുരുക്കത്തിൽ ഒരു വിവാഹവും നിങ്ങൾ പ്രതീക്ഷിക്കുന്നപോലെ എപ്പോഴും ആനന്ദം നിറഞ്ഞതായിരിക്കയില്ല; ഒരാളും പരിപൂർണരല്ല എന്നതുപോലെ. അതിനാൽ ദാമ്പത്യജീവിതത്തിൽ പലപ്പോഴും വന്നുചേരുന്ന നിരാശ, അസൂയ, അമർഷം

എന്നിവ നിയന്ത്രിക്കാൻ രണ്ടുപേരും ആത്മാർത്ഥമായി ശ്രമിച്ചാൽ കാര്യങ്ങൾ ഭംഗിയായ രീതിയിൽ മുന്നോട്ടു കൊണ്ടുപോകുവാനും ദാമ്പത്യം ആഹ്ലാദകരമാക്കി മാറ്റുവാനും സാധിക്കും. പക്ഷേ അതിന് ഒരുപാട് പരസ്പര സമർപ്പണമനോഭാവവും, നിസ്വാർത്ഥമായ സ്നേഹവും ആവശ്യമായിവരും.

ദാമ്പത്യജീവിതത്തിലെ ശാരീരികവും മാനസികവുമായ ബന്ധവും അടുപ്പവും പൂർണ സംതൃപ്തവുമായ ഒരു ജീവിതത്തിന് ആവശ്യമാണ് എന്നതുപോലെതന്നെ, രണ്ടുപേരുടെയും മാനസികമായ ക്ലേശങ്ങളെ നിയന്ത്രിക്കുവാനും കുറയ്ക്കുവാനും കൂടി അവ പര്യാപ്തമാണ്. എന്നാൽ അതിനൊക്കെ അതിന്റേതായ പരിമിതികൾ കൂടിയുണ്ട്. അതായത് ദാമ്പത്യജീവിതത്തിൽ നിത്യേനയുണ്ടായേക്കാവുന്ന പല ചെറിയ ചെറിയ പ്രശ്നങ്ങളും നിങ്ങളുടെയും പങ്കാളിയുടെയും മാനസിക ക്ലേശങ്ങളെ വലുതാക്കും. എന്നാൽ അവ ഭംഗിയായി കൈകാര്യം ചെയ്യുന്നതിലൂടെ പരസ്പരമുള്ള സ്നേഹബന്ധം അല്ലെങ്കിൽ ബന്ധനം ശക്തിപ്പെടുത്തുവാൻ കഴിയും, മറിച്ചായാൽ അത് തകർച്ചയിലേക്ക് വഴിതെളിക്കും.

തമ്മിൽത്തമ്മിൽ ഇഷ്ടപ്പെടാതെ വരുന്ന അവസ്ഥ മിക്ക ദമ്പതികളും ആഗ്രഹിക്കാത്തതാണെങ്കിലും, സ്ഥിതിഗതികൾ വഷളാകുന്നതോടെ അകൽച്ചയിൽ നിന്നുള്ള മോചനം അസാധ്യമാണ് എന്ന് സ്വയം ബോധ്യമാകുന്ന ഗുരുതരമായ അവസ്ഥയിൽ എത്തിച്ചേരുകയായി. ഇത്തരം അവസ്ഥ സൃഷ്ടിക്കപ്പെടുന്നതിന് സാധാരണയായി മൂന്നു കാരണങ്ങളാണ് ചൂണ്ടിക്കാണിക്കാറുള്ളത്. അതിൽ ഒന്നാമത്തേത് ഇതാണ്: ദമ്പതികൾ തമ്മിലുള്ള മിക്ക വഴക്കുകളിലും പൊതുവേ കാണാറുള്ള ഒരു വസ്തുത എന്തെന്നാൽ, ദമ്പതികളിൽ ഒരാൾ തന്റെ മുഖം നഷ്ടപ്പെടുന്ന

അവസ്ഥയിൽ നിന്നും രക്ഷപ്പെടുവാൻ വേണ്ടി തന്റെ ഭാഗം പ്രതിരോധിക്കുവാൻ വളരെയധികം വ്യഗ്രത കാണിക്കും. അത് അവരെ എവിടെയും കൊണ്ടുചെന്നെത്തിക്കുകയില്ല എന്നറിയാമെങ്കിലും രണ്ടുപേരും അവരവരുടെ നിലപാടുകളിൽ നിന്ന് താഴോട്ടിറങ്ങി വരുവാൻ തയ്യാറാവുകയില്ല. ഉദാഹരണത്തിന് എന്തെങ്കിലും ചെറിയ കാര്യത്തിന് തുടങ്ങിയ വഴക്ക് മൂത്ത് ഭർത്താവ് ഭാര്യയോട് 'നിനക്ക് വട്ടാണ്' എന്ന് പറഞ്ഞുവെന്നിരിക്കട്ടെ. ഉടൻ ഭാര്യ 'നിങ്ങളൊരു ദുഷ്ടനാണ്' എന്നു പ്രതികരിച്ചാൽ അയാൾ അത് തന്റെ വ്യക്തിത്വത്തിന് ഏറ്റ ക്ഷതമായി കണക്കാക്കി ശക്തമായി 'ഞാൻ ശരിക്കും ദുഷ്ടൻ ആയിരുന്നുവെങ്കിൽ നിന്നെ എന്നോ ഒരു മനോരോഗാശുപത്രിയിൽ പ്രവേശിപ്പിച്ചേനെ' എന്ന് മറുപടി പറഞ്ഞാൽ, ഭർത്താവ് തന്നെ ഒഴിവാക്കി മറ്റൊരു വിവാഹം കഴിക്കാനുള്ള ആഗ്രഹപ്രകാരം പറഞ്ഞതാണെന്ന് സംശയിച്ചു ഉഗ്രമായി അവൾ പ്രതികരിച്ചാൽ കാര്യങ്ങൾ കൈവിട്ടുപോകുന്ന സ്ഥിതിയിലാകും.

ചില പഠനങ്ങൾ വ്യക്തമാക്കുന്നത് പല പുരുഷന്മാരും ചില സ്ത്രീകളും അവരുടെ ദാമ്പത്യ ജീവിതത്തിൽ ഒരിക്കലെങ്കിലും വിവാഹബന്ധം വേർപെടുത്തുന്നതിനെപ്പറ്റി ചിന്തിച്ചിട്ടുണ്ടാവുമെന്നാണ്. വിവാഹിതരായി ഏതാനും വർഷങ്ങൾക്കുള്ളിൽ ദാമ്പത്യബന്ധങ്ങളിൽ ചില അസ്വസ്ഥതകൾ ഉണ്ടാവുന്നതിന് പല കാരണങ്ങൾ ഉണ്ടെങ്കിലും, ആ കാലയളവിൽ അമ്മയാവാൻ കഴിയാത്ത ചില സ്ത്രീകൾ സമൂഹത്തിലും കുടുംബത്തിലും ചില കുറ്റപ്പെടുത്തലുകൾ നേരിടേണ്ടി വരികയോ അർഥം വെച്ചുള്ള നിരൂപണപരമായ വിലയിരുത്തലുകൾക്ക് വിധേയമാവുകയോ ചെയ്യാറുണ്ട്. അതുമൂലം നിരാശ ബാധിച്ച പുരുഷന്മാരും അസുഖകരമായ ഒരു സ്ഥിതിവിശേഷത്തെ

പലപ്പോഴും അഭിമുഖീകരിക്കേണ്ടി വന്നേക്കും. സ്വാഭാവികമായും ഇതൊക്കെ ദമ്പതികൾക്കിടയിൽ അല്ലറചില്ലറ അസംതൃപ്തി സൃഷ്ടിക്കുകയും, അതോടൊപ്പം ദാമ്പത്യജീവിതത്തിൽ ഇടയ്ക്കിടയ്ക്ക് ഉണ്ടാകുന്ന അൽപസ്വൽപം അപസ്വരങ്ങളും കൂടിച്ചേരുമ്പോൾ, അത് പലപ്പോഴും വഴക്കുകൾ ആയി മാറുവാനും ഇടയാകും. പക്ഷേ ഇത്തരം കാര്യങ്ങൾ ദമ്പതികൾ മറ്റുള്ളവരോട് സമ്മതിച്ചു എന്നുവരില്ല. അത്തരം സന്ദർഭങ്ങളിൽ പരസ്പരം പഴി ചാരാതെയും നിരാശിതരാകാതെയും വിദഗ്ധ വൈദ്യസഹായം തേടുകയാണ് വേണ്ടത്. ഇന്ന് വൈദ്യശാസ്ത്രത്തിന് ഇക്കാര്യത്തിൽ ഒരുപാട് കാര്യങ്ങൾ ചെയ്യാനാവും .

പല ദമ്പതികൾക്കും കാലക്രമേണ വിവാഹ ജീവിതം എന്നത് ഒരു വലിയ ഗൗരവമേറിയതും എന്നാൽ മുഷിപ്പനുമായ അനുഭവമായി മാറുവാൻ തുടങ്ങും. പതിവായുള്ള ഗ്യാസ്, പേപ്പർ, ഇലക്ട്രിക് ബില്ലുകൾ, പലചരക്ക് ബില്ലുകൾ, ഇഎംഐ അടയ്ക്കൽ, റിസിഡൻസ്, പി.ടി.എ. മീറ്റിംഗുകൾ തുടങ്ങി വിരസത നിറഞ്ഞ ദിനചര്യകൾ ആയിരിക്കും അതിന് പലപ്പോഴും കാരണം. ഇത്തരം വിരസത അകറ്റുവാൻ പലരും കുട്ടികളുടെ പഠിത്തം, കളി, ഡാൻസ്, സംഗീതം തുടങ്ങിയവയിൽ ശ്രദ്ധചെലുത്തി സമയം ചിലവഴിക്കുവാൻ ശ്രമിക്കും, അല്ലെങ്കിൽ നിർബന്ധിതരാകും. പക്ഷേ പലരും ഒരു കാര്യം ഗൗനിക്കുന്നില്ല. വിവാഹജീവിതത്തിന്റെ 'കാമ്പും കരളു'മായ അടുത്തബന്ധം നഷ്ടപ്പെട്ടാൽ ദാമ്പത്യജീവിതത്തിന്റെ 'മാറ്റ്' വളരെ കുറയുമെന്ന കാര്യം. അത്തരം സാഹചര്യങ്ങളിൽ ദമ്പതികൾ തമ്മിൽ തമ്മിൽ അടുത്തടുത്തിരിക്കുവാനും തമ്മിൽത്തമ്മിൽ നിശ്വാസങ്ങൾ പങ്കുവയ്ക്കുവാനും അൽപസമയം കണ്ടെത്തണം. കാരണം നിങ്ങളുടെ കുടുംബത്തിന്റെയും

ദാമ്പത്യബന്ധത്തിന്റെയും ആരോഗ്യപാലനത്തിന് അത്തരം നിശ്വാസങ്ങൾ കൂടിയേതീരൂ!

ദാമ്പത്യജീവിതത്തിൽ ഉലച്ചിൽ സൃഷ്ടിച്ച് വഴക്കുകൾ ആയി വിവാഹബന്ധം തകരുന്നതിനുള്ള മറ്റൊരു പ്രധാന കാരണം മോശമായ പെരുമാറ്റങ്ങളാണ്. ശരീരികമായും മാനസികമായും പീഡിപ്പിക്കുന്നതും മോശമായ ഭാഷയിൽ ശകാരിക്കുന്നതും എല്ലാം മോശമായ പെരുമാറ്റങ്ങൾ തന്നെയാണ്. ഇക്കാര്യത്തിൽ വളരെ മുന്നിൽ നിൽക്കുന്നത് പുരുഷന്മാർ തന്നെയാണ്. അതൊക്കെ എന്തായാലും ഇത്തരം മോശമായ പെരുമാറ്റങ്ങൾ ദാമ്പത്യബന്ധത്തെ താമസിയാതെ തകർക്കുമെന്ന് തീർച്ചയാണ്. ശാരീരികമായി ദ്രോഹിക്കുന്നതും അസഭ്യം പറയുന്നതുമെല്ലാം ദാമ്പത്യബന്ധത്തെ തകർക്കുമെന്ന് മാത്രമല്ല, പീഡനങ്ങൾക്ക് ഇരയാവുന്ന വ്യക്തിക്ക് (സ്ത്രീകൾ) നിയമപാലകരെ സമീപിച്ച് തങ്ങൾക്കെതിരെ ഗാർഹിക പീഡന നിയമപ്രകാരം നടപടികൾ ആവശ്യപ്പെടാൻ അവകാശം ഉള്ളതുമാണ്.

മനുഷ്യന്റെ വ്യക്തിബന്ധങ്ങളും കുടുംബ ബന്ധങ്ങളും പലപ്പോഴും താറുമാറാക്കുന്നത് അവന്റെ കോപം അല്ലെങ്കിൽ രോഷം എന്ന വികാരത്തിന്റെ അനവസരത്തിൽ ഉള്ളതും അനിയന്ത്രിതമായതും അധികവുമായ പ്രകടനമാണ്. ദാമ്പത്യ ബന്ധങ്ങളുടെ കാര്യത്തിലും ഇത് അങ്ങനെതന്നെയാണ്. രണ്ട് വ്യക്തികൾ ഒരേ കൂരയ്ക്കു കീഴിൽ കുറേക്കാലം ഒരുമിച്ച് താമസിക്കുമ്പോൾ അവരുടെ ബന്ധം പ്രക്ഷുബ്ധമായ പല അവസ്ഥകളെയും നേരിടേണ്ടി വരുമെന്നത് നിശ്ചയമുള്ള കാര്യമാണ്. ഒരു അർത്ഥത്തിൽ പറയുകയാണെങ്കിൽ എല്ലാ വ്യക്തിബന്ധങ്ങളിലും കാലക്രമേണ എന്തെങ്കിലും തരത്തിലുള്ള സംഘർഷസാധ്യതകൾ ഉടലെടുക്കും എന്നത് ഒരു നഗ്നസത്യം തന്നെയാണ്. ദമ്പതികൾ തമ്മിലുള്ള വൈരം നിറഞ്ഞ വികാരപ്രകടനങ്ങൾ വളരുമ്പോൾ അല്ലെങ്കിൽ

അനിയന്ത്രിതം ആകുമ്പോൾ കോപം അല്ലെങ്കിൽ രോഷം സ്വയം വളരുകയും ദാമ്പത്യബന്ധം ഗൗരവപരമായ ഒരു അവസ്ഥാവിശേഷത്തെ അഭിമുഖീകരിക്കുന്ന സ്ഥിതിയിൽ ആവുകയും ചെയ്യും. അതായത് പ്രശ്നങ്ങൾ നേരിടുന്ന പല ദാമ്പത്യബന്ധങ്ങളിലേയും പ്രധാന വിവാദവിഷയം, രണ്ടുപേരുടെയോ അല്ലെങ്കിൽ ഒരാളുടെയോ അധികമായുള്ള കോപം അല്ലെങ്കിൽ രോഷം ആയിരിക്കും.

കോപം അഥവാ രോഷം എന്നത്, ഏതെങ്കിലും വ്യക്തിയോ, എന്തെങ്കിലും സംഭവങ്ങളോ നിങ്ങളെ താറടിച്ചു കാണിക്കുവാനോ തകർക്കുവാനോ വഞ്ചിക്കുവാനോ ശ്രമിച്ചുവെന്ന തോന്നലിൽ നിന്ന് അഥവാ സംശയങ്ങളിൽ [illegible] [illegible]ന്നതും ആ വ്യക്തിയോടോ സംഭവങ്ങളോടോ [illegible] [illegible] എതിർപ്പ് അതിശക്തമായി രേഖപ്പെടുത്തുന്നതുമായ ഒരു വികാരപ്രകടനമായിട്ടാണ് പൊതുവേ വിശേഷിപ്പിക്കപ്പെടാറ്. നമ്മൾ എല്ലാവരും ദേഷ്യം അല്ലെങ്കിൽ കോപം എന്താണ് എന്ന് അറിയുന്നവരും അത് ചിലപ്പോഴെങ്കിലും അനുഭവിച്ചവരുമായിരിക്കും. കോപം അഥവാ രോഷം മൂന്നു വിധത്തിലുണ്ട്. ഒന്നാമത്തേത് ക്രിയാശൂന്യമായ അല്ലെങ്കിൽ നിഷ്ക്രിയമായ സമാധാന ലംഘനമാണ്. രണ്ടാമത്തേത് തുറന്ന ആക്രമണ പ്രവണതയാണ്. മൂന്നാമത്തേത് നിഷ്കപടമായ വികാരപ്രകടനം അഥവാ ക്ഷോഭപ്രകടനമാണ്. ഇതിൽ മൂന്നാമത്തേതാണ് കൂട്ടത്തിൽ കുഴപ്പം കുറഞ്ഞത്.

സാധാരണഗതിയിൽ കോപം വരിക എന്നത് ഏത് മനുഷ്യന്റേയും സാമാന്യമായ ഒരു വികാരപ്രകടനം മാത്രമാണ് എന്നതിനുപുറമേ അത് ആരോഗ്യപരമായ മനോവീര്യ പ്രകടനവും കൂടിയാണ്. എന്നാൽ അത് അനിയന്ത്രിതമാവുകയും അതിരു കടന്നതുമാകുമ്പോൾ

വിനാശകരമായ രീതികളിലേക്ക് വഴിമാറും. അപ്പോൾ അത് ജോലിസ്ഥലത്തായാലും വ്യക്തിബന്ധങ്ങളിലായാലും ദാമ്പത്യ ജീവിതത്തിലായാലും വലിയ കുഴപ്പങ്ങൾക്ക് ഇടയാക്കും. കൂടാതെ തന്മൂലം നിങ്ങളുടെ മൊത്തത്തിലുള്ള സ്വഭാവവിശേഷങ്ങളെയും ഗുണങ്ങളെയും കൂടി ദോഷകരമായ രീതിയിൽ ബാധിക്കുകയും പ്രവചനാതീതമായതും പ്രബലവുമായ ഒരു വിപരീത വികാരത്തിന് നിങ്ങൾ അടിമപ്പെട്ട പോലെ ചിത്രീകരിക്കപ്പെടുകയും ചെയ്യും.

സന്തോഷത്തെ പോലെയും വിഷാദത്തെപോലെയും ഉൽക്കണ്ഠയേയും വെറുപ്പിനേയും പോലെയുള്ള മനുഷ്യന്റെ പ്രാഥമികമായ വികാരപ്രകടനങ്ങളുടെ പട്ടികയിൽപ്പെടുത്താവുന്നതാണ് കോപം, രോഷം എന്നത്. ഈ വികാരങ്ങൾ എല്ലാം തന്നെ മനുഷ്യന്റെ മൗലികമായ അതിജീവനത്തിന്റെ ഭാഗവും മനുഷ്യവംശത്തിന്റെ ചരിത്രപരമായ നിൽപ്പുമായി ബന്ധപ്പെട്ടു കിടക്കുന്നതുമാണ്. കോപം അഥവാ രോഷം എന്നത്, പോരാടുക, പലായനം ചെയ്യുക, നിശ്ചലമാക്കുക എന്നീ മനുഷ്യ സഹനശക്തിയുമായി ബന്ധപ്പെട്ട നാഡീബന്ധഘടനയുമായി പിണഞ്ഞു കിടക്കുന്നതാണ്. അത് മനുഷ്യനെ എതിരിടുവാനും, പോരാടുവാനും സജ്ജമാക്കുന്ന മൗലികമായ പ്രക്രിയയുടെ ഭാഗമാണ്. എതിരിടുക, പോരാടുക എന്നത് ആയുധങ്ങൾ ഉപയോഗിച്ചോ കൈകാലുകൾ ഉപയോഗിച്ചോ വേണമെന്നില്ല.

അനീതിക്കെതിരായി അടരാടുന്നതിന്റെയും പ്രതിഷേധാർഹമായ നിയമങ്ങളോ, സ്വഭാവമാനദണ്ഡങ്ങളോ നടപ്പിലാക്കുവാൻ ശ്രമിക്കുന്നതിനെ ശക്തമായി എതിർക്കുന്നതിന്റേയും ഭാഗമാണ് കോപമെന്ന വികാരപ്രകടനം. എന്നാൽ കോപം അഥവാ രോഷം എന്ന

വികാരം, പ്രകടമാക്കുന്നതോടെ അലിഞ്ഞു പോകുന്ന ഒന്നല്ല. മറിച്ച് മറ്റു പല വികാരങ്ങളെയും പോലെ പലപ്പോഴും അത് ആഴത്തിലും പൂർവാധികം ശക്തിയിലും ദൃഢീകരിക്കപ്പെടുകയും ചെയ്യും. അതായത് ഇടയ്ക്കിടയ്ക്ക് ഉണ്ടാകുന്ന കോപം, രോഷം എന്നിവ നിങ്ങളുടെ വ്യക്തിബന്ധങ്ങളേയും കുടുംബബന്ധങ്ങളെയും തകർക്കാൻ ഇടയാക്കിയേക്കും എന്നതിലുപരി, അത് നിങ്ങളുടെ ശാരീരാരോഗ്യത്തിന് ഹാനികരമായ ഭവിഷ്യത്തുകളും വരുത്തി വെച്ചേക്കും. ക്ഷോഭ വിക്ഷോഭങ്ങൾമൂലം, മാനസിക ക്ലേശമുണ്ടാക്കുന്ന ഹോർമോണുകൾ ശരീരത്തിൽനിന്നും സുദീർഘമായി മുക്തമാക്കപ്പെടുന്നതിനാൽ, മസ്തിഷ്കത്തിലെ നിർണ്ണയം, ഹ്രസ്വകാല ഓർമ്മകൾ, വികാരങ്ങൾ എന്നിവയെ നിയന്ത്രിക്കുന്ന നാഡീകോശങ്ങളെ നശിപ്പിക്കുവാനും ഇടവരുത്തും.

പലരും കോപം വരുമ്പോൾ ശപിക്കുവാനും നിന്ദിക്കുവാനും മോശമായ പദപ്രയോഗങ്ങൾ നടത്തുവാനും ഉദ്യമിക്കും. അതിന് കാരണം നിങ്ങൾ ദേഷ്യത്തിന് അടിമപ്പെടുമ്പോൾ നിങ്ങളുടെ ചിന്താശക്തി അതിശയോക്തി നിറഞ്ഞതും, നാടകീയമായ മ്ലേച്ഛരീതികളിലേക്ക് നീങ്ങുന്നതുമാകാൻ സാധ്യതകൾ നിറഞ്ഞതാകും എന്നതാണ്. നിങ്ങളുടെ പ്രശ്നങ്ങൾക്ക് ഒരു പരിഹാരം കണ്ടെത്തുവാൻ ശ്രമിക്കുന്നവരെകൂടി അകറ്റി നിറുത്തുവാനും നാണംകെടുത്തുവാനും അത് ഇടയാക്കിയേക്കും. എളുപ്പത്തിൽ ക്ഷോഭിക്കുന്ന പലരും തങ്ങൾക്ക് നീതി നിഷേധിക്കുന്നതിനെതിരെ പ്രതികരിക്കുന്നവരും, അഭിനന്ദനങ്ങൾ കാംക്ഷിക്കുന്നവരും, കാര്യങ്ങൾ താൻ ആഗ്രഹിക്കുന്ന രീതിയിൽ നടത്തിക്കിട്ടുവാൻ മറ്റുള്ളവരുടെ സന്നദ്ധതയും സമ്മതവും ആവശ്യപ്പെടുന്നവരും ആയിരിക്കും. തീർച്ചയായും എല്ലാവരും ഇതൊക്കെ

ആഗ്രഹിക്കുകയും ആവശ്യപ്പെടുകയും ചെയ്യും. അത് അപ്രകാരം സംഭവിച്ചില്ലെങ്കിൽ നിരാശയും വേദനയും ഉണ്ടാവുക മനുഷ്യസഹജവുമാണ്. എന്നാൽ ചിലപ്പോൾ അത്തരം നിരാശകൾ കോപമായും രോഷമായും രൂപം പ്രാപിക്കും. അവിടെയാണ് മിക്ക പ്രശ്നങ്ങളുടെയും തുടക്കവും. ദാമ്പത്യജീവിതത്തിലും പ്രശ്നങ്ങൾക്ക് ഇതൊക്കെയും കാരണങ്ങളാണ്.

വസ്തുതാപരമായി പറയുകയാണെങ്കിൽ മിക്ക രാജ്യങ്ങളിലും വിവാഹബന്ധങ്ങൾ തകർന്നു വിവാഹമോചനങ്ങളിൽ കലാശിക്കുന്നതിന്റെ ഒരു പ്രധാന ഹേതു, ദമ്പതികളിലൊരാൾക്കോ രണ്ടുപേർക്കുമോ അവരുടെ ദാമ്പത്യബന്ധത്തിന്പുറത്ത് ഉണ്ടാകുന്ന ശാരീരികബന്ധങ്ങളാണ്. കോടതികളിൽ എത്തുന്ന മിക്ക വിവാഹമോചനക്കേസുകളിലേയും പ്രധാന വാദങ്ങളും എതിർവാദങ്ങളും ഒരാളുടെ അല്ലെങ്കിൽ മറ്റേ പങ്കാളിയുടെ ശരിയായതോ അല്ലാത്തതോ ആയ രഹസ്യബന്ധങ്ങൾ തന്നെയാണ്. യഥാർത്ഥത്തിൽ മനുഷ്യബന്ധങ്ങളെ സംബന്ധിച്ചിടത്തോളം ചതി അല്ലെങ്കിൽ വിശ്വാസവഞ്ചന എന്നതിനേക്കാൾ വലിയ ഒരു കുറ്റവും ഇല്ല എന്ന് തന്നെ പറയാം. വഞ്ചന എന്ന വാക്കിനോടുള്ള ഭ്രഷ്ട് മനുഷ്യ മനസ്സിൽ വളരെയധികം ആഴത്തിലുള്ളതും ശക്തിയുള്ളതുമാണ്. അതിനാലാണ് വഞ്ചന അല്ലെങ്കിൽ ചതി എന്നത് ജീവിതപങ്കാളിയോടായാലും, ബിസിനസ് പങ്കാളിയോടായാലും, കുടുംബാംഗങ്ങളോടായാലും അത് തെറ്റായ പ്രവർത്തിയാണെന്ന് അത് ചെയ്യുന്നവർക്ക് പോലും സ്വയം ബോധമുണ്ടാകുന്നത്; പലരും അത് സമ്മതിച്ചില്ലെങ്കിലും.

ദാമ്പത്യബന്ധത്തിന് പുറത്ത് ഉടലെടുക്കുന്ന ബന്ധങ്ങളിൽ പലതും ലൈംഗികപരമായ

ജിജ്ഞാസമൂലമായിരിക്കും. അതായത്, പുതിയതും വ്യത്യസ്തവും ആവേശമുണർത്തുന്നതുമായ കാര്യങ്ങളിൽ ചിലർക്കുണ്ടാകുന്ന ജിജ്ഞാസ. ഇത് പലപ്പോഴും വെറും അബദ്ധധാരണ മാത്രമാണെന്ന് പിന്നീട് മനസ്സിലാകും, പക്ഷേ അപ്പോഴേക്കും ബന്ധങ്ങൾ തകർന്നിരിക്കും. മറ്റു ചിലരെ സംബന്ധിച്ചിടത്തോളം മിക്കപ്പോഴും അത് ദാമ്പത്യബന്ധത്തിന് പുറത്ത് താൽക്കാലികമായ ഒരു സംതൃപ്തി തേടുക എന്ന വ്യാമോഹം മൂലമാകും. ചിലർക്ക് തന്റെ പങ്കാളിയിൽ നിന്നും പ്രതീക്ഷിച്ചതരത്തിലുള്ള ശാരീരിക അടുപ്പം കിട്ടാത്തതിലുള്ള നിരാശമൂലമോ, വേറിട്ടുനിൽക്കുന്ന അവസ്ഥാവിശേഷമുണ്ടായതിനാലോ ആയിരിക്കാം. ചിലർ തന്റെ അഹം എന്ന ബോധത്തിനെ ഉയർത്തുവാൻവേണ്ടിയും, മറ്റു ചിലർ വേറെ ഒരു വ്യക്തിയുമായുള്ള വൈകാരികപരമായോ ബുദ്ധിപരമായോ ഉള്ള അടുപ്പം നിലനിർത്തുവാൻ വേണ്ടിയും ഇത്തരം ബന്ധങ്ങളിൽ ഏർപ്പെട്ടേക്കും. ചിലർ സ്വന്തം ജീവിതപങ്കാളിയുമായി പല കാര്യങ്ങളിലുമുള്ള വിയോജിച്ച് പ്രകടമാക്കുന്നതിന്റെ ഭാഗമായി അത്തരം ബന്ധങ്ങളിലേക്ക് തിരിഞ്ഞതുമാകാം. എന്നാൽ ചിലർ ജോലിയിൽ ഉയർച്ച നേടുവാനോ, മറ്റു ചിലർ വൈകാരികമായും ശാരീരികമായും സംതൃപ്തി കിട്ടാത്തതിനാലോ ആകാം ഇത്തരം ബന്ധങ്ങളിൽ ഏർപ്പെടുന്നത്. അപൂർവ്വം ചിലർ തന്റെ പങ്കാളി തന്നോട് കാട്ടിയ അപരാധങ്ങൾക്ക് ശിക്ഷ നൽകുവാനായിരിക്കും മറ്റൊരുബന്ധം എന്ന വഴി തെരഞ്ഞെടുക്കുന്നത്. എന്നാൽ ചില പുരുഷന്മാരെ സംബന്ധിച്ചിടത്തോളം മറ്റൊരു സ്ത്രീയുമായി ശാരീരിക ബന്ധം പുലർത്തുന്നത് ഒരു തെറ്റല്ല. അവർ കരുതുന്നത് സാമൂഹികമയി പുരുഷന്മാർക്ക് പരസ്ത്രീബന്ധം വിലക്കപ്പെട്ട ഒന്നല്ല എന്നാണ്.

പൊതുവേ പറയുകയാണെങ്കിൽ വിവാഹബന്ധത്തിനു പുറത്തുള്ള മിക്ക ബന്ധങ്ങളും ആകസ്മികമായി സംഭവിക്കുന്നവ ആയിരിക്കുകയില്ല. മിക്കവാറും അവരുടെ വിവാഹജീവിതത്തിൽ താളപ്പിഴകൾ നേരിടുന്ന സമയങ്ങളിലായിരിക്കും അവ സംഭവിക്കുക. അത്തരം ഘട്ടങ്ങളിൽ അവരിൽ പലരും മാനസികമായ അരക്ഷിതാവസ്ഥ നേരിടുന്ന സ്ഥിതിയിലായിരിക്കും. നിർഭാഗ്യകരമെന്നു പറയട്ടെ, അത്തരം സന്ദർഭങ്ങളിൽ പല വ്യക്തികളും സ്വന്തം ജീവിതപങ്കാളിയെ വഞ്ചിക്കുന്നതിന് സ്വയം പ്രേരിതരാകും അതിനുപുറമേ അത്തരക്കാരെ തേടി നടക്കുന്നവർക്കും നമ്മുടെ നാട്ടിൽ ക്ഷാമമില്ലല്ലോ. അതെന്തായാലും വിവാഹബന്ധത്തിലെ പാളിച്ചകളിൽനിന്ന് അത്തരക്കാർ മുതലെടുപ്പ് നടത്തുകയും ദാമ്പത്യബന്ധം താറുമാറാക്കുകയും ചെയ്യും.

ചിലപ്പോൾ ദമ്പതികളിൽ ഒരാൾ പങ്കാളി തന്നോടുകാട്ടിയ ശത്രുതാപരമായ അല്ലെങ്കിൽ പക്ഷപാതപരമായ അല്ലെങ്കിൽ മോശമായ നടപടികളോടുള്ള അമർഷം പ്രകടമാക്കുന്നതിനുവേണ്ടിയോ, ചിലപ്പോൾ മനസ്സിന്റെ ചാഞ്ചല്യം കൊണ്ടും വിവാഹബന്ധത്തിനു പുറത്തുള്ള ബന്ധങ്ങളിൽ ഏർപ്പെടാം. ദമ്പതികൾ തമ്മിൽ ഉണ്ടായിരിക്കേണ്ട വൈകാരികപരവും ശാരീരികപരവുമായ ബന്ധം പലകാരണങ്ങൾ കൊണ്ടും നഷ്ടപ്പെട്ടാലും, പങ്കാളിയുടെ കാര്യങ്ങൾ ശ്രദ്ധിക്കുവാൻ സമയമോ താല്പര്യമോ ഇല്ലാതെ വന്നാലും പലരും പല പ്രലോഭനങ്ങളിലും പെട്ടുപോകുവാൻ സാധ്യതകളുണ്ട്. ദമ്പതികളിൽ ഒരാൾക്ക് മറ്റേയാളുടെ തന്നോടുള്ള പൂർണ്ണമായ പ്രതിബദ്ധതയിൽ സംശയം ഉടലെടുത്താലും മറ്റു ബന്ധങ്ങളിൽ ഏർപ്പെടാനുള്ള സാധ്യതകൾ തേടും. ഇത്തരം സാഹചര്യങ്ങളിൽ മറ്റേ പങ്കാളിയും പ്രലോഭനങ്ങൾക്ക് വഴിപ്പെട്ടേക്കാം.

വിവാഹബന്ധങ്ങൾക്ക് പുറത്തുള്ള ശാരീരികബന്ധങ്ങളിൽ നിന്നും വ്യത്യസ്തമായി, ഇന്നത്തെ ഫേസ്ബുക്ക്, വാട്സ്ആപ്പ് കാലഘട്ടത്തിൽ, വൈകാരികമായ വഞ്ചനകളും പലപ്പോഴും ഉണ്ടാകാറുണ്ട്. അത് പലരും ഒളിപ്പിക്കുവാൻ ശ്രമിക്കുകയും പങ്കാളി അത് പെടാപ്പാടുപെട്ട് കണ്ടുപിടിക്കുകയും ചെയ്യുന്നതോടെ വഴക്കുകൾ ഉണ്ടാവുകയും അതോടെ മറ്റേ വ്യക്തിയുമായുള്ള അടുപ്പം വർദ്ധിക്കുകയും ശാരീരികബന്ധങ്ങളിലേക്ക് വഴിമാറുകയും ബന്ധങ്ങൾ തകർച്ചയെ നേരിടുകയും ചെയ്യും. ഇത്തരം ഘട്ടങ്ങളിൽ ദാമ്പത്യ ബന്ധം വഷളായി കൈവിട്ടുപോകുന്ന സ്ഥിതിവിശേഷം ഒഴിവാക്കുവാൻ, പങ്കാളിയോട് വളരെ പെട്ടെന്ന് ക്ഷമ ചോദിക്കുകയും മാപ്പിനപേക്ഷിക്കുകയുമാണ് വിവേകപൂർണമായ നടപടി.

'അതിസ്നേഹം' എന്ന അവസ്ഥയും അത് പ്രകടിപ്പിക്കുകയും ആഗ്രഹിക്കുകയും ചെയ്യുക എന്ന അവസ്ഥയും വിവാഹബന്ധങ്ങളിൽ താളപ്പിഴകൾ ഉണ്ടാക്കുമെന്ന് നേരത്തെ സൂചിപ്പിച്ചിരുന്നുവല്ലോ. നിർവ്വഹണപരമായ അസ്വസ്ഥതകൾ അല്ലെങ്കിൽ പ്രശ്നങ്ങളുള്ള വീടുകളിൽ വളർന്ന കുട്ടികൾക്ക് യഥാർത്ഥ വാസ്തവികതത്വത്തിന്റെ പ്രധാന വശം നിഷേധിക്കപ്പെടുകയും, കർക്കശമായ നിബന്ധനകൾ അവരെ അച്ചടക്കമെന്ന ചട്ടക്കൂടിൽ ഒതുങ്ങുവാൻ അല്ലെങ്കിൽ അവയ്ക്കനുസരണമായി ജീവിക്കാൻ നിർബന്ധിക്കപ്പെടുകയും, തന്മൂലം അവർക്ക് മറ്റുള്ളവരോടും വ്യത്യസ്ത സാഹചര്യങ്ങളോടും ഉള്ള തുറന്ന ഇടപെടലുകൾക്ക് ആവശ്യമായ മൌലികമായ കഴിവുകൾ വികസിപ്പിച്ചെടുക്കുവാൻ കഴിവില്ലാത്ത ഒരു അവസ്ഥ സൃഷ്ടിക്കപ്പെടുകയും ചെയ്യും. ഈ മൌലികമായ ബലഹീനതയാണ് 'അതിസ്നേഹം' അല്ലെങ്കിൽ അതിയായ

ഉടമസ്ഥതാബോധം (Possessiveness) പ്രകടിപ്പിക്കുന്ന അല്ലെങ്കിൽ അതിന് പ്രേരിപ്പിക്കപ്പെടുന്ന സ്ത്രീകളിൽ കാണാറുള്ള മാനസികാവസ്ഥ. ഇത്തരം അവസ്ഥകൾ അപൂർവമായി പുരുഷന്മാരിലും ഉണ്ടാകാറുണ്ട്. ശരിയായ രീതിയിൽ ആളുകളെയോ സാഹചര്യങ്ങളെയോ മനസ്സിലാക്കാൻ സാധിക്കാത്ത ഒരു മാനസികാവസ്ഥയിൽ കഴിയുന്ന ഇത്തരം വ്യക്തികൾ സാധാരണഗതിയിൽ മിക്ക ആളുകളും അപകടകരമെന്നോ അസ്വസ്ഥത ഉളവാക്കുന്നതെന്നോ ആയ അഹിതമായ കാര്യങ്ങൾ ഏത് എന്ന് തിരിച്ചറിഞ്ഞ് ഒഴിഞ്ഞുമാറുന്ന സാഹചര്യങ്ങളെയും, അകറ്റി നിർത്തേണ്ട ആളുകളെയും, സ്വന്തമായി വേർതിരിച്ചറിയുവാൻ കഴിയാത്ത ഒരു അവസ്ഥയിൽ ആയിരിക്കും .

ഇത്തരം പ്രശ്നകുടുംബങ്ങളിൽ നിന്നും വരുന്ന കുട്ടികൾ മോശമായ സന്ദർഭങ്ങളെയോ ആളുകളെയോ ഒഴിവാക്കുകയോ നിരാകരിക്കുകയോ ചെയ്തെന്നു വരില്ല. കാരണം അവർക്ക് സ്വന്തം ബലഹീനത മനസ്സിലാക്കുവാനോ, വിചിത്ര വികാരങ്ങൾ ശരിയല്ല എന്ന് തിരിച്ചറിയുവാനോ ആപൽഘാരികളായ വ്യക്തികളെ മനസ്സിലാക്കുവാനോ കഴിയില്ല. ഇത്തരം വ്യക്തികൾ ഒരു പ്രത്യേകതരത്തിലുള്ള മാനസികമായ അസ്വസ്ഥതകൾ അനുഭവിക്കുന്നവരായിരിക്കും. അത്തരക്കാരിൽ ചിലർ (ഉദാഹരണം അവസാന അധ്യായത്തിലെ ദുഷ്ട പുത്രൻ) വിചിത്രമായ മാനസികാവസ്ഥയുള്ള മനോരോഗികൾ (Psychopath) ആയും മാറും. അകറ്റി നിറുത്തേണ്ടവർ എന്ന് നേരത്തെ പറഞ്ഞവരിൽ പെട്ടവരാണ് ഇത്തരക്കാരും. കൂടാതെ ലൈംഗികാക്രമണ വാസനയുള്ളവർ, ബലാൽസംഗക്കേസുകൾ തുടങ്ങിയ അതിനീചമായ കേസുകളിലും മറ്റും പ്രതികളായവർ എന്നിവരും അകറ്റി

നിറുത്തേണ്ടവരിൽപ്പെടും. ദാമ്പത്യ ബന്ധങ്ങളിലുണ്ടാകുന്ന താളപ്പിഴകൾക്ക് ചെറുതും വലുതുമായ മറ്റു പല കാരണങ്ങൾ ഉണ്ടാകാമെങ്കിലും, അതിൽ ഏറ്റവും പ്രധാനം ഉള്ളതും പൊതുവായുള്ളതുമായ ഒരു കാര്യം കൂടി ഏഴാം അധ്യായത്തിൽ വിശദമായി ചേർത്തിട്ടുണ്ട്.

6

ചില പരിഹാര മാർഗങ്ങൾ

സ്നേഹബന്ധങ്ങൾ തീക്ഷ്ണമായ പ്രേമബന്ധമായി മാറുവാനുള്ള ഒരു പ്രധാന കാരണം, മറ്റേ വ്യക്തി മോഹിപ്പിക്കുന്ന തരത്തിലുള്ള പ്രത്യേകതകൾ നിറഞ്ഞ ആളാണെന്ന തോന്നൽ തന്നെയായിരിക്കും. എന്നാൽ മധുവിധു കഴിയുന്നതോടെ ദമ്പതികളിൽ പലരും തങ്ങളുടെ പങ്കാളിയുടെ ഏതു സ്വഭാവവിശേഷതയാണോ തന്നെ ഏറ്റവുമധികം ആകർഷിച്ചത് (സമ്പത്ത് മോഹിക്കുന്നവർ വ്യത്യസ്തരാണ്), ആ സവിശേഷത തന്നെ മാറ്റിയെടുക്കുവാനുള്ള ശ്രമങ്ങൾ തുടങ്ങും. അതായത് ക്രമേണ ക്രമേണ നമ്മുടെ ജീവിതപങ്കാളിയെ, നമ്മെപ്പോലെ തന്നെ മാറ്റിയെടുക്കുവാൻ ശ്രമിക്കുകയായി. വ്യത്യസ്തമായ സ്വഭാവങ്ങൾ നിലനിൽക്കുമ്പോൾ, അഭിപ്രായവ്യത്യാസങ്ങൾ ഉണ്ടായേക്കുമെന്ന ഉൾഭയം ആയിരിക്കാം അതിനുള്ള ഒരു കാരണം. എന്നാൽ ഇത് ബന്ധങ്ങളിൽ ഉണ്ടാക്കിയേക്കാവുന്ന പ്രശ്നങ്ങൾക്കുള്ള ഒരു പരിഹാരമാർഗ്ഗമല്ല. വിജയകരമായ ഒരു ദാമ്പത്യജീവിതത്തിൽ രണ്ടുപേരും തങ്ങളുടെ വ്യക്തിത്വത്തിന്റെ അടിസ്ഥാനസ്വഭാവവിശേഷങ്ങൾ നിലനിർത്തുവാൻ കഴിയുന്നത്ര ശ്രമിച്ചുകൊണ്ട്, പങ്കാളിക്ക് സ്വീകാര്യമല്ലാത്തവ ഭേദപ്പെടുത്തുവാൻ സന്നദ്ധനാവുകയും,

അങ്ങിനെ ഒരു സമതുലനാവസ്ഥ നിലനിർത്തുവാൻ ശ്രമിക്കുകയുമാണ് പരിഹാരമാർഗ്ഗം.

മിക്ക ദമ്പതികളും തങ്ങളുടെ വിവാഹജീവിതം ഒരു വിജയഗാഥയായിരിക്കുമെന്ന് തീർച്ചയായും പ്രതീക്ഷിക്കും. ദിനരാത്രങ്ങൾ ആഹ്ളാദകരമായി നീങ്ങവേ എന്തെങ്കിലും അഹിതങ്ങളായ വാക്കുകളോ പ്രവർത്തികളോ, ഒരാളിൽനിന്നോ മറ്റേയാളിൽ നിന്നോ ഉണ്ടായി എന്നു വരാം. അത് ചിലപ്പോൾ ദമ്പതികളെ അത്തരത്തിലുള്ള സംഭവങ്ങളുടെ ആവർത്തന ചുഴിയിൽ അകപ്പെടുത്തിയേക്കും. അത് ആഴ്ചകളോ മാസങ്ങളോ നീണ്ടുനില്ക്കുന്ന താളപ്പിഴകൾ സൃഷ്ടിക്കും. ഹാനികരമായ അത്തരം ചുഴികൾ പലപ്പോഴും സ്വയം വളർച്ച പ്രാപിക്കുകയും തമ്മിൽ തമ്മിൽ അകൽച്ച ഉണ്ടാവുകയും ചെയ്തേക്കും. ആ അകൽച്ച ഒഴിവാക്കി വീണ്ടും അടുക്കുവാൻ പരിശ്രമിച്ചില്ലെങ്കിൽ, ക്രമേണ പരസ്പരം വെറുപ്പിന്റെയും വിദ്വേഷത്തിന്റെയും കനത്ത പാളികൾ നിങ്ങളുടെ ബന്ധത്തെ ആവരണം ചെയ്യുകയും, പലപ്പോഴും അത് കുറെ കാലം നിലനിർക്കുകയും തുടർന്ന് വിട്ടുനിൽക്കലിലേക്കും വേർപിരിയലിലേക്കും നയിച്ചു എന്നും വരാം. എന്നാൽ സംഗതികൾ കൈവിട്ടുപോകുന്നതിനു മുൻപ് രണ്ടുപേരും ആത്മാർത്ഥമായി ശ്രമിക്കുകയാണെങ്കിൽ വിവാഹമോചത്തിലേക്കുവരെ നയിച്ചേക്കാവുന്ന ഇത്തരം ചുഴികളിൽ നിന്ന് രക്ഷപ്പെടാം.

എന്തു പറയണമെന്നും എന്തുചെയ്യണമെന്നും അറിയാത്ത അത്തരം വിഷമകരമായ ദിനരാത്രികളിൽ ദമ്പതികൾ എന്നെന്നേക്കുമായി അകലുന്നതിനെപ്പറ്റിയല്ല, മറിച്ച് എങ്ങനെ വിവാഹബന്ധത്തെ 'വേർപിരിയൽ' എന്ന ദുരവസ്ഥയിൽ നിന്നും കരകയറ്റാമെന്നാണ് ചിന്തിക്കേണ്ടത്. ഈ ഘട്ടത്തിൽ ദമ്പതികൾ ഒരു കാര്യം ഓർക്കണം അല്ലെങ്കിൽ

വിശ്വസിക്കണം; തകർച്ചയിൽ നിന്നും നിങ്ങളെ രക്ഷപ്പെടുത്തി അടുപ്പിക്കാൻ പറ്റിയ അവസരങ്ങൾ നൽകുവാൻ കാലത്തിന് കഴിയുമെന്ന്. അത്തരം അവസരങ്ങൾ കാലം നൽകിയില്ലെങ്കിൽ നമുക്ക് സൃഷ്ടിക്കുവാൻ കഴിയണം. അതായത് അത്തരം അവസരങ്ങൾക്കായി കുറച്ചുകാലം ക്ഷമയോടെ കാത്തിരിക്കണം എന്ന്. എന്നുപറഞ്ഞാൽ തിരക്കുപിടിച്ച തീരുമാനങ്ങളിൽ എത്താതെ പ്രശ്നങ്ങൾ തണുക്കുന്നത് വരെ കാത്തിരിക്കാനുള്ള സന്മനസ്സ് കാണിക്കുക എന്നർത്ഥം. അത് സാധ്യമാക്കാൻ, വേർപെടൽ എന്ന ദുരന്തത്തിൽ നിന്നും ഉള്ള രക്ഷാമാർഗ്ഗം കണ്ടെത്തുക എന്ന ദൗത്യം ജീവിതകാലത്തെ ഏറ്റവും വലിയ വെല്ലുവിളിയായി സ്വീകരിക്കുവാൻ ദമ്പതികൾ രണ്ടുപേരും സന്നദ്ധമാകണം എന്നുമാത്രം.

ആ വെല്ലുവിളി സ്വീകരിക്കുമ്പോൾ അവർ ആദ്യം ഓർക്കേണ്ടത് രണ്ടു വ്യക്തികൾക്ക് അവരുടെ വ്യത്യസ്തത ഏറിയ സ്വഭാവങ്ങളും ആയി എല്ലായിപ്പോഴും എല്ലാ കാര്യത്തിലും സമാന ചിന്താഗതി നിലനിർത്തുക എന്നത് തികച്ചും അസാധ്യമായ ഒരു കാര്യമാണ് എന്നതാണ്. അതായത് രണ്ടു വ്യക്തികൾ തമ്മിൽ വാക്ക് തർക്കങ്ങൾ സാധാരണവും പലപ്പോഴും ഒഴിച്ചുകൂടാൻ പറ്റാത്തതുമാണ്. എന്നാൽ എപ്പോഴും യോജിപ്പിലേക്ക് എത്തിച്ചേരുവാനുള്ള വഴികൾ തേടണം അല്ലെങ്കിൽ ഉണ്ടാക്കണം. പക്ഷേ അത് ഒരിക്കലും ഒരു വ്യക്തി മാത്രം പിന്നോട്ട് പോവുക അല്ലെങ്കിൽ തന്റെ ഭാഗത്താണ് തെറ്റ് എന്ന് സമ്മതിക്കുന്ന മാർഗ്ഗം ആകരുത്. ഒരാൾ മാത്രം പിറകോട്ട് എന്നതോ രണ്ടുപേരും പകുതി പകുതി പിറകോട്ട് എന്നതോ ഒരു പരിഹാരമാർഗ്ഗമല്ല. കാര്യങ്ങൾ രമ്യമായും ശാന്തമായും സംസാരിച്ചു യോജിപ്പിൽ എത്താൻ ശ്രമിക്കുന്നതിലൂടെ തമ്മിൽ തമ്മിൽ ബഹുമാനിക്കുന്നു എന്ന സന്ദേശം നൽകുവാനും

ബന്ധത്തിന്റെ ആഴം വർദ്ധിപ്പിക്കുവാനും വ്യാപ്തി കൂട്ടുവാനും സാധിക്കും. തമ്മിൽ തമ്മിൽ വീണ്ടും സംസാരിക്കുവാൻ തുടങ്ങുന്നതിനുമുമ്പ് രണ്ടുപേരും ഒച്ച വെക്കുകയില്ല എന്ന് സമ്മതിക്കണം. അതുപ്രകാരം സംസാരിക്കണം. സംസാരങ്ങൾ നീണ്ടുപോകുന്നതിൽ കുഴപ്പമില്ല. സംസാരം നീളുന്നു എന്നതിനർത്ഥം പ്രശ്നങ്ങൾ രമ്യമായി പരിഹരിക്കാൻ രണ്ടുപേർക്കും താൽപര്യമുണ്ടെന്നാണ്.

പരിഹാര മാർഗ്ഗങ്ങളെ പറ്റി പറയുമ്പോൾ മറ്റൊരു കാര്യം കൂടി പറയേണ്ടതുണ്ട്. മിക്ക ദമ്പതികളും ദാമ്പത്യജീവിതത്തിലെ പ്രശ്നങ്ങളെ പറ്റി സംസാരിക്കുമ്പോൾ പൊതുവെ പറയുക 'എന്റെ ജീവിതപങ്കാളിയിൽ നിന്നും ഞാൻ പ്രതീക്ഷിക്കുന്ന അല്ലെങ്കിൽ ലഭിക്കേണ്ട പരിഗണന കിട്ടുന്നില്ല' എന്നോ 'ഞാൻ ആവശ്യപ്പെടുന്നതോ ആഗ്രഹിക്കുന്നതോ ആയ സ്വഭാവ മാറ്റങ്ങൾക്ക് പങ്കാളി തയ്യാറാകുന്നില്ല' എന്നോ ആയിരിക്കും. പങ്കാളിയുടെ സ്വഭാവം മാറ്റമായിരിക്കും അത്തരക്കാരുടെ അഭിപ്രായത്തിൽ ബന്ധം മെച്ചപ്പെടുവാനുള്ള ഒരേയൊരു വഴി. സ്വഭാവങ്ങൾ എന്ന് പറഞ്ഞത് സ്വഭാവദൂഷ്യങ്ങളെ ഉദ്ദേശിച്ചല്ല. മിക്കവാറും ചെറിയ കാര്യങ്ങൾ ആയിരിക്കും മാറ്റേണ്ട സ്വഭാവങ്ങൾ. ഉദാഹരണത്തിന് രാത്രി കിടക്കുമ്പോൾ ജനൽ അടയ്ക്കുന്നതിനെ പറ്റിയോ തുറന്നിടുന്നതിനെപ്പറ്റിയോ ബാത്‌റൂമിൽ ലൈറ്റ് അല്ലെങ്കിൽ ടാപ്പ് ഓഫ് ചെയ്യാത്തതിനെപ്പറ്റിയോ. ടൂത്ത്പേസ്റ്റ് മൂടി ഇടാൻ മറക്കുന്നതിനെപ്പറ്റി, ഉച്ചത്തിൽ ടിവി വെക്കുന്നതിനെപ്പറ്റി അല്ലെങ്കിൽ സമൂഹമാധ്യമങ്ങളിൽ ഒരുപാട് സമയം ചെലവഴിക്കുന്നതിനെപ്പറ്റി - അങ്ങനെ പല നിസ്സാര കാര്യങ്ങളെപ്പറ്റിയും ആകാം. ഇത്തരം മിക്ക കാര്യങ്ങളും മറ്റേയാൾ കരുതിക്കൂട്ടി ചെയ്യുന്നതല്ല എന്നകാര്യം പരാതികൾ

പറയുന്നവർ ഓർക്കുന്നില്ല.

അതിനാൽ ഒരാൾക്കും മറ്റൊരാളെ തന്റെ പ്രതിരൂപം ആക്കി മാറ്റുവാൻ കഴിയില്ല എന്ന കാര്യം ദമ്പതികൾ ഓർത്തിരിക്കണം. അതിലും എളുപ്പമായത് സ്ഥിതിഗതികൾ മെച്ചപ്പെടുത്താൻ സ്വയം എന്ത് ചെയ്യാൻ ആവും എന്നും എന്തെല്ലാം മാറ്റങ്ങൾ സ്വയം വരുത്തുവാൻ തയ്യാറാവും എന്നതും ആലോചിക്കുകയാണ്. തീർച്ചയായും എല്ലാ കാര്യങ്ങളിലും എപ്പോഴും ഇത് സാധ്യമാവില്ല എങ്കിലും സാധ്യമായ എല്ലാ രീതികളിലും അല്പം അഡ്ജസ്റ്റ് ചെയ്യുക. ഒരാൾ എപ്പോഴും മറ്റൊരാളുടെ ആജ്ഞകൾക്കും ഇഷ്ടങ്ങൾക്കും പാത്രമായി കഴിയണമെന്നോ അനുസരണമായി ജീവിക്കണമെന്നോ അല്ല ഉദ്ദേശിക്കുന്നത്. പകരം രണ്ടുപേരും പരമാവധി സഹകരിക്കുവാനും വിട്ടുവീഴ്ച ചെയ്യാനും തയാറാവുകയും ഒരു തുടക്കം എന്ന നിലയിൽ രണ്ടുപേരുടേയും താൽപര്യങ്ങൾ ഏറ്റുമുട്ടാത്ത രംഗങ്ങളിൽ സഹകരിക്കുക എന്നതുമാണ്. അതിന് ആദ്യം വേണ്ടത് ജീവിതപങ്കാളി പറയുന്നത്, പരാതികൾ ആയാലും കുറ്റങ്ങളും കുറവുകളും ആയാലും, ഇടയ്ക്ക് കയറി ഒന്നും പറയാതെ കേട്ടിരിക്കുവാനുള്ള ക്ഷമാശീലമാണ്. പങ്കാളിക്കും ഇതേപോലെ പറയുവാനുള്ള അവസരം നൽകേണ്ടതും നിർബന്ധമുള്ള കാര്യമാണ്. ആ സമയം ദമ്പതികൾ ഒന്ന് ഓർത്തിരിക്കണം, ദാമ്പത്യജീവിതമെന്നത് പ്രേമിച്ചു നടന്ന കാലത്ത് അല്ലെങ്കിൽ മധുവിധുകാലത്ത് ഐസ്ക്രീം കഴിച്ച പോലെ എളുപ്പവും മധുരം നിറഞ്ഞതുമായിരിക്കുകയില്ല എന്ന്. ദാമ്പത്യജീവിതം ഒരു വിലപിടിച്ച പളുങ്കുപാത്രമാണ്. അത് സൂക്ഷിച്ച് കൈകാര്യം ചെയ്തു ഭംഗി നഷ്ടപ്പെടാതെ സംരക്ഷിക്കണം. അത് നിങ്ങൾക്ക് രണ്ടുപേർക്കും മാത്രമേ സാധ്യമാവൂ.

ദമ്പതികൾ തമ്മിൽ ഉണ്ടാകുന്ന പല വഴക്കുകൾക്കും മറ്റൊരു കാരണമായി ചൂണ്ടിക്കാണിക്കാൻ ആവുക അവർ രണ്ടുപേരും കാര്യങ്ങൾ വ്യത്യസ്തമായി അല്ലെങ്കിൽ പരസ്പരവിരുദ്ധമായി ധരിക്കുന്നത് മൂലമാണ് എന്നതാണ്. ഉദാഹരണത്തിന് രണ്ടുപേരും പുറത്തിറങ്ങവേ 'ഇത് പുതിയ സാരി ആണല്ലേ' എന്ന് ഭർത്താവ് ചോദിച്ചു എന്നിരിക്കട്ടെ. അയാൾ പറയുവാൻ ഉദ്ദേശിച്ചത് 'ഈ സാരിയുടെ നിറം നിനക്ക് നന്നായി ചേരുന്നുണ്ടെന്നോ ',അല്ലെങ്കിൽ 'ആ സാരിയിൽ നിനക്ക് നല്ല ഭംഗി തോന്നിക്കുന്നു' എന്നോ ആയിരിക്കും.

എന്നാൽ ഭാര്യ 'താൻ പുതിയ സാരികൾ വാങ്ങിക്കൂട്ടി ഒരുപാട് പണം ചെലവഴിക്കുകയാണ്" എന്നാണ് ഭർത്താവ് കരുതുന്നത്" എന്ന് തെറ്റിദ്ധരിച്ചാൽ അതൊരു വഴക്കിന്റെ തുടക്കമാകും. മിക്കവാറും പഴയ ഒരു വഴക്കിന്റെ ശിഷ്ടഭാഗം പുതിയ രൂപത്തിൽ ഈ വഴക്കിലേക്ക് കടന്നുവരും. ചിലപ്പോൾ പഴയ ഒരു ചമ്മൽ മാറ്റുവാനായി തന്റെ പങ്കാളിയുടെ ഭാഷ്യം തെറ്റായ അർത്ഥത്തിൽ എടുക്കുകയോ അങ്ങനെ വ്യാഖ്യാനിക്കുകയോ അല്ലെങ്കിൽ മറ്റേയാൾ ഉദ്ദേശിച്ചത് എന്താണ് എന്ന് ചോദിച്ച് മനസ്സിലാക്കാതെ വികൃതമായ രീതിയിൽ പ്രതികരിക്കുകയോ ചെയ്താൽ പ്രശ്നം ഗുരുതരമാകുവാൻ അതുമതി.

അടിക്കടി ഉണ്ടായേക്കാവുന്ന ഇതുപോലെത്തെ വഴക്കുകൾക്ക് പലപ്പോഴും പുറമേയ്ക്ക് പറയുന്ന കാരണമായിരിക്കില്ല, ശരിക്കും ഉള്ള അസന്തുഷ്ടിയുടെ അടിക്കല്ല്. ചില സ്ത്രീകൾ തങ്ങളുടെ പങ്കാളിയുടെ പലകാര്യങ്ങളിലും കാണിക്കുന്ന തണുപ്പൻ പ്രതികരണം ആയിരിക്കാം ചിലപ്പോൾ ഭർത്താവിനെ ചൊടിപ്പിക്കുന്നത്. ഭാര്യയെ സംബന്ധിച്ചിടത്തോളം അവൾക്കിഷ്ടപ്പെട്ട കാര്യങ്ങളിൽ അല്ലെങ്കിൽ അവളുടെ അഭിപ്രായങ്ങളെ

ഭർത്താവ് വളരെ ലാഘവത്തോടെ കാണുകയോ അവഗണിക്കുകയോ ചെയ്യുന്നതായുള്ള ധാരണയായിരിക്കും അസന്തുഷ്ടിയുടെ കാരണം. അസന്തുഷ്ടി നീരസമാവുകയും, വഴക്ക് ആവുകയും തുടർന്ന് പഴയ ചില വഴക്കുകൾ പുനർജ്ജനിക്കുകയും ചെയ്യും. ഉദാഹരണത്തിന് നിങ്ങളുടെ ഭാര്യ നിങ്ങളോട് 'അടുത്ത വീട്ടിലെ ചേച്ചി ഇന്ന തീയേറ്ററിൽ കളിച്ചു കൊണ്ടിരിക്കുന്ന സിനിമ നല്ലതാണെന്ന് പറഞ്ഞു' എന്നിരിക്കട്ടെ. അത് കേട്ട പാതി കേൾക്കാത്ത പാതി ആ പടം ഇന്ന നടന്റെ ഓവർ ആക്ട് പടം ആണ് എന്ന് നിങ്ങൾ അഭിപ്രായം പറയുന്നതിനു പകരം, മറ്റൊരു പടത്തിന്റെ പേര് പറഞ്ഞ് അതാണ് മെച്ചപ്പെട്ടത് എന്നും അടുത്ത ഞായറാഴ്ചത്തേക്ക് ടിക്കറ്റ് ബുക്ക് ചെയ്യാം എന്നും പറഞ്ഞാൽ ഭാര്യ സന്തോഷവതിയാകും. മിക്കവാറും അവൾക്ക് അവൾ പറഞ്ഞ പടം കാണുന്നതിലും അധികം താല്പര്യം നിങ്ങളുടെ കൂടെ അടുത്തടുത്തിരുന്ന് ഏതാനും മണിക്കൂറുകൾ ചെലവഴിക്കുക എന്നതായിരിക്കും. കൂടാതെ പരിചയമുള്ള ആരെങ്കിലും കണ്ടാൽ ഭാര്യഭർത്താക്കന്മാർ ആയ തങ്ങളുടെ ദാമ്പത്യജീവിതം സന്തോഷകരമാണെന്ന് അവരെ ധരിപ്പിക്കണം എന്നു മാത്രമേ അവൾ കരുതിയിട്ടുണ്ടാവുകയുള്ളൂ.

ഞായറാഴ്ച പ്രാതൽ കഴിച്ചശേഷം ഭാര്യ നിങ്ങളോട് 'ഇന്ന് ഉച്ചയ്ക്ക് എന്താണ് സ്പെഷ്യൽ വേണ്ടത്?' എന്ന് മിക്കവാറും അന്വേഷിക്കും. അപ്പോൾ നിങ്ങൾ 'ഉച്ചയ്ക്ക് നമുക്ക് ചെറുതായി എന്തെങ്കിലും കഴിച്ചിട്ട് വൈകിട്ട് പടം കണ്ടിറങ്ങി രാത്രിയിലെ ഭക്ഷണം ഹോട്ടലിൽ നിന്നും കഴിക്കാം' എന്ന് പറഞ്ഞാൽ അവൾ കൂടുതൽ സന്തോഷവതിയാകും. വൈകിട്ട് ഇറങ്ങുമ്പോൾ കുറച്ചു പണം എടുത്ത് അവളുടെ ബാഗിൽ വെച്ചിട്ട് 'ഇന്നത്തെ ചെലവ് നിന്റെ വക ആകട്ടെ' എന്ന് പറഞ്ഞാൽ അവളുടെ സന്തോഷം ഇരട്ടിയാകും. പടം

കണ്ടിറങ്ങിയ ശേഷം ഹോട്ടലിലെ മെനു കാർഡ് നോക്കി വില മനസ്സിലാക്കി ഭാര്യ തന്നെ ഓർഡർ കൊടുത്ത് ഭക്ഷണം കഴിച്ച് അവൾ ബില്ലും ടിപ്പും കൊടുക്കുമ്പോൾ, അവളുടെ കണ്ണുകളിൽ നിങ്ങളെപ്പറ്റി വാനോളം ഉയർന്ന ബഹുമാനവും, അവളുടെ ഉള്ളിൽ അലയടിക്കുന്ന സന്തോഷാധിക്യവും നിങ്ങൾക്ക് വായിച്ചെടുക്കുവാൻ ആകും. ഹോട്ടലിൽ നിങ്ങളെ രണ്ടുപേരെയും അറിയുന്ന ആരെങ്കിലും കണ്ടു എന്നിരിക്കട്ടെ, പിന്നെ അവൾ കുറെ നാളുകളിലേക്ക് ആഹ്ലാദത്തിമിർപ്പിലായിരിക്കും. പകരം ആദ്യം പറയാൻ കരുതിയപോലെ അതൊരു പൊട്ട പടമാണ് എന്ന് പറയുകയോ ഭാര്യ പറഞ്ഞത് ഗൗനിക്കാതെ പത്രം വായനയോ, ടി.വി. കാണലോ തുടർന്നാൽ, കുറച്ചു സമയത്തിനുള്ളിൽ പഴയ ചില വഴക്കുകൾ പുതുക്കി എടുത്ത് പുറത്തുവരികയും, ഗൃഹാന്തരീക്ഷം ശല്യപ്പെടുകയും [illegible] ചിലപ്പോൾ [illegible] ദിവസങ്ങളോളം നീണ്ടുനിൽക്കുകയും വാക്ക് തർക്കങ്ങളും വഴക്കുകളും ആയി തമ്മിൽ തമ്മിൽ അകൽച്ച സൃഷ്ടിക്കുകയും ചെയ്തേക്കും. നിങ്ങൾക്ക് മെച്ചപ്പെട്ട രീതിയിൽ കൈകാര്യം ചെയ്യാമായിരുന്ന ചെറിയ കാര്യം വഷളാക്കി സ്ഥിതി ഗുരുതരമാക്കിയതിന് നിങ്ങൾ മാത്രമായിരിക്കും ഉത്തരവാദി. പക്ഷേ നിങ്ങൾ ഉത്തരവാദിത്വം ഭാര്യയുടെ തലയിൽ കെട്ടിവയ്ക്കാൻ ആണ് മിക്കവാറും ശ്രമിക്കുക.

ഇത്തരം സാഹചര്യങ്ങൾ സൃഷ്ടിക്കുന്നത് ആരോഗ്യപരമായ ദാമ്പത്യജീവിതത്തിന് ചേർന്നതല്ല. ഇത്തരം സാഹചര്യങ്ങൾ സൃഷ്ടിക്കപ്പെടുന്നതിലൂടെ ദമ്പതികൾ തമ്മിൽ അകൽച്ച ഉണ്ടാവുകയും അത് വളരുകയും ചെയ്തേക്കും. പലപ്പോഴും നിങ്ങളുടെ ഭാര്യ നിങ്ങളെ സ്നേഹമില്ലാത്തവൻ എന്നോ കലാഭിരുചി ഇല്ലാത്തവൻ എന്നോ വീട്ടിലും പുറത്തും അവളെ താഴ്ത്തിക്കെട്ടാൻ

ശ്രമിക്കുന്നയാൾ എന്നോ ഒക്കെ ധരിച്ചേക്കാം. ആദ്യം പറഞ്ഞ പോലെ പുറത്തു പോയി കുറച്ചു സമയം നിങ്ങളുടെ കൂടെ ചെലവഴിക്കാനുള്ള അവളുടെ ആഗ്രഹം മനസ്സിലാക്കി പ്രവർത്തിക്കുകയോ അഥവാ പുറത്തു പോകാൻ പറ്റാത്ത അവസ്ഥയാണെങ്കിൽ വേറെ ഒരു ദിവസത്തേക്ക് നീട്ടി വയ്ക്കുകയും അവളെ സന്തോഷിപ്പിക്കുവാൻ മറ്റെന്തെങ്കിലും മാർഗങ്ങൾ സ്വീകരിക്കുകയും ചെയ്തിരുന്നുവെങ്കിൽ കാര്യങ്ങൾ വഷളാക്കാതെ നോക്കാമായിരുന്നു. കാര്യങ്ങൾ വഷളാകുവാൻ തുടങ്ങുമ്പോൾ തന്നെ അത് മനസ്സിലാക്കി പരിഹാരമാർഗ്ഗങ്ങൾ സ്വീകരിച്ചാൽ അത് ദാമ്പത്യബന്ധത്തിന് ആശ്വാസകരമായ നടപടി ആകും. അതായത് സംഗതികൾ കുഴഞ്ഞുമറിഞ്ഞു കൈവിട്ടു പോകുന്ന അവസ്ഥ ഒഴിവാക്കുവാൻ ആകും എന്ന്.

സാധാരണയായി ദമ്പതികൾക്കിടയിൽ ഉണ്ടാകാറുള്ള മിക്ക വഴക്കുകളും ആവർത്തിച്ചുകൊണ്ടിരിക്കുന്ന തെറ്റുകൾ മൂലമുണ്ടാകുന്നവ ആയിരിക്കും. അതായത് പഴയ എന്തെങ്കിലും പരാതികളോ നിർത്തിവെച്ച വഴക്കുകളോ വീണ്ടും പൊടിതട്ടി പുറത്തെടുക്കുവാൻ ശ്രമിക്കുകയും കൂട്ടത്തിൽ 'നിങ്ങൾ അല്ലെങ്കിൽ നീ മുമ്പൊന്നും ഇങ്ങനെ ആയിരുന്നില്ലല്ലോ' എന്ന ആക്ഷേപം കൂടി തട്ടി വിടുകയും ചെയ്യും. പക്ഷേ ദാമ്പത്യജീവിതത്തിലെ ആദ്യനാളുകളിലെ ഊഷ്മളത തിരിച്ചു കൊണ്ടുവരിക എന്നത് പല കാരണങ്ങൾ കൊണ്ടും അസാധ്യമായ ഒരു കാര്യമാണെന്ന് അവർ മനസ്സിലാക്കുന്നില്ല. ഇപ്പോഴത്തെ ചുറ്റുപാടുകൾക്കും സാഹചര്യങ്ങൾക്കും മറ്റു കാര്യങ്ങൾക്കും അനുസൃതമായി പഴയ കാര്യങ്ങൾ, കഴിഞ്ഞ കാലം എന്ന തരത്തിൽ പരിഗണിച്ച് ജീവിക്കാൻ ശ്രമിക്കണം. അതിനു കഴിഞ്ഞാൽ ഏതു പരീക്ഷണഘട്ടത്തേയും അഭിമുഖീകരിച്ച് ദാമ്പത്യം വിജയകരമാക്കുവാനുള്ള പുതിയ പാഠങ്ങൾ പഠിച്ചു എന്ന്

സ്വയം ഉറപ്പിക്കാനും, നിലവിലുള്ള അവസ്ഥ ആസ്വദിക്കുന്നതിനോടൊപ്പം കഴിഞ്ഞ കാലങ്ങളിലെ മനോഹരമായ ദിനരാത്രങ്ങളെ ഓർക്കുവാനും അതിനനുസരിച്ച് ബന്ധം മെച്ചപ്പെടുത്താനും ആകും.

ദമ്പതികൾ തമ്മിലുള്ള പല വഴക്കുകളിലും കാണപ്പെടുന്ന ഒരു സവിശേഷത എന്നത്, മിക്കപ്പോഴും പുറത്തേക്ക് പറയുന്ന കാര്യങ്ങൾ, വളരെ അപൂർവ്വമായി മാത്രമേ അസന്തുഷ്ടിയുടെ യഥാർത്ഥ കേന്ദ്രബിന്ദു ആകാറുള്ളൂ എന്ന സ്വഭാവവിശേഷമാണ്. ചിലപ്പോൾ അത് ലൈംഗിക ബന്ധങ്ങളിൽ ഉള്ള അസംതൃപ്തി മൂലം ആയിരിക്കും. പക്ഷേ നമ്മുടെ സമൂഹത്തിൽ അത്തരം കാര്യങ്ങൾ പുറത്തു പറയുവാനോ സമ്മതിക്കുവാനോ ആരും തയ്യാറാവുകയില്ല. ചിലപ്പോൾ അത് കുഞ്ഞുങ്ങളില്ലാത്തതിന്റെ വിഷമം മൂലമാകാം. അതെന്തായാലും ദമ്പതികൾ തമ്മിൽ ഉണ്ടാകാറുള്ള വഴക്കുകളിൽ കാണാറുള്ള ഏതാനും പ്രത്യേകതകൾ കൂടി പറയാം. അതിൽ പ്രധാനമായത് അവ്യക്തമായ ആരോപണ പ്രത്യാരോപണങ്ങളാണ്. ദമ്പതികൾ തമ്മിൽ ഉണ്ടാകാറുള്ള മിക്ക വഴക്കുകളുടേയും പ്രധാന കാരണം ഭർത്താക്കന്മാരോട് ഒപ്പം കൂടുതൽ സമയം ചെലവഴിക്കാനും അവരുടെ ശ്രദ്ധ കൂടുതൽ നേടുവാനും ഉള്ള എല്ലാ ഭാര്യമാരുടെയും പൊതുവായുള്ള ആഗ്രഹമായിരിക്കും. പക്ഷേ ഈ ആഗ്രഹങ്ങൾ അവ്യക്തമായി സൂചിപ്പിക്കപ്പെടുമ്പോൾ അത് പലപ്പോഴും ചെറിയ തോതിലെങ്കിലും പ്രകോപനപരമായ രീതിയിൽ ആവുകയോ അല്ലെങ്കിൽ ഭർത്താവിന് അങ്ങനെ തോന്നുകയോ ചെയ്തേക്കാം. അത് പലപ്പോഴും അലോസരമുണ്ടാക്കുന്ന കാണാപ്പുറങ്ങൾ അഥവാ എഴുതാപ്പുറങ്ങൾ സൃഷ്ടിക്കുകയോ വായിച്ചെടുക്കുകയോ ചെയ്യുവാൻ ഇടയാക്കി എന്നു വരും. ഉദാഹരണത്തിന് ഭാര്യ

'നിങ്ങൾക്കെന്താ എന്നെയും കൂട്ടി പുറത്തുപോകാൻ ഇത്ര മടി?' എന്ന് ചോദിക്കുന്നതിനു പകരം 'അടുത്ത ഞായറാഴ്ച ബീച്ചിൽ പോയാലോ?' എന്ന് നിർദ്ദേശാത്മകമായി ചോദിച്ചാൽ അത് ആദ്യത്തെ പോലെ നിഷേധാത്മകവും പ്രകോപനപരവുമായ ആയ ചോദ്യത്തിനു പകരം മാതൃകാപരമായ നിർദ്ദേശം ആയതിനാൽ ഭർത്താവ് പ്രകോപിതനാവുകയില്ല. അതായത് ദമ്പതികൾ തങ്ങളുടെ പരാതികൾ രസക്കേട് ഉണ്ടാകുന്ന വിധത്തിൽ പുറത്തെടുക്കുന്നതിനുപകരം പ്രേരണാത്മകമായ രീതിയിൽ നിർദ്ദേശപരമായി അവതരിപ്പിക്കുകയാണെങ്കിൽ അത് കൂടുതൽ ഫലപ്രദമാകും.

പലപ്പോഴും ദമ്പതികൾ തമ്മിലുള്ള വഴക്കുകൾ ഒരാൾ പറയുന്നത് കേൾക്കുവാനോ ഗ്രഹിക്കുവാനോ മറ്റേയാൾ കാണിക്കുന്ന താൽപര്യക്കുറവിൽ നിന്നും ഉണ്ടാകുന്നതാണ്. ആശയവിനിമയത്തിലെ ആദ്യാക്ഷരം എന്ന് പറയുന്നത് മറ്റേയാൾ പറയുന്നത് കേൾക്കുവാനും മനസ്സിലാക്കുവാനും ശ്രമിക്കുകയാണല്ലോ. പങ്കാളി പറയുന്നത് കേൾക്കുകയും, മനസ്സിലാക്കുവാൻ ശ്രമിക്കുകയും ചെയ്യുന്നതിലൂടെ അയാളുടെ അല്ലെങ്കിൽ അവളുടെ ബഹുമാനവും വിശ്വാസവും നേടുവാൻ എളുപ്പമാണ്. ഭാര്യാഭർത്താക്കന്മാർ തമ്മിലുള്ള വഴക്കുകളെപ്പറ്റി മനശാസ്ത്രജ്ഞന്മാർ പറയുന്നത്, "വഴക്കുകൾ എങ്ങനെ എവിടെ നിർത്തണം" എന്ന് അറിയുകയാണ് പ്രശ്നങ്ങളെ അതിജീവിച്ച് ദാമ്പത്യജീവിതം വിജയകരമാക്കി മുന്നോട്ടുകൊണ്ടുപോകുവാനുള്ള എളുപ്പവഴി എന്നാണ്. ഉദാഹരണത്തിന് നിങ്ങൾ വിവാഹം കഴിച്ച പെൺകുട്ടി സാരി ഉടുക്കാൻ ഇഷ്ടപ്പെടാത്തവളും, നിങ്ങളും, വീട്ടുകാരും സാരി ഇഷ്ടപ്പെടുന്നവരും ആണെങ്കിൽ, നിങ്ങൾക്ക് അവളോട് 'നിനക്ക് ചുരിദാർ ചേരില്ല' എന്നോ 'സാരി ഉടുക്കാൻ എന്താ

ഇത്ര മടി' എന്നോ പറയുന്നതിനു പകരം, 'ആ പിങ്ക് സാരിയുടുത്ത് ഒരു സെൽഫി എടുത്തു വാട്സാപ്പിലെ പ്രൊഫൈൽ ഫോട്ടോ ആക്കിയാൽ നല്ല ചേലായിരിക്കും' എന്നു പറഞ്ഞാൽ പ്രതികരണം തികച്ചും വ്യത്യസ്തമായിരിക്കും. നേരെമറിച്ച് സാരി ഉടുക്കാൻ നിർബന്ധിച്ചാൽ അത് ദാമ്പത്യബന്ധത്തെ പ്രതികൂലമായി ബാധിക്കുന്ന രീതിയിൽ ഉള്ള പ്രശ്നങ്ങൾക്ക് തുടക്കം കുറിക്കാനുള്ള സാധ്യത മനസ്സിലാക്കിയാൽ പകുതി ശരിയായി എന്നു കരുതാം. അഥവാ ചുരിദാറോ മറ്റോ ധരിക്കുന്നതിലുള്ള നിങ്ങളുടെ വിരോധം പ്രകടമാക്കിയാൽ പോലും അത് വഴക്കായി കത്തിക്കയറുവാൻ അനുവദിക്കാതെ പെട്ടെന്ന് 'ഞാനത് നിന്നെ ശുണ്ഠി പിടിപ്പിക്കാൻ ചുമ്മാ പറഞ്ഞതാ' എന്ന് പറഞ്ഞു തണുപ്പിക്കാനാകും.

ദാമ്പത്യജീവിതത്തിലെ മിക്ക വഴക്കുകളും കലഹങ്ങളും ഒരു പരിഹാര മാർഗത്തിലേക്ക് എത്തിച്ചേരാറില്ല എന്നതാണ് വാസ്തവം. മിക്കപ്പോഴും ദമ്പതികൾ വാക്കുതർക്കങ്ങൾ പെട്ടെന്ന് നിർത്തുകയോ അല്ലെങ്കിൽ ഏകപക്ഷീയമായ തീരുമാനങ്ങളിലേക്ക് എത്തിച്ചേരുകയോ ചെയ്യും. അതായത് പറയുക, കേൾക്കുക എന്ന പ്രക്രിയയിലൂടെ മറ്റേയാളുടെ വീക്ഷണം മനസ്സിലാക്കി അഡ്ജസ്റ്റ്മെൻറിന് ശ്രമിക്കാതെ, അത്തരം ഘട്ടങ്ങളിൽ ദമ്പതികളിലൊരാൾ ബന്ധം നിലനിർത്തേണ്ടത് തന്റെ മാത്രം ബാധ്യതയായിട്ടാണ് മറ്റേയാൾ കരുതുന്നത് എന്നോ അല്ലെങ്കിൽ മറ്റേയാൾ തീരുമാനങ്ങൾ തന്റെ മേൽ അടിച്ചേൽപ്പിക്കുകയാണ് എന്നോ ധരിക്കും. അങ്ങനെ വന്നാൽ മുമ്പ് നിർത്തിവെച്ച വാക്തർക്കങ്ങൾ അല്ലെങ്കിൽ വഴക്കുകൾ മറ്റൊരു രൂപത്തിൽ പുനർജനിക്കും, കാരണം ആദ്യത്തേത് അന്തിമമായി പരിഹരിക്കപ്പെട്ടിട്ടില്ല എന്നതുതന്നെ.

ചില അഭിപ്രായവ്യത്യാസങ്ങൾ പരസ്പരധാരണയ്ക്കും വിട്ടുവീഴ്ചയ്ക്കും തുടർന്ന് ഒരു ഒത്തുതീർപ്പിനും വഴങ്ങുന്നവ ആയിരിക്കുകയില്ല. അത്തരം പരിസ്ഥിതികളിൽ രണ്ടുപേരും പ്രശ്നപരിഹാരത്തിന് ഉപയോഗപ്രദമാകും എന്ന് സ്വയം കരുതുന്ന ചില നിർദ്ദേശങ്ങൾ, അവ അസാധാരണവും അപ്രസക്തവുമാണെന്ന് തോന്നിയാൽ പോലും, ഒരു കുറിപ്പിലൂടേയോ വാട്സാപ്പ് മെസ്സേജിലൂടെയോ മറ്റേയാൾക്ക് അയയ്ക്കുകയും അതിൽ എന്തെല്ലാം മറുഭാഗം അംഗീകരിക്കുന്നു എന്ന് അറിയുവാനും നിർദ്ദേശിക്കുക. അങ്ങനെ സന്ദേശങ്ങൾ കൈമാറി ഒരു പരസ്പരധാരണയിൽ എത്തുവാൻ ഒരു ആത്മാർത്ഥ ശ്രമം നടത്തുക. ശാന്തമായി രണ്ടുപേർക്കും നേരിട്ടോ ഫോണിലൂടെയോ സംസാരിക്കാൻ പറ്റിയാൽ അതും നല്ലതാണ്. രണ്ടുപേരുടെയും 'ഞാനെന്ന ഭാവം' അല്ലെങ്കിൽ 'മറ്റേയാൾക്ക് ജാട ഒഴിവാക്കി ആദ്യം എന്തുകൊണ്ട് സംസാരിച്ചുകൂടാ' എന്ന വിചാരം ആയിരിക്കും, പലപ്പോഴും പല ബന്ധങ്ങളെയും ഉലയ്ക്കുന്നതും വിള്ളൽ സൃഷ്ടിക്കുന്നതും. എന്നാൽ പരസ്പരം ആശയവിനിമയത്തിനുള്ള ഒരു മാതൃകാ ക്രമം അല്ലെങ്കിൽ പ്ലാറ്റ്ഫോം ഒരുക്കുവാൻ സാധിച്ചാൽ പരസ്പരം തർക്കങ്ങൾ ഒത്തുതീർപ്പിലെത്തിക്കാനും, തമ്മിൽത്തമ്മിൽ വീണ്ടും സ്നേഹ നിശ്വാസങ്ങൾ കൈമാറുവാനും എളുപ്പമാകും.

മുമ്പൊക്കെ ഇന്ത്യൻ സമൂഹത്തിൽ, ദമ്പതികളെക്കുറിച്ച് മുൻകൂട്ടി തയ്യാറാക്കിയ സ്ഥിരം നിയതരൂപം (ഫോർമുല) ഉണ്ടായിരുന്നു. നമ്മുടെ കേരളത്തിലും അത് ചില ഏറ്റക്കുറച്ചിലുകളോടെ നിലനിന്നിരുന്നു. അതുപ്രകാരം ഭർത്താവിനെ സമ്പന്നനും ശക്തിമാനും ആക്കുവാൻ ഭാര്യ ത്യാഗങ്ങൾ സഹിക്കുകയും പലതും ത്യജിക്കുകയും വേണമായിരുന്നു. ആ നിയതരൂപപ്രകാരം മുഖ്യമായി നവവധു, അവളുടെ വീട്ടിൽനിന്ന് പണവും സ്വർണവും

കൂടാതെ വീട്ടുസാധനങ്ങൾ, കാർ മുതലായയവ സ്ത്രീധനമായോ സമ്മാനമായോ കൊണ്ടു വരണം. അല്ലെങ്കിൽ അവളുടെ കുടുംബവീട് അവളുടെ പേരിലേക്ക് മാറ്റുകയോ വേറെ വീട് നിർമ്മിച്ചു നൽകുകയോ ചെയ്യണം. ചില അതിസമർത്ഥന്മാർ അവളുടെ വീട്ടിൽനിന്നും കിട്ടാവുന്നത്ര എങ്ങനെയെങ്കിലും വെട്ടിപ്പിടിക്കാൻ ശ്രമിക്കും. അക്കാര്യത്തിൽ ഭാര്യയും ഭർത്താവിനോടൊപ്പം നിലകൊള്ളണം. ഭർത്താവ് ഭാര്യയുടെയും കുട്ടികളുടെയും ചെലവുകളും മറ്റുകാര്യങ്ങളും നോക്കിക്കൊള്ളും (അവസാന അദ്ധ്യായത്തിലെ ദുഷ്ടപുത്രൻ അതിനൊരു അപവാദമാണ്. അയാൾ സ്വന്തം ചിലവുകൾക്കും ഭാര്യയുടെ ചിലവുകൾക്കും കുട്ടികളുടെ പഠിത്തത്തിനും എല്ലാം ഭാര്യാവീട്ടുകാരെയാണ് ബുദ്ധിമുട്ടിച്ചിരുന്നത്). വീട്ടിലെ പാചകം, അലക്കൽ, വൃത്തിയാക്കൽ, കുട്ടികളെ നോക്കൽ തുടങ്ങി നൂറുകൂട്ടം കാര്യങ്ങൾ ഭാര്യയുടെ ഉത്തരവാദിത്വമാണ്. കൂടാതെ അവൾ അയാൾക്കുവേണ്ടി തന്റെ വ്യക്തിപരമായ ആഗ്രഹങ്ങൾ, അഭിരുചികൾ, ജീവിതചര്യകൾ തുടങ്ങി പലതും ത്യജിക്കണം. ഭാര്യയും ജോലിക്കു പോകുന്നുവെങ്കിൽ അവളുടെ കാര്യങ്ങൾ നേരത്തെ പറഞ്ഞതിലും ദയനീയമാണ്. എങ്ങിനെയെങ്കിലും അതികാലത്ത് എഴുന്നേറ്റ് കുട്ടികൾക്കും ഭർത്താവിനും ഭക്ഷണം ഒരുക്കണം. കുട്ടികൾക്ക് ഉച്ചയ്ക്കുള്ള ഭക്ഷണം ടിഫിനിൽ ആക്കി അവരെ സ്കൂളിലേക്ക് വിടാൻ ഒരുക്കണം. ജോലിസ്ഥലത്ത് എങ്ങനെയെങ്കിലും അധികം വൈകാതെ എത്തണം. വൈകിട്ടു വന്ന് അർദ്ധരാത്രിവരെ വീട്ടുജോലികൾ ചെയ്യണം. ഭർത്താവാകട്ടെ, ഭക്ഷണം കഴിച്ച പാത്രം കഴുകുവാനോ അടിയുടുപ്പു പോലും അലക്കുവാനോ ഉള്ള സന്മനസ്സും കാണിക്കില്ല.

കഴിഞ്ഞ രണ്ടുമൂന്നു ദശകങ്ങളായി ഇത്തരം അവസ്ഥകളിൽ കുറച്ചൊക്കെ മാറ്റം വന്നു തുടങ്ങിയിട്ടുണ്ട്.

ഇന്ന് പല പുരുഷന്മാരും വീട്ടുജോലികളിൽ ചെറിയ ഒരു പങ്ക് ഏറ്റെടുക്കാൻ തയ്യാറാകുന്നുണ്ട്. അതിനു പ്രധാന കാരണം സ്ത്രീ സമത്വ മുന്നേറ്റങ്ങളും മാധ്യമങ്ങളും മറ്റും നടത്തുന്ന ബോധവൽക്കരണങ്ങളുമാണ്. അടുത്തകാലത്ത് ചില രാഷ്ട്രീയ പാർട്ടികൾ സ്ത്രീകൾക്ക് വീട്ടുജോലികൾ ചെയ്യുന്നതിന് ചെറിയ ഒരു അലവൻസ് നൽകേണ്ട ആവശ്യത്തെക്കുറിച്ച് സംസാരിച്ചു തുടങ്ങിയിട്ടുണ്ട് എന്നത് സ്വാഗതാർഹമാണ്. ചില സ്ഥിതി വിവരക്കണക്കുകൾ പ്രകാരം, സ്ത്രീകൾ സ്വന്തം വീട്ടിലെ ജോലികൾക്ക് മാത്രമായി ആഴ്ചയിൽ 25 മണിക്കൂറെങ്കിലും ചിലവഴിക്കുന്നുണ്ട്. എന്നാൽ പുരുഷന്മാർ അതിനായി ഏതാണ്ട് രണ്ടു മണിക്കൂർ സമയം മാത്രമേ ചെലവഴിക്കുന്നുള്ളൂ. അത് അധികവും തന്റേയും കുട്ടികളുടെയും വസ്ത്രങ്ങൾ ഇസ്തിരി ഇടുന്നതിനും, മാർക്കറ്റിൽ നിന്നും മീൻ വാങ്ങുന്നതിനും, വീട്ടിലേയും മറ്റും കാറടക്കമുള്ള ചില സാധനങ്ങളുടെ പൊടി തട്ടുവാനും മാത്രമാണ്. സ്വാഭാവികമായും അത്തരം പരിതസ്ഥിതിയിൽ പല ഭാര്യമാരുടെയും നീരസം പതഞ്ഞുപൊങ്ങി, അമർഷമായി അണപൊട്ടിയൊഴുകിയാൽ അവളെ കുറ്റം പറയുക വയ്യ. അവളുടെ അത്തരം വികാരപ്രകടനങ്ങളെ ഭർത്താവ് അതിരുകടന്ന് പ്രതിരോധിച്ചാൽ വഴക്ക് മൂർച്ഛിച്ച് കലഹമാവുകയും തുടർന്ന് വിട്ടുനിൽക്കലിലേക്കും വേർപിരിയലിലേക്കും ഒക്കെ എത്തിച്ചേർന്നാൽ അതിന് ആരെ കുറ്റം പറയുമെന്നത്, ചിന്തിക്കേണ്ട കാര്യമാണ്.

വിവാഹജീവിതത്തിൽ നിലനിർത്തേണ്ട സംതുലനാവസ്ഥ പാലിക്കുവാൻ ദമ്പതികൾ പരസ്പരം സ്വീകരിക്കുകയും സമർപ്പിക്കുകയും ചെയ്യുക എന്ന പ്രക്രിയ പൂർണ്ണമായും പാലിക്കുക എന്നതും പരസ്പരം സഹായിക്കാൻ സന്നദ്ധമായിരിക്കുക എന്നതും നിർബന്ധമാണ്.

അത്തരമൊരു മനഃസ്ഥിതി രണ്ടുപേരും ഉണ്ടാക്കിയെടുക്കുക എന്നതാണ് ദമ്പതികൾ തമ്മിലുള്ള വഴക്കുകൾ ഒഴിവാക്കുന്നതിനുള്ള ആദ്യപടി . പാത്രം കഴുകൽ ആണെങ്കിലും കുട്ടികളെ പരിപാലിക്കൽ ആണെങ്കിലും രണ്ടുപേരും കഴിയുന്നത്ര ഭാരങ്ങളും ഉത്തരവാദിത്വങ്ങളും ഏറ്റെടുക്കുവാൻ സ്വയം തയ്യാറാവണം. അങ്ങനെ സന്തോഷങ്ങളും സങ്കടങ്ങളും പങ്കുവെച്ച് ജീവിതനൌകയെ മുന്നോട്ടു കൊണ്ടുപോകണം.

നമ്മുടെ നാട്ടിൽ പഴയ കാലം മുതലേ നിലനിന്നിരുന്ന ഒരു അബദ്ധധാരണയാണ്, സ്നേഹം എന്ന പ്രേരണകൊണ്ട് ഒരാളുടെ ദുഃസ്വഭാവങ്ങൾ അടക്കമുള്ള സ്വഭാവവിശേഷങ്ങൾ മാറ്റിയെടുക്കാം എന്ന്. അതായത് പുരുഷന്റെ പുകവലി, മദ്യപാനം തുടങ്ങിയ ദുഃസ്വഭാവങ്ങൾ ഭാര്യയുടെ സ്നേഹം കൊണ്ട് വ്യത്യാസപ്പെടുത്തിയെടുക്കാൻ അല്ലെങ്കിൽ [illegible] പറ്റും എന്നത് [illegible] അല്ലെങ്കിൽ എല്ലായ്പ്പോഴും അത് 'സ്ത്രീകൾ എല്ലാം സഹിക്കുക' എന്ന ചെറുവരികളിൽ ഊന്നി ആയിരിക്കും ഈ ധാരണ നിലകൊള്ളുന്നത്. ഭർത്താക്കന്മാർ അല്ലെങ്കിൽ പുരുഷന്മാർ രക്ഷകരും ശ്രേഷ്ഠരും ആയിട്ടും സ്ത്രീകൾ അല്ലെങ്കിൽ ഭാര്യമാർ സഹനശക്തിയുടെ പുതിയ പര്യായങ്ങൾ ആയിട്ടും നിലകൊള്ളുക എന്ന് സാരം. ഇന്ന് ഈ സ്ഥിതിക്ക് കുറച്ചൊക്കെ മാറ്റങ്ങൾ വന്നിട്ടുണ്ടെങ്കിലും അതിന് ആശാവഹമായ പുരോഗതി കൈവന്നിട്ടില്ല. ദാമ്പത്യജീവിതത്തിലെ നീരസങ്ങളുടെ തുടക്കം പലപ്പോഴും ഒരാൾ മറ്റൊരാളുടെ രീതികളിലും സ്വഭാവവിശേഷങ്ങളിലും ചെറിയ ചെറിയ തിരുത്തലുകൾ നടത്താൻ ശ്രമിക്കുമ്പോഴാണ്. നിങ്ങൾക്ക് നിങ്ങളുടെ പങ്കാളിയുടെ രീതികൾ മാറ്റിയെടുക്കാനുള്ള വൃഥാശ്രമങ്ങൾ അവസാനിപ്പിക്കാനുള്ള മനഃസ്ഥിതി ഉണ്ടായാൽ ബന്ധം

മെച്ചപ്പെടുത്താനുള്ള ഒരു തുടക്കം കുറിച്ചു എന്ന് കരുതാം.

വിവാഹജീവിതത്തിലെ പ്രശ്നങ്ങൾക്ക് പൊതുവേ ചൂണ്ടിക്കാണിക്കപ്പെടുന്ന മറ്റൊരു കാരണമാണ് പരസ്പരമുള്ള പഴിചാരൽ. ഏതുകാര്യവും ഉദ്ദേശിച്ച പോലെ അല്ലെങ്കിൽ പ്രതീക്ഷിച്ചപോലെ നടക്കാതെ വന്നാൽ അതിന് എളുപ്പത്തിൽ പഴിചാരുവാൻ പറ്റിയ ആളെ കണ്ടെത്തുക എന്നത് മനുഷ്യന്റെ നൈസർഗികമായ ഒരു സ്വഭാവമാണല്ലോ. വീട്ടിൽ അത് എപ്പോഴും നിങ്ങളുടെ ജീവിതപങ്കാളി തന്നെയായിരിക്കും. ഇക്കാര്യത്തിൽ മിക്കപ്പോഴും ഇരകളാകുന്നത് ഭാര്യമാർ തന്നെയായിരിക്കും. കാരണം പലരും താലികെട്ടി കൂട്ടിക്കൊണ്ടുവരുന്നത് ഒരു ബലിയാടിനെ കൂടിയാണല്ലോ. അതെന്തായാലും വഴക്കിടുന്ന ദമ്പതികൾ ഒന്ന് ഓർത്തിരിക്കണം. നിങ്ങൾക്ക് നിങ്ങളുടെ പങ്കാളിയെ തോൽപ്പിക്കാൻ അവളെ അല്ലെങ്കിൽ അയാളെ ഒഴിവാക്കുകയല്ലാതെ (ചിലർക്കത് വേർപിരിയലാവാം, മറ്റു ചിലർക്ക് ആ ശല്യം എങ്ങനെയെങ്കിലും തീർക്കുക എന്നതുമാകാം) വേറെ മാർഗ്ഗമില്ലെന്ന്. പക്ഷേ അപ്പോഴും ഒരാൾ മാത്രമല്ല തോൽക്കുന്നത്, രണ്ടുപേരും മക്കളുമടങ്ങുന്ന കുടുംബമാണ്. അപ്പോൾ പ്രശ്നങ്ങൾ ഒത്തുതീർപ്പാക്കി രണ്ടുപേരും ജയിച്ചതായി അനുമാനിക്കുകയല്ലേ അതിലും നല്ലത്? അല്ലെങ്കിൽ ബന്ധം വേർപെടുത്തുകയോ, അവസാന അധ്യായത്തിലെ ദുഷ്ട പിതാവ് ചെയ്തത് പോലെ ഈ ലോകത്തുനിന്ന് തന്നെ യാത്രയാക്കുകയോ ആവശ്യമായി വരില്ലേ? വേർപിരിയൽ ആയാലും മേൽപ്പറഞ്ഞ പോലെ യാത്രയാക്കൽ ആയാലും അതൊക്കെ ഏറ്റവുമധികം ബാധിക്കുക നിങ്ങളുടെ മക്കളെ ആയിരിക്കും. അപ്പോൾ രണ്ടുപേരും തോൽക്കുന്നതിനോടൊപ്പം നിങ്ങളുടെ കുട്ടികളുടെ ജീവിതം കൂടി നാശകോശമാക്കുന്നതിനേക്കാൾ ഭേദം, പ്രശ്നങ്ങൾ രമ്യമായി പരിഹരിച്ച്, രണ്ടുപേരുംകൂടി

ജയിക്കാൻ അഥവാ ഒന്നിച്ച് ജീവിക്കുവാൻ തന്നെ തീരുമാനിക്കുന്നതല്ലേ നല്ലത്? നിങ്ങൾ രണ്ടുപേരും മാത്രമാണ് അത് തീരുമാനിക്കേണ്ടത്.

ദാമ്പത്യബന്ധം ശക്തിമാക്കുവാൻ സഹായകരമാകുന്ന ഏറ്റവും നല്ല ഒരു കാര്യം; രണ്ടുപേർക്കും താല്പര്യമുള്ള ഒരു വീഥി അല്ലെങ്കിൽ രംഗം കണ്ടെത്തുകയാണ്. സാമൂഹ്യസേവനം അല്ലെങ്കിൽ രണ്ടുപേർക്കും താല്പര്യമുള്ള ഒരു രംഗം എന്നിവ അതിൽപെടും. രണ്ടുപേർക്കും താല്പര്യമുള്ള ഒരു രംഗം എന്ന് പറയുമ്പോൾ ഒരു ദീർഘദൂര ട്രെയിൻ യാത്ര ഓർമ്മ വരുന്നു. ഒരു എ.സി. സ്ലീപ്പർ കോച്ചിൽ ഈ ഗ്രന്ഥകാരൻ യാത്ര ചെയ്യുന്ന സ്ലീപ്പറിന് എതിർവശത്തായി, വഴിയിലെ ഒരു ജംഗ്ഷനിൽ നിന്നും വൈകുന്നേരത്തോടെ കയറിയ ഏതാണ്ട് മദ്ധ്യവയസ്സുള്ള ദമ്പതികൾ സ്ഥലം പിടിച്ചു. കുറച്ചധികം ലഗ്ഗേജുകളും കൂട്ടിയുണ്ടായിരുന്നു. ട്രെയിൻ സ്റ്റേഷൻ വിട്ടതോടെ രണ്ടുപേരും ലഗ്ഗേജുകൾ തുറന്ന് ഭക്ഷണപ്പൊതികൾ എടുത്ത് ലഘുഭക്ഷണങ്ങൾ കഴിക്കുവാൻ തുടങ്ങി. ഒരു പൊതി കഴിച്ച് അതിനെപ്പറ്റി പരസ്പരം ചില അഭിപ്രായങ്ങൾ പറഞ്ഞശേഷം, വേറെ ഒരു പാക്കറ്റ് തുറക്കും. രണ്ടുപേരും ഇടയ്ക്കിടയ്ക്ക് ഫോൺചെയ്ത്, ആ ഭക്ഷണം തയ്യാറാക്കിയ ബന്ധുക്കളോട് ആണെന്ന് തോന്നുന്നു, അതിന്റെ സ്വാദിനെ പറ്റിയും അത് ഉണ്ടാക്കുന്നതിനെ പറ്റിയും മറ്റും സംസാരിക്കും, കൂടാതെ, അവർ തമ്മിലും ഇതിനെപ്പറ്റി ഒക്കെ സംസാരിക്കും. ഈ ഭക്ഷണ പരിപാടി കുറേനേരം തുടർന്നുകൊണ്ടേയിരുന്നു. ഏതാണ്ട് 10 മണിക്ക് ഈ ഗ്രന്ഥകാരൻ കിടക്കുന്നതുവരെയും അവർ പല ഭക്ഷണങ്ങളും രുചിച്ച് അതിനെപ്പറ്റിയും, അതുണ്ടാക്കിയവരെപ്പറ്റിയും സംസാരിക്കുകയല്ലാതെ, മക്കളെപ്പറ്റിയോ മറ്റോ ഒന്നും സംസാരിക്കുകയുണ്ടായില്ല. നേരം വെളുക്കും മുമ്പ് വഴിയിൽ ഏതോ സ്റ്റേഷനിൽ

ഇറങ്ങിയ അവരെക്കുറിച്ച്, ഈ ഗ്രന്ഥകാരൻ മനസ്സിലാക്കിയത്; അവർക്ക് കുട്ടികളില്ല എന്നും, പക്ഷേ അതൊരു പ്രശ്നമായോ ദുഃഖമായോ കണക്കാക്കാതെ വിവിധ തരം ഭക്ഷണങ്ങൾ തയ്യാറാക്കി, അത് പല ബന്ധുക്കൾക്കും മറ്റും വിരുന്നു സൽക്കാരങ്ങൾ ഒരുക്കി അവരോടൊപ്പം ഭക്ഷണം കഴിച്ച്; ഭക്ഷണപ്രിയർ എന്ന സന്തോഷം പങ്കിട്ട് വലിയ അലോസരങ്ങൾ ഇല്ലാതെ ദാമ്പത്യജീവിതം നയിക്കുകയാണ് എന്നുമാണ്. ഇതിവിടെ പറയാൻ കാരണം ദാമ്പത്യജീവിതത്തിലെ അസ്വസ്ഥതകൾ മാറ്റാൻ ഇതുപോലെ ഏതു രംഗവും നിങ്ങൾക്ക് തിരഞ്ഞെടുക്കാം എന്ന് കാണിക്കുവാനാണ്.

അഭിപ്രായങ്ങൾ സൗമ്യമായി പ്രകടിപ്പിക്കുക അല്ലെങ്കിൽ സൂചിപ്പിക്കുക എന്നതാണ്, ദാമ്പത്യജീവിതത്തിൽ ഉണ്ടാകുന്ന താളപ്പിഴകൾ ഒഴിവാക്കുവാനുള്ള മറ്റൊരു മാർഗ്ഗം. തമ്മിൽ തമ്മിൽ ഉള്ള സംസാരങ്ങളും കൊച്ചുകൊച്ചു കിന്നാരങ്ങളും കുറയുമ്പോൾ രണ്ടുപേർക്കും പരസ്പരം മനസ്സിലാക്കുക എന്നത് ദുഷ്കരമാകും. എന്നാൽ നിർബന്ധപൂർവ്വം എന്തെങ്കിലും സംസാരിപ്പിക്കുന്നതിൽ വലിയ യുക്തിയുമില്ല. കാരണം അങ്ങനെയായാൽ പുതിയ എന്തെങ്കിലും വിഷമാവസ്ഥ നേരിടുമ്പോൾ അല്ലെങ്കിൽ പുതിയ സാഹചര്യങ്ങൾ അഭിമുഖീകരിക്കേണ്ടി വരുമ്പോൾ അവർ വീണ്ടും പഴയ താഴ്ചയിലേക്ക് തന്നെ വീഴും. ഇത്തരം സന്ദർഭങ്ങളിൽ അവൾ വിചാരിക്കും 'ഇയാൾക്ക് എന്റെ ഒരു കാര്യത്തിലും താല്പര്യം ഇല്ല' എന്ന്. മറിച്ച് അയാൾ ചിന്തിക്കും, 'ഇവൾക്ക് എല്ലാ കാര്യങ്ങളിലും വലുതാനുള്ള വികാരപ്രകടനങ്ങൾ അല്ലാതെ ഒന്നും സംസാരിക്കുവാൻ താൽപര്യമില്ല' എന്ന്. നിങ്ങളുടെ ജീവിത പങ്കാളിയുടെ മേൽ ആ വ്യക്തിയുടെ വികാരവിചാരങ്ങളെപ്പറ്റി സംസാരിക്കുവാൻ സമ്മർദ്ദം ചെലുത്തുന്നത് മുൻപും പങ്കാളിയുടെ മൗനം

മറ്റുവിധത്തിൽ വ്യാഖ്യാനിക്കുന്നതിനു മുൻപും, അത് അവരുടെ നിസ്സംഗതയായി ചിത്രീകരിക്കുന്നതിന് മുൻപും ദമ്പതികൾ ഒരുകാര്യം ഓർത്തിരിക്കണം; ചിലപ്പോൾ സംസാരഭാഷയെക്കാൾ വാചാലമാകുന്നത് ശരീരഭാഷയായിരിക്കും എന്നത്. ഇത്തരം സന്ദർഭങ്ങളിൽ ഒന്ന് പുറത്തു തടവുകയോ ആലിംഗനം ചെയ്യുന്നതോ ഒക്കെ വളരെ അത്ഭുതകരമായ ഫലങ്ങൾ ഉണ്ടാക്കും. അങ്ങനെ ചെയ്താൽ വാക്കുകൾകൊണ്ട് പ്രകടിപ്പിക്കാനാകാത്ത വിധത്തിൽ നിങ്ങൾ അവളെ സ്നേഹിക്കുന്നു എന്ന ആത്മധൈര്യം അവൾക്ക് ലഭിക്കുകയും ചെയ്യും.

ദമ്പതികൾ തമ്മിൽ ശരിയായ ആശയവിനിമയം വീണ്ടും സാദ്ധ്യമാകുന്നതോടെ അവർക്ക് മനസ്സിലാകും, കാര്യങ്ങൾ എത്രയോ വ്യത്യസ്തമായും വിപരീതമായുമാണ് തങ്ങൾ ഗ്രഹിച്ചത് എന്നത്. ഒരു കാര്യം ഒരാളെ രോഷാകുലനാക്കിയേക്കും, മറ്റൊരാളെ അത് വിഷാദത്തിലേക്കോ പരവശനാക്കുന്ന അവസ്ഥയിലേക്കോ നയിച്ചേക്കും. ഏതു കാര്യത്തിലും ശരിയായ രീതിയിലല്ലാത്ത ഒരു പ്രതികരണം തികച്ചും അനുചിതവും അബദ്ധജടിലവുമാകും, പ്രത്യേകിച്ച് ദമ്പതികൾ തമ്മിൽ ആകുമ്പോൾ. നിങ്ങളുടെ പങ്കാളിയുടെ പൊതുവായ വീക്ഷണങ്ങളെപ്പറ്റി നിങ്ങൾക്ക് ഒരു അവബോധം ഉണ്ടെങ്കിൽ ദൈനംദിന കാര്യങ്ങളിൽ സംഭവിക്കുന്ന മാറ്റങ്ങളെക്കുറിച്ചും, ഉത്തരവാദിത്വങ്ങൾ ചിലപ്പോൾ പരസ്പരം മാറ്റേണ്ടതിനെക്കുറിച്ചും മറ്റും വിശദമായ തയ്യാറെടുപ്പുകൾ നടത്തുക എളുപ്പമാകും. ഉദാഹരണത്തിന് മക്കളെ വൈകീട്ട് സ്കൂളിൽ നിന്നും കൂട്ടി വരുന്നതോ അല്ലെങ്കിൽ കാലത്ത് കൊണ്ടുവിടുന്നതോ നിങ്ങൾ ആണെങ്കിൽ, ഏതെങ്കിലും ദിവസങ്ങളിൽ വല്ല അസൌകര്യങ്ങളും നേരിട്ടാൽ അക്കാര്യം ഭാര്യയെ ഏൽപിക്കാം. എന്നാൽ അത്തരം പുതിയ കാര്യങ്ങൾ

അല്ലെങ്കിൽ ഉത്തരവാദിത്വങ്ങൾ ഒരു കൂടിയ ഭാരമായി കാണാതെ ഒരു വെല്ലുവിളിയായി സ്വീകരിച്ച് ഏറ്റെടുക്കുന്നതാണ് സുഖകരമായ ഒരു ദാമ്പത്യജീവിതത്തിന് അഭികാമ്യം. ഇത് ഭർത്താവിനും ബാധകമാണ്.

പൊതുവിൽ ദമ്പതികൾ രണ്ടുപേരും അവരവരുടെ വൈകാരികമായ കാര്യങ്ങളിൽ തീർത്തും കർക്കശമായ നിലപാട് ആണ് പലപ്പോഴും സ്വീകരിക്കുക. ഭർത്താവ് എപ്പോഴും ഓഫീസിലെയോ ജോലിസ്ഥലത്തേയോ, കച്ചവട സ്ഥാപനങ്ങളിലെയോ പലരെയും പറ്റിയുള്ള പരാതിക്കെട്ടുകൾ പതിവായി അഴിച്ചുകൊണ്ടേയിരിക്കും. ഭാര്യ പ്രത്യേകമായ ഇഷ്ടാനിഷ്ടങ്ങൾ ഒന്നുമില്ലാതെ എല്ലാം കേൾക്കുകയും ജോലികൾ ചെയ്യുകയും ചെയ്യുന്ന ഒരു വ്യക്തിയായി ജീവിക്കണം, അല്ലെങ്കിൽ അങ്ങനെയൊക്കെയായിരിക്കും അവളെ ചെറുപ്പം മുതൽ പഠിപ്പിച്ചു വന്നിരുന്നതും ഭർത്താവ് ആഗ്രഹിച്ചതും പ്രതീക്ഷിച്ചതും. ഇങ്ങനെ സ്ഥിരം റോളുകളിൽ മറ്റുള്ളവർ ജീവിക്കണമെന്ന് ആഗ്രഹിക്കുന്നതും പ്രതീക്ഷിക്കുന്നതും അപലപനീയവും അപകടകരവുമാണ്. അപകടകരമെന്ന് പറയുവാൻ കാരണം, ഇത്തരം ചിന്താഗതികൾ ദാമ്പത്യബന്ധത്തെ ആകെ താളം തെറ്റിക്കാനും, തകിടം മറിക്കാനും മാത്രമേ ഉപകരിക്കുകയുള്ളൂ എന്നതിനാലാണ്. എല്ലാം സഹിച്ച് ഉള്ളിലൊതുക്കി വീർപ്പുമുട്ടി കഴിയുന്ന പല ഭാര്യമാരും ഉണ്ടാകും; പക്ഷേ ഉള്ളിന്റെയുള്ളിൽ അവർ എപ്പോഴും അസംതൃപ്തരായിരിക്കും. അതിനുപകരം അയവുള്ള സമീപനം കൈക്കൊള്ളുന്നത് ആനന്ദകരമായ ദാമ്പത്യജീവിതത്തിന് അത്യാവശ്യമാണ്. വ്യത്യസ്തമായ കാര്യങ്ങളിൽ രണ്ടുപേർക്കും സ്വതന്ത്രമായി അഭിപ്രായം പ്രകടിപ്പിക്കുവാൻ ആവുകയും, രണ്ടുപേരുടെയും കാഴ്ചപ്പാടുകൾ, കൊടുക്കൽ സ്വീകരിക്കൽ എന്ന

സമീപനത്തോടെ ഉൾക്കൊള്ളുകയും ചെയ്യുവാൻ ആയാൽ, അല്ലെങ്കിൽ തയ്യാറായാൽ പല അല്ലറ ചില്ലറ പ്രശ്നങ്ങളും ഒഴിവാക്കാനാകും.

ആരോഗ്യപരമായ ദാമ്പത്യജീവിതത്തിൽ രണ്ടുപേരും അവസരത്തിനൊത്ത് ഒരാൾ സമാശ്വസിക്കപ്പെടേണ്ടയാളും, മറ്റേയാൾ സമാശ്വസിപ്പിക്കുന്ന വ്യക്തിയുമായി മാറ്റേണ്ടിവരും. അത് അവരുടെ ദാമ്പത്യബന്ധം കൂടുതൽ ശക്തിപ്പെടുത്തും. അത് പറയുമ്പോൾ ഒരു കാര്യം അടിവരയിട്ട് പറയേണ്ടിവരും. ദാമ്പത്യജീവിതം വിജയകരം ആകുന്നത് തമ്മിൽ തമ്മിൽ വാക്ക് തർക്കങ്ങളും വഴക്കുകളും ഇല്ലാതിരിക്കുമ്പോഴോ ഉണ്ടാകാതിരിക്കുമ്പോഴോ അല്ല; മറിച്ച് അത്തരം സന്ദർഭങ്ങൾ കൂടുതൽ ആത്മാർത്ഥതയും സ്നേഹവും കരുണയും പരസ്പരം പ്രകടിപ്പിക്കുവാനുള്ള അവസരമാക്കി മാറ്റുവാൻ കഴിയുന്നതിലൂടെയാണ്. ഇത് ആർക്കും സാധ്യവുമാണ്, ശരിക്കും ശ്രമിക്കണമെന്ന് മാത്രം. ഒരു മുട്ടൻ വഴക്കിനുശേഷം ഒരു മുത്തം കൊടുത്തു നോക്കൂ; അപ്പോൾ മനസ്സിലാകും സ്നേഹപ്രകടനങ്ങളുടെ സവിശേഷത. ഇന്നത്തെ സമൂഹ്യമാധ്യമങ്ങളുടെ നിറപ്പകിട്ടിൽ, ചില വിവാഹബന്ധങ്ങൾ എങ്കിലും തകർച്ചയുടെ പാതയിലേക്ക് എത്തിപ്പെട്ടാൽ അതിന് ആരെയും കുറ്റപ്പെടുത്തിയിട്ട് കാര്യമില്ല. എന്നാൽ ബന്ധങ്ങൾ വീണ്ടും ശരിയായ പാതയിലേക്ക് തിരിച്ചു കൊണ്ടുവരാൻ രണ്ടുപേരും ആത്മാർത്ഥമായി പരിശ്രമിച്ചാൽ തികച്ചും സാധ്യവുമാണ്. അതിന് ദമ്പതികൾ സാമൂഹ്യമാധ്യമങ്ങളിൽ ചെലവഴിക്കുന്നതിലും വളരെ കുറച്ച് സമയമേ വേണ്ടി വരികയുള്ളൂ.

നിങ്ങളുടെ ജീവിതത്തിൽ ആനന്ദവും അതിന്റെ വീര്യവും കുറഞ്ഞുവരുന്നതായോ നഷ്ടപ്പെടുന്നതായോ തോന്നിത്തുടങ്ങിയാൽ, അത് പുനഃരുദ്ധരിക്കാൻ ചില

നടപടികൾ ആവശ്യമായിവരും. ആദ്യമായി വേണ്ടത് നിങ്ങളുടെ നഗരത്തിനോ പട്ടണത്തിനോ പുറത്ത് ഏതാനും ദിവസങ്ങൾ വിട്ടുനിൽക്കാനുള്ള ഒരു യാത്രാപരിപാടി തയ്യാറാക്കി, യാദൃശ്ചികമായി വന്നുചേർന്ന പോലെ പെട്ടെന്ന് പങ്കാളിയുടെ മുന്നിൽ വയ്ക്കുക.വീട്ടിൽ നിന്നും ദിവസങ്ങൾ വിട്ടു നിൽക്കുവാൻ വിഷമം ആണെങ്കിൽ രണ്ടുപേർക്കും മാത്രമായി കുറച്ചുസമയം സൗകര്യമായി ചെലവഴിക്കുവാൻ കണ്ടെത്തുക. ഒരുനാൾ പെട്ടെന്ന് ലീവെടുത്ത് പുറത്തിറങ്ങി കുറച്ച് ഷോപ്പിംഗ് നടത്തി ഉച്ചഭക്ഷണം പുറത്തുനിന്നാക്കി മാറ്റിനിക്കു അല്ലെങ്കിൽ നൂൺഷോയ്ക്ക് കയറി വൈകിട്ട് ഒരുമിച്ചു പോയി കുട്ടികളെ സ്കൂളിൽ നിന്ന് കൂട്ടി ഒരു ഐസ്ക്രീം പാർലറിൽ കയറി ഐസ്ക്രീം കഴിച്ചു വീട്ടിൽ എത്തുക. നിങ്ങൾ നിങ്ങളുടെ പങ്കാളിയോടൊപ്പം ചെലവഴിക്കാനായി കുറച്ചു സമയം കണ്ടെത്തുന്നു എന്ന് തോന്നുന്നതോടെ പല പിണക്കങ്ങളും തൽക്കാലത്തേക്കെങ്കിലും നീങ്ങും.

എന്തെല്ലാം പിണക്കങ്ങൾ ഉണ്ടായാലും, ബുദ്ധിമുട്ടുകളും കഷ്ടപ്പാടുകളും വേദനകളും (അവസാന അധ്യായത്തിലെ ദുഷ്ടപുത്രന്റെ ക്രൂരതകളും മനുഷ്യത്വരഹിതമായ പ്രവർത്തികളും ഉദാഹരണം) വേട്ടയാടുന്ന സമയങ്ങളിൽ മിക്ക ദമ്പതികളും, അവർക്ക് അവർ രണ്ടുപേരും മാത്രമേയുള്ളൂവെന്നും, ഉള്ളിന്റെയുള്ളിൽ തങ്ങൾ എത്രത്തോളം പരസ്പരം ഇഷ്ടപ്പെടുകയും സ്നേഹിക്കുകയും ചെയ്യുന്നുണ്ടെന്നും അറിയുകയും പറയുകയും ചെയ്യും. പരസ്പരം നിഷേധാത്മകമല്ലാത്ത വികാരങ്ങൾ ഉറപ്പായും പ്രകടിപ്പിക്കുന്നതോടൊപ്പം, വ്യത്യാസങ്ങൾ അല്ലെങ്കിൽ കുറവുകൾ വളരെ കുറവും, അവഗണിക്കാവുന്നതും മാത്രമാണെന്ന് ആ സമയങ്ങളിൽ മനസ്സിലാക്കുകയും മിക്കവാറും തമ്മിൽ തമ്മിൽ

അറിയിക്കുകയും ചെയ്യും. അപ്പോൾ ആയിരിക്കും മിക്കവർക്കും മനസ്സിലാവുക, പ്രശ്നങ്ങൾ തങ്ങൾ രണ്ടു വ്യക്തികളുടെയോ, പ്രത്യേക വ്യക്തിത്വങ്ങളുടേയോ അല്ല, മറിച്ച് സാഹചര്യങ്ങളോ അല്ലെങ്കിൽ വിവാഹബന്ധത്തിൽ വിള്ളൽ ഉണ്ടാക്കുവാൻ മനഃപൂർവ്വം ശ്രമിക്കുന്ന ചില ദുഷ്ടന്മാരോ (ബന്ധുക്കളും ആകാം), സുഹൃത്തുക്കൾ എന്നു നടിക്കുന്നവരോ മറ്റുള്ളവരോ ആണെന്നത്. വഴക്കുകൾ അവരവരുടെ മറ്റു വിഷമാവസ്ഥകളിൽനിന്നും തൽക്കാലം ശ്രദ്ധ മാറ്റുവാൻ ഉപകരിക്കുമെങ്കിലും, പരസ്പരമുള്ള സ്നേഹബന്ധത്തിന്റെ മാറ്റ് കുറയ്ക്കുവാൻ ഇടയാക്കിയേക്കുമെന്നും, നല്ല ദിനങ്ങൾ അത്രകണ്ട് കുറയുമെന്നും ദമ്പതികൾ ഓർത്തിരിക്കണം. നല്ല ദിനങ്ങൾ നഷ്ടപ്പെടുന്നത് ആർക്കും ഇഷ്ടമുള്ള കാര്യമല്ലല്ലോ. അതിനാൽ ഒരു സംഘർഷമുണ്ടായി നന്മതിന്മകൾ തിരിച്ചറിയാൻ കാത്തുനിൽ[illegible] പ്രശ്നങ്ങൾ മുളയിൽതന്നെ പരിഹരിക്കുവാനാണ് ശ്രമിക്കേണ്ടത്. നല്ല ദിനങ്ങളിൽ ക്ഷമാശീലം, തുറന്ന സമീപനം, സ്വീകാര്യത, അയവുള്ള സമീപനം എന്നിവ നിങ്ങളുടെ ശാരീരികവും മാനസികവുമായ അടുപ്പം ശക്തിപ്പെടുത്തുകയും, ദിനരാത്രങ്ങളെ സന്തുഷ്ടമാക്കുകയും ചെയ്യും. മോശം ദിനങ്ങളിൽ അല്ലെങ്കിൽ പരസ്പര സമീപ്യം ആവശ്യമുള്ള ദിനങ്ങളിൽ, മേൽപ്പറഞ്ഞ ശീലങ്ങൾ ഒരു തണലായി നിങ്ങൾക്ക് രണ്ടുപേർക്കും ശക്തി നൽകുകയും ചെയ്യും.

ആരൊക്കെ എന്തെല്ലാം ഉപദേശിച്ചാലും, എത്രയൊക്കെ വായിച്ചാലും, രണ്ടു വ്യക്തിത്വത്തിന്റെ ഉടമകളായ ദമ്പതികൾ പലപ്പോഴും എന്തെങ്കിലും നിസ്സാര കാര്യങ്ങൾക്കുപോലും ക്ഷോഭിക്കുകയും, വഴക്കുണ്ടാക്കുകയും ചെയ്തെന്നിരിക്കും. അപ്പോൾ രണ്ടുപേരും അതിരുവിടാതെ കഴിയുന്നത്ര ശബ്ദം കുറച്ച് സംസാരിക്കുമെന്നും, ഒരാൾ ശബ്ദം കൂട്ടിയാൽ

മറ്റേയാൾ അക്കാര്യം സൌമ്യമായി മറ്റേയാളിന്റെ ശ്രദ്ധയിൽപെടുത്തുമെന്നും, ഒരു മുൻധാരണ ഉണ്ടാക്കണം. എപ്പോഴെങ്കിലും വഴക്കുണ്ടായാൽ, ആ വിഷയത്തിൽനിന്നും തെന്നിമാറി പഴയ കാര്യങ്ങളിലേക്ക് പോവുകയില്ലെന്ന് രണ്ടുപേരും പരസ്പരം ഉറപ്പു നൽകണം. ഒരിക്കലും പൊതുസ്ഥലങ്ങളിൽ വെച്ചും മറ്റുള്ളവരുടെ (പ്രത്യേകിച്ച് മക്കളുടെയോ മാതാപിതാക്കളുടെയോ) മുമ്പിൽവെച്ചും വാക്കുതർക്കങ്ങളിൽ ഏർപ്പെടില്ലെന്നും അഥവാ ഭിന്നാഭിപ്രായങ്ങൾ ഉണ്ടായാൽ അത് തർക്കങ്ങളിലേക്ക് എത്തിക്കാതെ നിയന്ത്രിക്കുമെന്നും തീരുമാനിക്കണം. കൂടാതെ ഒരിക്കലും പരസ്പ്രം ശാരീരികമായി ദ്രോഹിക്കില്ല എന്ന് ശപഥം ചെയ്യണം. അതുകൂടാതെ ഏറ്റവും പ്രധാനമായി പ്രതിജ്ഞ എടുക്കേണ്ടത്, എന്തെല്ലാം പ്രകോപനങ്ങൾ ഉണ്ടായാലും ഒരിക്കലും ഒരിക്കലും 'ഞാൻ ഈ ബന്ധം അവസാനിപ്പിക്കുന്നതിനെക്കുറിച്ച് ആലോചിക്കുകയാണ്' എന്ന വേദനാജനകമായ പ്രസ്താവന രണ്ടുപേരും നടത്തുകയില്ല എന്നതാണ്. വഴക്ക് തീർന്നാൽ വഴക്ക് തുടങ്ങിയ ആൾക്ക് മറ്റേയാളുടെ ചെവിയിൽ 'നമുക്ക് ഇതങ്ങ് മറന്ന് പഴയപോലെ സ്നേഹിക്കാം' എന്നുപറഞ്ഞ് ഒന്ന് ആലിംഗനം ചെയ്യാൻകൂടി പറ്റിയാൽ പ്രശ്നം പരിഹരിക്കപ്പെട്ടിരിക്കും, തീർച്ച!

ദാമ്പത്യജീവിതത്തിന്റെ പ്രശ്നങ്ങൾ സൃഷ്ടിച്ച വേദനകളിൽ കഴിയുന്നവർ മിക്കപ്പോഴും അവരവരുടെ വേറിട്ടുള്ള വീഴ്ചകൾക്കുള്ള ഉത്തരവാദിത്തം പങ്കാളിയുടെ തലയിൽ കെട്ടിവെയ്ക്കുവാനാണ് ശ്രമിക്കുക എന്ന് നേരത്തെ പറഞ്ഞുവല്ലോ. എന്നാൽ അവർ പരസ്പരം വഴക്കിടുന്നിടത്തോളം യഥാർത്ഥപ്രശ്നങ്ങൾ എന്തെന്ന് അവർക്ക് മനസ്സിലാക്കുവാൻ കഴിയുകയില്ല. അതിനാൽ തമ്മിൽ തമ്മിൽ അടുപ്പം കൂട്ടുവാനായി സമയം കണ്ടെത്തി,

സംസാരിക്കാൻ വിഷയങ്ങളുണ്ടാക്കി, ഇടയ്ക്കൊക്കെ പങ്കാളിയുടെ മടിയിൽ തലവെച്ച് കിടന്ന് ഒരുമിച്ച് കളിചിരികൾ ഉയർത്തി ആനന്ദിക്കുവാൻ അവസരം ഉണ്ടാക്കണം. അത്രയൊക്കെ ചെയ്യാൻ പറ്റിയാൽ ദാമ്പത്യജീവിതം വീണ്ടും സന്തോഷകരമാക്കുവാനുള്ള പടവുകളുടെ ആദ്യപടി കടന്നുവെന്ന് ഉറപ്പിക്കാം. എന്തെങ്കിലും തരത്തിലുള്ള പ്രതിസന്ധികൾ അഭിമുഖീകരിക്കാത്ത ഒരു വിവാഹബന്ധവും ഉണ്ടായിരിക്കുകയില്ല എന്നത് ഒരു യഥാർത്ഥ വസ്തുതയാണ്. ബന്ധത്തിൽ വന്നുചേരുന്ന ചില പാളിച്ചകൾ അത്യാവശ്യം മിനുക്കുപണികളിലൂടെ നിങ്ങൾക്ക് മെച്ചപ്പെടുത്തുവാൻ കഴിയും. അതിന് ക്ഷമയും കലാഭിരുചിയുമുള്ള ഒരു ശിൽപിയുടെ മനസ്സാന്നിദ്ധ്യവും ആവശ്യമാണ്. കാരണം ദാമ്പത്യജീവിതമെന്ന് പറയുന്നത്, ഒരു നീണ്ട പ്രണയകാവ്യമെന്ന കലാരൂപത്തിന്റെ തുടരുന്ന പ്രദർശനമാണല്ലോ. ആ പ്രദർശനം നിലനിർത്തുവാൻ സാധിച്ചാൽ നിങ്ങൾ എപ്പോഴും ആഗ്രഹിച്ച തരത്തിലുള്ളതും പുതിയ നിലവാരത്തിലുള്ളതുമായ ഒരു ദാമ്പത്യബന്ധം ഉടലെടുക്കുകയായി. നിങ്ങളുടെ പങ്കാളിയുടെ അഭിപ്രായങ്ങളും ചേതോവികാരങ്ങളും, നിങ്ങൾ അവയോട് പൂർണ്ണമായോ ഒട്ടുംതന്നെയോ യോജിക്കുന്നില്ലെങ്കിൽ പോലും തീക്ഷ്ണതയുടെ വരമ്പിലേക്ക് കടക്കാതെ അവയോട് പ്രതികരിക്കുവാൻ രണ്ടുപേരും പഠിച്ചാൽ പല വഴക്കുകളും തുടക്കത്തിൽ തന്നെ ഒഴിവാക്കാനാവും. ഓരോരുത്തരുടെയും ദാമ്പത്യജീവിതത്തിലെ പ്രശ്നങ്ങൾ, അവരവരുടേതായ മാർഗ്ഗത്തിൽ സ്വയം കണ്ടെത്തി പരിഹരിക്കുവാൻ ശ്രമിക്കുന്നതാണ് നല്ലത്. ദാമ്പത്യജീവിതത്തിൽ താളപ്പിഴകൾ അനുഭവിക്കുവാൻ തുടങ്ങുമ്പോൾതന്നെ, നിഷേധാത്മകമായ ചിന്തകളിലേക്ക്

കടക്കാതെ ഈ താളപ്പിഴകൾ ഗുരുതരമായ പ്രശ്നങ്ങളായി വളരുവാൻ അനുവദിക്കുകയില്ല എന്നും അതിനാൽ ഈ ബന്ധം നിലനിർത്തുവാൻ എന്തു വിട്ടുവീഴ്ചകൾ ചെയ്യുവാനും, ക്ഷമിക്കുവാനും പൊറുക്കുവാനും തയ്യാറാകും എന്നും രണ്ടുപേരും സ്വയം തീരുമാനിക്കണം. ആ തീരുമാനങ്ങൾ നിറവേറ്റുവാൻ കഴിഞ്ഞാൽ, അത് നിങ്ങളുടെ ശിഷ്ടകാല ദാമ്പത്യജീവിതത്തിൽ അതിശയകരമായ ഫലങ്ങൾ ഉണ്ടാക്കും. അങ്ങനെ ചെയ്താൽ കുറേകാലം കഴിഞ്ഞു തിരിഞ്ഞു നോക്കുമ്പോൾ നിങ്ങളുടെ വിവേകപൂർണവും, ദീർഘവീക്ഷണപരവുമായ തീരുമാനങ്ങളെപ്പറ്റി സ്വയം അഭിമാനിക്കാനാവുമെന്നതും തീർച്ചയാണ്.

7

ലൈംഗിക സംതൃപ്തി

ദാമ്പത്യജീവിതത്തിലെ താളപ്പിഴകളെപറ്റിയും പ്രശ്നങ്ങളെപ്പറ്റിയും ദമ്പതികൾ തമ്മിലുണ്ടാകുന്ന വഴക്കുകളെപറ്റിയും ഒക്കെ പറയുമ്പോൾ അടിവരയിട്ട് വിശദമായി പറയേണ്ട ഒരു പ്രധാനകാര്യമാണ്, ദമ്പതികളിൽ ഒരാളോ അല്ലെങ്കിൽ [illegible] [illegible] നേരിടുന്ന ലൈംഗികപരമായ അസംതൃപ്തി എന്ന പൊതുവേ മൂടിവെയ്ക്കപ്പെടുന്ന ശക്തമായ വികാരവിക്ഷോഭം.

ദൈവത്തിന്റെ രൂപകല്പനപ്രകാരം മനുഷ്യന്റെ ഒരു പ്രബല പ്രേരകശക്തി യും അത്യന്തം തീക്ഷ്ണമായ ഒരു വികാരവും ഒഴിച്ചുകൂടാനാവാത്ത ഒരു ആവശ്യകതയും ആണ് ലൈംഗികബന്ധം. ഭാര്യാഭർത്താക്കന്മാർ തമ്മിൽ അവിശ്വസനീയമായ സ്നേഹാനുഭവങ്ങൾ പരസ്പരം സമർപ്പിക്കുവാൻ ആയിട്ടാണ് ഇത് രൂപകല്പന ചെയ്യപ്പെട്ടിരിക്കുന്നത് തന്നെ .സൃഷ്ടാവിന്റെ കാവ്യാത്മകമായ ആ രൂപകൽപനപ്രകാരം ദമ്പതികൾ തമ്മിൽ പരസ്പരം പ്രതിചേഷ്ഠകൾ ഉയർത്തുക എന്നതും, അവർ തമ്മിൽ പരസ്പരം സംതൃപ്തി നൽകുന്ന വികാരവിക്ഷോഭങ്ങൾ ഉയർത്തുക എന്നും ഉള്ള ഉദ്ദേശത്തോടെയാണ് ലൈംഗികത വിഭാവനംചെയ്യപ്പെട്ടിട്ടുള്ളത്. അതായത് ദമ്പതികൾ തമ്മിൽ

തമ്മിൽ വളരെ അടുത്തറിഞ്ഞ് അതിരുകളില്ലാത്ത ലൈംഗികബന്ധത്തിലൂടെ പരമാനന്ദം സമ്മാനിക്കുന്ന നിമിഷങ്ങൾ സ്വന്തമാക്കി ഉത്തേജജനകമായ അനുഭൂതികൾ പരസ്പരം പങ്കിടുക എന്ന ആശ്ചര്യകരമായ ഉദ്ദേശ്യമാണ് ഇതിനു പിറകിൽ എന്ന്.

ശാസ്ത്രീയമായി പറയുകയാണെങ്കിൽ പരസ്പരം സ്നേഹിക്കുന്ന സ്ത്രീപുരുഷന്മാർ ലൈംഗികബന്ധത്തിലേർപ്പെടുമ്പോൾ അവരുടെ മസ്തിഷ്കത്തിൽ ചില പ്രധാന ഹോർമോണുകൾ പ്രകാശനം ചെയ്യപ്പെടുന്നുണ്ട് അഥവാ മുക്തമാക്കപ്പെടുന്നുണ്ട്. അതിൽ ഒന്നാണ് ഡൊഫാമൈൻ (Dophamine - The Feel Good Hormone). മറ്റൊന്ന് ഓക്സിടോസിൻ (Oxytocine - The Bonding Hormone) ആണ്. വേറെ ഒന്ന് Endorphine (എൻഡോർഫിൻ - വേദന ലഘൂകരിക്കുന്ന പോളിപെപ്റ്റൈഡ്) ആണ്. പതിവായി ദമ്പതികൾ ലൈംഗികബന്ധത്തിലേർപ്പെട്ട് അതിൽ ആസക്തരാകുന്നത് ദോഷകരമല്ല, മറിച്ച് ഗുണകരമാണ്.

എന്നാൽ നിർഭാഗ്യകരമെന്നു പറയട്ടെ വിവാഹജീവിതത്തിൽ ലൈംഗികബന്ധം എന്ന പ്രേരകശക്തി ദമ്പതികൾ രണ്ടുപേരുടെയും അല്ലെങ്കിൽ ഒരാളുടെ ലൈംഗികാസക്തിയെ തൃപ്തിപ്പെടുത്താതെ വരുമ്പോൾ പെട്ടെന്ന് നിഷേധാത്മകമായ പ്രേരണകൾ നൽകുന്ന വിവക്ഷയായി, അത് രൂപം മാറിയേക്കും. അതിൽ നിന്നാണ് ദമ്പതികൾ തമ്മിൽ ഉണ്ടാകുന്ന പല വഴക്കുകളുടെയും തുടക്കം. തുടർന്ന് അത് വളർന്നു പടർന്നു പന്തലിച്ചു വിവാഹബന്ധം തകർക്കുന്ന നിലയിലേക്കുവരെ വ്യാപിച്ചേക്കാം. പങ്കാളികളിൽ ഒരാൾ ലൈംഗികപരമായ ചെയ്തികൾ ഭാവനാശൂന്യമായ രീതികളിലൂടെ വെറും യാന്ത്രികമായ ചെയ്തികൾ മാത്രമായി ചുരുക്കുമ്പോൾ

ലൈംഗികാനുഭൂതി എന്ന മഹനീയമായ പ്രേരക ശക്തിയെ ദാമ്പത്യ ജീവിതത്തിലെ ഒരു ദോഷകരമായ ഘടകം ആക്കി മാറ്റുവാൻ അനുവദിക്കുകയാണ് ചെയ്യുന്നത്. ഒരു പങ്കാളി മദ്യാസക്തിയിൽ മറ്റേയാളെ നിർബന്ധിച്ച് ബലമായി ലൈംഗിക വേഴ്ചയിൽ ഏർപ്പെടുവിക്കുന്നതിനെയും ഇതേ ഗണത്തിൽ പെടുത്താം. അത്തരം ശാരീരിക ബന്ധങ്ങളെ ബലാത്സംഗമായി കണക്കാക്കണമെന്ന് പലരും അഭിപ്രായപ്പെടുന്നുണ്ട്.

ശാരീരികമായ സമർപ്പണമാണ് അല്ലെങ്കിൽ ലൈംഗികകേളികൾ ആണ് ദാമ്പത്യബന്ധത്തിന് ഒരു നെടുംതൂൺ എന്ന കാര്യം ഇവിടെ പറയാതെ വയ്യ. കാരണം പല ദമ്പതികളും ഭോഗേച്ഛയുള്ളവരും, പരസ്പര സമർപ്പണത്തിലൂടെയും സ്വീകരിക്കലിലൂടെയും ലൈംഗിക സംതൃപ്തിയും ആനന്ദവും കണ്ടെത്തുവാൻ കൊതിക്കുന്നവരുമാണ്. [illegible] ലൈംഗികബന്ധത്തിന് ശരിക്കും താൽപര്യമുണ്ടെന്നും ആഗ്രഹമുണ്ടെന്നും വാക്കുകളിലൂടെയോ ശരീര ഭാഷയിലൂടെയോ പറയുകയോ സൂചിപ്പിക്കുകയോ ചെയ്യുന്നത് നല്ല ദാമ്പത്യബന്ധത്തിന് സ്വാഗതാർഹമായ കാര്യമാണ്. അത്തരം താൽപര്യങ്ങൾ പ്രകടിപ്പിക്കുവാൻ ഒന്നോ രണ്ടോ വാക്കുകളോ അംഗവിക്ഷേപങ്ങളോ ചെറിയ സ്പർശനങ്ങളോ മതിയാകും. പലപ്പോഴും ദമ്പതികൾ (മിക്കപ്പോഴും പുരുഷന്മാർ) രതിക്രിയ ഒരു യാന്ത്രികമായ പരിപാടിയായോ മദ്യപാനത്തിന് ശേഷം ഉള്ള വികാരാധിക്യത്താലുള്ള മോചനകേളിയായോ മാത്രമായി കണക്കാക്കും. തന്റെ പങ്കാളിയുടെ സുഖ സംതൃപ്തിയുടെ കാര്യം പലപ്പോഴും ഒരു പരിഗണനാ വിഷയമേ ആയിരിക്കുകയില്ല. പല പുരുഷന്മാരും തങ്ങളുടെ ഭാര്യമാരുടെ ലൈംഗികസംതൃപ്തി എന്ന ഒരു ആശയത്തെ പറ്റി തന്നെ ഒട്ടും ബോധവാന്മാർ ആയിരിക്കുകയുമില്ല. മിക്ക

സ്ത്രീകളും കെട്ടിപ്പുണർന്ന് അടുത്തടുത്തു കിടന്ന് ഉറക്കം വരുന്നത് വരെയുള്ള സ്നേഹപ്രകടനങ്ങൾ ആണ് ആഗ്രഹിക്കുക എന്നാൽ പല പുരുഷൻമാരും രതിക്രീഡയ്ക്കുശേഷം തിരിഞ്ഞു കിടന്നു ഉറങ്ങാൻ തുടങ്ങും. അത് പലപ്പോഴും ഭാര്യയെ നിരാശപ്പെടുത്തും.

വിവാഹ ജീവിതത്തിൽ പലപ്പോഴും ശാരീരികമായ ബന്ധത്തിൽ ഏർപ്പെടുവാൻ കഴിയാത്ത ചില സമയങ്ങൾ തീർച്ചയായും ഉണ്ടാകും. അത്തരം സമയങ്ങളിൽ ശാരീരിക ബന്ധത്തിൽ ഏർപ്പെടുന്നത് പല കാരണങ്ങൾ കൊണ്ടു ആശാവഹവുമല്ല. മറ്റു ചില സന്ദർഭങ്ങളിൽ ശാരീരിക ബന്ധം എന്നത് മുൻഗണന അർഹിക്കാത്ത ഒരു വിഷയമായിരിക്കും. ലൈംഗിക കാര്യങ്ങൾക്ക് മുൻഗണന നൽകാതിരിക്കാൻ ചിലപ്പോൾ ജോലിത്തിരക്കുകളും ഒരു കാരണമായേക്കും. വളരെക്കുറച്ചുപേർ സ്വയംഭോഗം, സ്വവർഗ്ഗരതി എന്നീ മറ്റു മാർഗ്ഗങ്ങളിലൂടെ ലൈംഗികപരമായ ആവശ്യകത നിറവേറ്റുന്നവരായിരിക്കും. വളരെ കുറച്ചുപേർ മാത്രം, അതിന് മറ്റു പലതിനെയും അപേക്ഷിച്ചു (ഉദാ. പണം സമ്പാദിക്കുക) അത്രയൊന്നും പ്രാധാന്യം നൽകേണ്ടതില്ല എന്ന് കരുതുന്നവർ ആകാം.

ദാമ്പത്യജീവിതത്തിലെ മിക്ക പ്രശ്നങ്ങളുടെയും ആഴത്തിലുള്ള പരിശോധന നടത്തിയാൽ പല പുരുഷന്മാരുടെയും ആദ്യ പരാതി 'അവൾക്ക് എന്നെ മനസ്സിലാക്കാൻ പറ്റുന്നില്ല' എന്നതായിരിക്കും. കൂടുതൽ വിശദമായി ചോദിച്ചാൽ 'അവൾക്ക് എന്റെ ഒരു കാര്യത്തിലും താല്പര്യം ഇല്ല' എന്നാവും. മിക്കപ്പോഴും അയാൾ പറയാൻ ഉദ്ദേശിക്കുന്നത് 'അവൾ ലൈംഗികവേഴ്ചകളിൽ കാര്യമായ സഹകരിക്കുന്നില്ല എന്നോ വൈമനസ്യം ഉള്ള ഒരു സഹഭോഗി മാത്രമാണ് അവൾ' എന്നോ ആയിരിക്കും. എന്നാൽ അത് അയാൾ ആഗ്രഹിക്കുന്ന പോലെ അല്ലെങ്കിൽ

അയാൾക്ക് താല്പര്യമോ ആവേശം തോന്നുന്ന സമയങ്ങളിൽ അല്ലെങ്കിൽ അവൾക്കു താൽപര്യമില്ലാത്ത ഘട്ടത്തിൽ (ഉദാ. അയാൾ മദ്യാസക്തിയിലാണെങ്കിൽ) ശാരീരിക ബന്ധത്തിൽ ഏർപ്പെടുവാൻ അവൾക്ക് ഇഷ്ടമില്ല എന്നതായിരിക്കും വാസ്തവം.

പക്ഷേ അയാൾക്ക് ആ അവസ്ഥ, താൽപര്യക്കുറവ് അല്ലെങ്കിൽ ആസക്തി ഇല്ലായ്മ ചില സമയങ്ങളിൽ (പ്രത്യേകിച്ച് മദ്യലഹരിയിൽ) സഹിക്കാവുന്നതിലും അധികമായിരിക്കും. യഥാർത്ഥത്തിൽ അയാളുടെ അതിശയോക്തി നിറഞ്ഞ പ്രതീക്ഷകൾ പ്രകാശിപ്പിക്കുന്നതിനെ നിബന്ധനകൾ ഒന്നുമില്ലാതെ (മദ്യപിക്കാതെ) ഉൾക്കൊള്ളുവാൻ തയ്യാറാകുന്നില്ല എന്നതായിരിക്കും പ്രശ്നം. അതിനെ അവളുടെ താല്പര്യക്കുറവായി വ്യാഖ്യാനിക്കുകയാണ് അയാൾ ചെയ്യുന്നത്. പലപ്പോഴും വികാരങ്ങൾ, വിചാരങ്ങൾ, ഇഷ്ടാനിഷ്ടങ്ങൾ എന്നിവയൊക്കെ നേരെചൊവ്വേ മനസ്സിലാകുന്ന ഭാഷയിൽ പറയുകയോ അറിയിക്കുകയോ ചെയ്തില്ലെങ്കിൽ ആശയവിനിമയം വിഷമകരമാവുകയും, ദുർവ്യാഖ്യാനങ്ങൾക്ക് ഇടയാക്കുകയും ചെയ്യും .അതായത് പ്രകടിപ്പിക്കാത്ത അല്ലെങ്കിൽ ഉദ്ദേശിക്കാത്ത സന്ദേശങ്ങൾ എന്ന കടമ്പയിൽ തട്ടി ബന്ധങ്ങൾ കാലിടറി വീഴുവാൻ സാധ്യതകൾ കൂടും എന്ന്.

നമ്മുടെ നാട്ടിൽ പല ഭർത്താക്കന്മാരും പൊതുവായി അല്ലെങ്കിലും രഹസ്യമായി പറയുന്ന ഒരു പരാതിയാണ് തന്റെ ഭാര്യ ലൈംഗികപരമായ അഭിനിവേശമോ താൽപര്യമോ ഇല്ലാത്തവളും അനാവശ്യമായ വിലക്കുകൾ ഉള്ള ആളും ആണ് എന്നത്. ശരിയായ ലൈംഗികതാൽപര്യം എന്നത് സ്വാഭാവികമായതും, ആരോഗ്യപരവുമായ ശാരീരികബന്ധം ആസ്വദിക്കുക എന്നതാണ് .പക്ഷേ ഓരോ സ്ത്രീയും അത്

വ്യത്യസ്ത രീതിയിലും വ്യത്യസ്ത ഭാവങ്ങളിലും ആയിരിക്കും പ്രകടിപ്പിക്കുക അല്ലെങ്കിൽ ആസ്വദിക്കുക എന്നത് പല ഭർത്താക്കന്മാരും മനസ്സിലാക്കുന്നില്ല. ചില സ്ത്രീകൾക്ക് തങ്ങളുടെ പങ്കാളിയുടെ (ചില പുരുഷന്മാർക്കും) മൃദുല വികാരങ്ങൾ എങ്ങനെയൊക്കെ തട്ടിയുണർത്തി അത് ആവേശത്തിന്റെ കൊടുമുടിയിൽ എത്തിക്കാമെന്ന കാര്യത്തിൽ സ്വാഭാവികമായ ഒരു അന്തർജ്ഞാനം വിവാഹത്തിന്റെ ആദ്യനാളുകളിൽ തന്നെ കൈവരിക്കുവാൻ സാധിക്കും. മറ്റുള്ളവർക്ക് അത്തരം വിവരങ്ങൾ, അനുഭവങ്ങൾ സൂക്ഷ്മമായി നിരീക്ഷിക്കുന്നതിലൂടെ പഠിക്കുവാൻ കഴിയും. അതായത് ഗൂഗിൾ ചെയ്ത് പാചകവിധി വശമാക്കി പാചകം ചെയ്യുന്നതുപോലെ. എന്നാൽ ഇത് ലൈംഗിക വീഡിയോ കാണുക എന്ന അർത്ഥത്തിലല്ല, ലൈംഗികമായ വിജ്ഞാനം നേടുക എന്ന അർത്ഥത്തിലാണ് എടുക്കേണ്ടത്.

നിങ്ങൾ നിങ്ങളുടെ ജീവിതപങ്കാളിയുമായി ലൈംഗികബന്ധത്തിലേർപ്പെടുമ്പോൾ ശാരീരികവും മാനസികവുമായ എണ്ണമറ്റ വൈരുധ്യവികാരങ്ങളും അനുഭൂതികളും പരസ്പരം കൈമാറ്റപ്പെടുന്നുണ്ട്. പങ്കാളിയുടെ ശാരീരികമായ പ്രതിചേഷ്ഠകൾ സൂക്ഷ്മമായി മനസ്സിലാക്കി, വിവിധ സ്പർശനങ്ങളിലൂടെയും ചേഷ്ടകളിലൂടെയും പ്രതികരണങ്ങൾ സൂചിപ്പിക്കുക വഴി, പങ്കാളിക്ക് നിങ്ങളുടെ സംതൃപ്തിയെക്കുറിച്ച് ഒരു ശരിയായ രൂപം നൽകുവാൻ സാധിക്കും. മിക്ക സ്ത്രീകളും (പ്രത്യേകിച്ച് നമ്മുടെ നാട്ടിൽ) കരുതുന്നത് ലൈംഗിക കാര്യങ്ങൾക്ക് തങ്ങൾ മുൻകൈ എടുത്താൽ ഭർത്താവ് തന്നെ ആവശ്യത്തിനുള്ള അടക്കവും ഒതുക്കവും ഇല്ലാത്തവളായും അതിരുകടന്ന ലൈംഗികാസക്തി ഉള്ളവളുമായി കണക്കാക്കുമെന്നാണ്. ഇതിനു കാരണം നമ്മുടെ സമൂഹവും

മുതിർന്നവരും ചെറുപ്പംമുതൽ പെൺകുട്ടികളെ പറഞ്ഞു പഠിപ്പിക്കുന്നത് 'പെൺകുട്ടികൾ ആയാൽ കുറച്ചു അടക്കവും ഒതുക്കവും ഒക്കെ വേണം' എന്ന ശാസനയാണ്. കൂടാതെ താൻ അത്തരം മുൻകൈ എടുത്താൽ അത് ഭർത്താവ് അയാളുടെ സാമ്പ്രദായികപരമായ പുരുഷമേധാവിത്വത്തെ ഹനിക്കുന്ന പ്രവർത്തിയായി പരിഗണിച്ചേക്കും എന്ന ഭയവുമാണ്. എന്നാൽ മിക്ക പുരുഷന്മാരും തങ്ങളുടെ പങ്കാളികൾ ലൈംഗികകാര്യങ്ങളിൽ അല്പസ്വല്പം മുൻകൈയെടുക്കണമെന്ന് ഉള്ളാലെ ആഗ്രഹിക്കുന്നവരാണ്. എന്നാൽ ആ അല്പസ്വല്പം എത്ര എന്നത് പങ്കാളി കണ്ടെത്തണമെന്നു മാത്രം.

നിങ്ങൾ ശാരീരികമായോ സാമ്പത്തികമായോ നല്ല ശേഷിയുള്ള ഒരാളെയോ, ആകർഷകമായ വ്യക്തിത്വം ഉള്ള ഒരാളെയോ വിവാഹം കഴിച്ചത് കൊണ്ട് മാത്രം ലൈംഗികസംതൃപ്തി കിട്ടും എന്ന് കരുതുന്നത് വിഡ്ഢിത്തമാണ്, അല്ലെങ്കിൽ അത്തരം കാര്യങ്ങളൊന്നും ലൈംഗികസംതൃപ്തി നൽകണമെന്നുമില്ല. നിങ്ങളുടെ സാമ്പത്തികപരമായും ഔദ്യോഗിക പരമായും കുടുംബപരമായും സമൂഹത്തിലുള്ള സ്ഥാനമാനങ്ങൾക്ക് അനുസൃതമായ നിലയ്ക്കനുസരിച്ച് നിങ്ങൾക്ക് കിട്ടിയ അവകാശമാണ് അല്ലെങ്കിൽ കൈവന്ന സമ്പാദ്യമാണ് ആണ് നിങ്ങളുടെ ജീവിതപങ്കാളി എന്നും, ആ വ്യക്തി നിങ്ങളുടെ ഇഷ്ടാനിഷ്ടങ്ങൾക്കും സൗകര്യങ്ങൾക്കും അനുസരിച്ച് പങ്കാളിയുടെ ലൈംഗികാസക്തിയും സംതൃപ്തിയും രൂപപ്പെടുത്തണമെന്നും ആഗ്രഹിക്കുന്നതും ആവശ്യപ്പെടുന്നതും നല്ലൊരു ദാമ്പത്യബന്ധം നിലനിർത്തുവാൻ സഹായിക്കുന്ന ഘടകങ്ങൾ അല്ല. നല്ല ഒരു ദാമ്പത്യബന്ധം നിലനിർത്തുവാൻ ദമ്പതികൾ പെടാപ്പാട് പെടേണ്ടിവരും. അതായത് രണ്ടുപേരും പങ്കാളിയുടെ

ഇഷ്ടാനിഷ്ടങ്ങളിലും സൗകര്യങ്ങളിലും ശരിയായ ശ്രദ്ധ ചെലുത്തണമെന്ന് സാരം.

ദമ്പതികൾ തമ്മിലുള്ള ലൈംഗികത എന്നത് വെറും ഒരു ജനന വിശേഷപരമായ മുൻഗണന മാത്രമല്ല, മറിച്ച് ഒരു ആജീവനാന്ത സമർപ്പണം കൂടിയായിരിക്കണമെന്ന് രണ്ടുപേരും ഓർക്കണം. അതുപോലെ ലൈംഗികബന്ധത്തെ വെറും ഏതാനും നിമിഷങ്ങൾ മാത്രം നീണ്ടുനിൽക്കുന്ന വികാരപരമായ ഒരു പ്രകടനം അല്ലെങ്കിൽ അനുഭവം മാത്രമായി കാണരുത് . അത്തരം താൽക്കാലിക ബന്ധങ്ങളും പ്രകടനങ്ങളും അനുഭവങ്ങളും, തീവ്രമായ സ്നേഹബന്ധത്തിലധിഷ്ഠിതമായ ലൈംഗികബന്ധത്തിന്റെ അപക്വമായ അനുകരണം മാത്രമാണ് . കൂടാതെ വിവാഹബന്ധത്തിലെ ഒഴിച്ചുകൂടാനാവാത്ത കടമ അല്ലെങ്കിൽ കർത്തവ്യമായി മാത്രം ലൈംഗികബന്ധത്തെ ഒരിക്കലും കാണരുത് പങ്കാളിയോടുള്ള അതിരറ്റ സ്നേഹത്തിന്റെ ആഴത്തിലുള്ള പ്രകടനമായിരിക്കണം അത്.

അടിസ്ഥാനപരമായി പറയുകയാണെങ്കിൽ തഴച്ചുവളരുന്ന ലൈംഗികജീവിതത്തിന്റെ ആണിക്കല്ല് എന്നത് ദമ്പതികൾ തമ്മിലുള്ള വളരെ അടുത്ത സ്നേഹബന്ധം ആണ്. എന്നാൽ അതിന് ഒരുപാട് ഏകാഗ്രതയും പരിശ്രമവും കൂടിയേ തീരൂ. അതായത് സ്നേഹബന്ധത്തിൽ അധിഷ്ഠിതമായ ലൈംഗികകേളികൾക്ക് തീവ്രയജ്ഞം ആവശ്യമാണ് എന്ന്. ആരൊക്കെ എന്തൊക്കെ ഗിരിപ്രഭാഷണങ്ങൾ നടത്തിയാലും, നമ്മൾ പലതരത്തിലും അധഃപതിച്ച ഒരു ലോകത്തിലും സമൂഹത്തിലുമാണ് ജീവിക്കുന്നത് എന്നത് നിഷേധിക്കുക എളുപ്പമല്ല. അതിനർത്ഥം, പല കാര്യങ്ങളും ഉദ്ദേശിക്കപ്പെട്ട രീതിയിലും മറ്റും നടന്നു എന്നു വരില്ല അല്ലെങ്കിൽ നമ്മൾ ഉദ്ദേശിച്ചതും ആഗ്രഹിച്ചതുമായ രീതികളിൽ ആയിരിക്കുകയില്ല പലതും സംഭവിക്കുന്നത്. നമ്മുടെ ശരീരം

അപൂർണതകൾ ഉള്ളതാണ്, കൂടാതെ പഴയകാല സ്മരണകൾ പലതും നമ്മെ വേട്ടയാടി എന്നുവരാം. അതിനുപുറമേ 'എല്ലാം എനിക്ക് എല്ലാവരും എന്റെ വഴിയേ' എന്ന മാനുഷിക സ്വാർത്ഥചിന്ത, കാര്യങ്ങൾ നിങ്ങൾ ആഗ്രഹിക്കുന്ന അല്ലെങ്കിൽ നിങ്ങൾക്ക് സംതൃപ്തിയേകുന്ന രീതിയിൽ മാത്രം നടന്നിരിക്കണം എന്ന ദുർവാശി, ഇതൊക്കെ നല്ല ദാമ്പത്യ ജീവിതത്തിന് ആവശ്യമായ 'വളരെ അടുത്ത സ്നേഹബന്ധം' എന്ന ആശയത്തെ പ്രതികൂലമായി ബാധിക്കും.

ഏതൊരു വ്യക്തിക്കും ലൈംഗികപരമായ വളരെ അടുത്ത ബന്ധം എന്നത് വിവാഹജീവിതത്തിലെ വിഷമകരമായ ഒരു വെല്ലുവിളി തന്നെയാണ്. അത് മനസ്സിലാക്കുകയും അംഗീകരിക്കുകയും ചെയ്താൽ സ്വാഭാവികമായും ദാമ്പത്യജീവിതം വിഷമതകൾ കുറഞ്ഞതായി മാറും. അതായത്, അപ്രതീക്ഷിത വെല്ലുവിളികൾ [illegible] നേരിടുവാൻ കഴിയും എന്ന്. പല ദമ്പതികളും തങ്ങളുടെ ലൈംഗിക ജീവിതത്തിലെ വെല്ലുവിളികൾ കണ്ടു വിലപിക്കുകയും, അവ നേരിടുന്നതിനായി ഒരുപാട് സമയവും ഊർജ്ജവും ചെലവഴിക്കുകയും ചെയ്യുന്നുണ്ട്, കൂടാതെ പരസ്പരമുള്ള പഴിചാരലുകളും. അവർ ഇത്തരത്തിൽ ചിലവിടുന്ന സമയവും ഊർജ്ജവും പ്രശ്നപരിഹാരത്തിനുള്ള ആത്മാർത്ഥ ശ്രമങ്ങൾക്കായി രണ്ടുപേരും ഉപയോഗപ്പെടുത്താനായാൽ അവരുടെ വിഷമതകൾക്കും വെല്ലുവിളികൾക്കും മുകളിലായി മഹത്തായ അടുത്തബന്ധം പുനസ്ഥാപിക്കാൻ ആകും.

ദാമ്പത്യജീവിതത്തിലെ പലപ്രശ്നങ്ങൾക്കും അല്ലെങ്കിൽ വിജയകരമായ ഒരു ദാമ്പത്യ ജീവിതം നയിക്കുവാനുള്ള കഴിവില്ലായ്മയ്ക്കും ഉള്ള ഒരു പ്രധാന കാരണമായി വിദഗ്ധർ ചൂണ്ടിക്കാണിക്കുന്നത്, ദമ്പതികൾ തമ്മിലുള്ള

വൈകാരികമായ അടുപ്പത്തിന്റെ അഭാവമാണ്. ചിലപ്പോൾ പലകാരണങ്ങൾകൊണ്ടും ദമ്പതികൾക്ക് തുടക്കംമുതലേ അത്തരമൊരു വൈകാരിക ബന്ധം സ്ഥാപിച്ചെടുക്കാൻ സാധിച്ചിരിക്കില്ല. അല്ലെങ്കിൽ പിന്നീട് അത് കൈമോശം വന്നു പോയിരിക്കാം രണ്ടായാലും ജീവിതയാത്രയിൽ ഏറെ കഴിഞ്ഞ് പുറകോട്ടു നോക്കുമ്പോൾ അത് വിഷമകരമായി അനുഭവപ്പെട്ടേക്കാം. വൈകാരികമായ അടുപ്പത്തിന്റെ അഭാവമുള്ള ദാമ്പത്യബന്ധത്തിന്റെ പ്രത്യേകതകളാണ്, തമ്മിൽതമ്മിൽ വിശ്വാസക്കുറവ്, മോശമായ ആശയവിനിമയം, രഹസ്യങ്ങൾ സൂക്ഷിച്ചു വെയ്ക്കൽ, ഗുപ്തവികാരങ്ങൾ എന്നിവ. ആഴത്തിലുള്ളതും തമ്മിൽ തമ്മിൽ തൊട്ടറിവ് പ്രദാനം ചെയ്യുന്നതുമായ വൈകാരികബന്ധം, രണ്ടുപേർ തമ്മിലുള്ള അടുത്തടുത്തുള്ള സമ്പർക്കങ്ങളെയും അതിന്റെ ഉൽകൃഷ്ടതയേയും കൂടി ആശ്രയിച്ചാണ് നിലകൊള്ളുന്നത്. ഇന്നത്തെ തിരക്കേറിയ ജീവിതത്തിൽ പലപ്പോഴും വൈകാരികമായി അടുപ്പമേറിയ നിമിഷങ്ങൾ ആവശ്യമായി വരും. അത്തരം സമയങ്ങളിൽ ആ അടുപ്പം ലഭ്യമാക്കുക എന്നത് ദാമ്പത്യജീവിതത്തിലെ എഴുതപ്പെടാത്ത ധാരണയുടെ ഭാഗമാണ്. കുറച്ചുകാലത്തെ ഒരുമിച്ചുള്ള ജീവിതത്തിനിടയിൽ, തീർച്ചയായും അത്തരം സമയം ഏതെന്ന് രണ്ടുപേർക്കും മനസ്സിലാക്കാൻ സാധിക്കും. അതറിഞ്ഞു പ്രവർത്തിച്ചാൽ വൈകാരികമായ അടുപ്പം ശക്തമാക്കാം.

വൈകാരികമായ അടുപ്പത്തിന്റെ അല്ലെങ്കിൽ ബന്ധത്തിന്റെ മറ്റൊരു ഭാവമാണല്ലോ ശരിയായ ലൈംഗികബന്ധം. ഇത് ചില ദമ്പതികളെ സംബന്ധിച്ചിടത്തോളം അല്പം വിഷമമേറിയ വിഷയമാണ്. വിവാഹ ജീവിതത്തിനിടയ്ക്ക് ഉണ്ടായേക്കാവുന്ന നിരാശകളും വാക്ക് തർക്കങ്ങളും കലഹങ്ങളും ഏൽപ്പിക്കുന്ന ക്ഷീണം,

അവരുടെ ലൈംഗിക ബന്ധത്തെ തന്നെ തളർത്തിയേക്കും. അത് പല ദമ്പതികളേയും (പലപ്പോഴും സ്ത്രീകളെ) 'മോഹവിരക്തി' എന്ന അവസ്ഥയിലേക്കോ 'വിധി' എന്ന ഓമനപ്പേരുള്ള അവസ്ഥയിലേക്കോ നയിച്ചേക്കും. വിവാഹജീവിതത്തിന്റെ ആദ്യനാളുകളിൽ ദമ്പതികൾക്കിടയിൽ ശാരീരികവും മാനസികവുമായ അടുത്തബന്ധം സ്വാഭാവികമായും വളരെയധികം ഉണ്ടാകും. കാലക്രമേണ നിങ്ങളും ജീവിത പങ്കാളിയും (ചിലപ്പോൾ ഒരാൾ മാത്രം) ജോലിത്തിരക്കിലും കുടുംബജീവിതത്തിന്റെ തിരക്കിലും മറ്റും സ്വയം പെട്ടുപോവുകയും, തത്ഫലമായി ലൈംഗികബന്ധത്തിന്റെ എണ്ണവും വ്യാപ്തിയും കുറയുകയോ, അതിന്റെ സ്ഥാനം വളരെ പുറകിലോട്ടു മാറുകയോ സംഭവിക്കും. കൂടാതെ കുട്ടികളുടെ വിദ്യാഭ്യാസ കാര്യങ്ങളും മാതാപിതാക്കളുടെ ആരോഗ്യ കാര്യങ്ങളും, സ്വത്തുതർക്കങ്ങളും സാമൂഹികമായ ഉത്തരവാദിത്വങ്ങളും കുന്നുകൂടുന്നതോടെ പലരും ലൈംഗികബന്ധം എന്ന അടുത്ത ശാരീരിക ബന്ധത്തിന്റെ പ്രാധാന്യവും ആവശ്യകതയും പലപ്പോഴും മറന്നുപോകുന്നു. അഥവാ മറന്നു പോയില്ലെങ്കിൽ അതിനു സമയം കണ്ടെത്താനാവാത്ത അവസ്ഥയിലേക്കോ, സമയം കണ്ടെത്തിയാൽ തന്നെ വെറുമൊരു പതിവ് ചടങ്ങ് മാത്രമായി മാറുന്ന സ്ഥിതിയിലേക്കും എത്തിച്ചേർന്നു എന്ന് വരാം. എന്നാൽ ശക്തമായ ശാരീരികബന്ധത്തിന്റെ അഭാവം ക്രമേണ പല പ്രശ്നങ്ങളുടെയും പ്രേരകശക്തിയായി മാറുകയും, വീട്ടിലെ സമാധാനപരവും ആനന്ദകരവുമായ അന്തരീക്ഷം കലക്കി മറിക്കുകയും, അത് ദമ്പതികളുടെ ശാരീരികവും മാനസികവുമായ ആരോഗ്യത്തെ പ്രതികൂലമായി പലതരത്തിൽ ബാധിക്കുകയും ചെയ്യും .

അതിൽ ഒന്നാമത്തേത് അത്തരം അവസ്ഥകൾ നിങ്ങളുടെ ആത്മവിശ്വാസത്തിന്റെ വ്യാപ്തി കുറയ്ക്കുമെന്ന കാര്യമാണ്. ദമ്പതികൾ തമ്മിൽ ഉണ്ടായിരിക്കേണ്ട മാനസികമായും ശാരീരികമായും ഉള്ള അടുത്ത ബന്ധം കുറയുകയോ തീരെ ഇല്ലാതാവുകയോ ചെയ്താൽ അത് രണ്ടുപേരുടെയും 'സ്വയംമതിപ്പിനെ' അപകടത്തിലാക്കും. അതോടെ വിഷയേച്ഛയില്ലാത്ത അല്ലെങ്കിൽ ലൈംഗികമായ അടുപ്പം നിലനിർത്തുവാൻ ആകാത്ത ഒരു ബന്ധത്തിൽ അകപ്പെടുന്ന ഒരു അസാധാരണ സ്ഥിതിവിശേഷം സംജാതമാവുകയും ചെയ്യും. തുടർന്ന് ഒരു പങ്കാളിയുടെ പ്രേമാഭ്യർത്ഥന നിരസിക്കപ്പെടുകയോ തട്ടി അകറ്റപ്പെടുകയോ ചെയ്യപ്പെടുകയും അത് വീണ്ടും ആവർത്തിക്കപ്പെടുകയും ചെയ്യുമ്പോൾ, നിങ്ങളുടെ ലൈംഗികശേഷി കുറയുകയാണോ, പങ്കാളിയെ തൃപ്തിപ്പെടുത്തുന്നതിൽ പരാജയപ്പെടുകയാണോ തുടങ്ങിയ ഭീതികൾ ഉടലെടുക്കുകയും ചെയ്യും. അത്തരം അവസ്ഥയിൽ, നിങ്ങൾക്ക് ലൈംഗികതയിലുള്ള പ്രബലതകുറവും, പങ്കാളിയുടെ വികാരമൂർച്ച യ്ക്കനുനുസരിച്ച് ഉത്തേജനപരമായി ഉയരുവാൻ സാധിക്കാത്തതും മൂലമാണ് ദാമ്പത്യബന്ധത്തിൽ വിള്ളലുണ്ടാകുന്നതെന്ന് സ്വാഭാവികമായും തോന്നിത്തുടങ്ങും. അതോടെ സ്വന്തം കഴിവിലുള്ള ആത്മവിശ്വാസക്കുറവ് പല ചുളികളായി കത്തിപ്പടർന്ന്, കിടപ്പുമുറിക്ക് പുറത്തുള്ള നിങ്ങളുടെ പ്രഭാവത്തിന് മേൽ കരിനിഴൽ വീഴ്ത്താൻ തുടങ്ങും. അധികം വൈകാതെ നിങ്ങളുടെ ഔദ്യോഗിക ജീവിതത്തെയും കുടുംബബന്ധങ്ങളെയും സുഹൃത്തുക്കളും ബന്ധുക്കളുമായുള്ള ബന്ധങ്ങളെയും ഒക്കെ പ്രതികൂലമായി ബാധിക്കുന്ന ഒരു അവസ്ഥ വന്നു ചേരും.

രണ്ടാമതായി പങ്കാളിക്ക് നിങ്ങളോടുള്ള താൽപര്യക്കുറവ് പ്രകടമാക്കുക എന്ന അവസ്ഥയാണ്. പല പഠനങ്ങളും കാണിക്കുന്നത്, സന്തോഷകരമായ ഒരു ദാമ്പത്യജീവിതത്തിന് ദമ്പതികളുടെ ലൈംഗികസംതൃപ്തി വളരെ ആവശ്യമാണ് എന്നാണ്. കാരണം, സ്നേഹപൂർണമായ ലൈംഗികബന്ധം (കാമകേളിയല്ല), നിങ്ങളുടെ ശാരീരികമായ സ്വസ്ഥതയ്ക്കും സന്തോഷത്തിനും കളമൊരുക്കുന്നതോടൊപ്പം, അത് നിങ്ങളുടെ പങ്കാളിയുമായി കാവ്യാത്മകമായും വൈകാരികമായും ഇണങ്ങിച്ചേരുന്നതിനും സൌകര്യപ്പെടുത്തുന്നു എന്നതാണ്. അതായത് ദമ്പതികൾ തമ്മിലുള്ള ശാരീരിക ബന്ധത്തിന്റെ അഭാവം, അവർ തമ്മിലുള്ള വൈകാരികവും കാവ്യാത്മകവുമായ ഇണക്കത്തെ വിച്ഛേദിക്കുകയും, പരസ്പരധാരണകൾ കുറഞ്ഞുവരികയും തമ്മിൽത്തമ്മിലുള്ള താൽപര്യക്കുറവ് പ്രകടമാക്കുകയും, തന്മൂലം അമർഷം പുകഞ്ഞു കൂടുകയും തുടർന്ന് അകൽച്ചയിലേക്കും നീങ്ങുകയും അധികം വൈകാതെ രണ്ടുപേരും ഒരേ കൂരയ്ക്കുകീഴിൽ കഴിയുന്ന അപരിചിതരായി രൂപം മാറുകയും, കൂടുതൽ വൈകാതെ വേർപിരിയലിലേക്ക് നയിക്കുകയും ചെയ്യും.

മൂന്നാമതായി ദമ്പതികൾ ഒരാളോ രണ്ടുപേരുമോ ഉത്തരവാദിത്വങ്ങളിൽ നിന്നും ഒഴിഞ്ഞുമാറാനും ഒളിച്ചോടാനും ശ്രമിക്കും എന്നതാണ്. വിവാഹം ഒരു കുടുംബജീവിതത്തിലേക്കുള്ള ഉള്ള ആദ്യത്തെ കാൽവെപ്പാണ് എന്ന് നേരത്തെ പറഞ്ഞിരുന്നുവല്ലോ. അത് പല ഉത്തരവാദിത്വങ്ങളും ദമ്പതികളുടെ മേൽ കെട്ടിവെക്കുന്നുമുണ്ട്, എന്നാൽ വിവാഹജീവിതത്തിൽ താളപ്പിഴകൾ സംഭവിക്കുകയും വഴക്കുകൾ ഉണ്ടാവുകയും തുടർന്ന് ശാരീരികവും മാനസികവുമായ അടുപ്പം കുറഞ്ഞ് അകൽച്ചയിലേക്ക് നീങ്ങുകയും ചെയ്യുന്നതോടെ അത്തരം

ഉത്തരവാദിത്വങ്ങൾ പലതും അധികമായതും ആവശ്യമില്ലാത്തതുമായി രണ്ടുപേർക്കും തോന്നിത്തുടങ്ങും. അത്തരം സമയങ്ങളിൽ ഭർത്താവിന് വേറെ ആരെങ്കിലുമായിട്ട് ബന്ധമുണ്ടെന്ന് ഭാര്യ സംശയിക്കുകയും, തന്നെ ഒരു വീട്ടുജോലിക്കാരിയായിട്ടാണ് അയാൾ കാണുന്നതെന്ന് ധരിക്കുകയും ചെയ്യും. അതേസമയം ഭാര്യയ്ക്കും കുട്ടികൾക്കുമുള്ള ചിലവുകളും, മറ്റു ചിലവുകളും വഹിക്കുക മാത്രമാണ് തന്നിൽനിന്നും ഭാര്യയ്ക്കുള്ള ആവശ്യമെന്ന് ഭർത്താവും ധരിച്ചേയ്ക്കും. ഇത് കൂടുതൽ കൂടുതൽ വഴക്കുകളിലേക്കും കലഹങ്ങളിലേക്കും, തമ്മിൽ തമ്മിൽ വെറുപ്പുളവാക്കുന്ന പെരുമാറ്റത്തിലേക്കും നീങ്ങുകയും പരസ്പരം ഉത്തരവാദത്തങ്ങൾ മറ്റേയാളുടെ മേൽ കെട്ടിവെയ്ക്കുവാനും പഴിചാരുവാനും തുടങ്ങുകയും ചെയ്യും.

നാലാമത്തേത്, ദമ്പതികൾ തമ്മിലുള്ള ശാരീരിക ബന്ധം നിലയ്ക്കുന്നതോടെ വിവാഹത്തിനു പുറത്ത് ബന്ധങ്ങൾ തേടുവാൻ സാദ്ധ്യതകൾ വർദ്ധിക്കും എന്നതാണ്. ശാരീരികമായ അകൽച്ച ഒരു ഗൌരവപരമായ അവസ്ഥയാണ്. ദമ്പതികളിൽ ഒരാൾക്കോ (മിക്കവാറും പുരുഷൻ) ചിലപ്പോൾ രണ്ടു പേർക്കുമോ വിവാഹത്തിന് പുറത്തുള്ള ലൈംഗികബന്ധത്തിൽ അഭിരുചി തോന്നും. ചില പുരുഷന്മാർ ലൈംഗികത്തൊഴിലാളികളെ ആശ്രയിക്കുകയോ, മറ്റു സ്ത്രീകളെ ആകർഷിക്കുവാനും ബന്ധപ്പെടുവാനും ശ്രമിക്കുകയോ ചെയ്യും. അല്ലെങ്കിൽ അവർ സ്വവർഗ്ഗരതിയിൽ അഭയം തേടിയേക്കും. ദാമ്പത്യബന്ധം തകർച്ചയെ നേരിടുമ്പോൾ മറ്റു വ്യക്തികളുമായി അടുപ്പം സ്ഥാപിക്കാനുള്ള പ്രവണത ചില സ്ത്രീകളിലും കാണാറുണ്ട്.

അഞ്ചാമത്തേത് അത്തരം സാഹചര്യങ്ങളിൽ ഏകാന്തത നിങ്ങളെ വേട്ടയാടുവാൻ തുടങ്ങും എന്നതാണ്. ശാരീരികവും മാനസികവുമായ അകൽച്ച ദമ്പതികളിൽ രണ്ടുപേരുടെയും

വിധി നിർണയ കഴിവിനെ സാരമായി ബാധിക്കുകയും പലപ്പോഴും ബന്ധം വേർപെടുത്തുന്നതാണ് നല്ലതെന്ന ചിന്ത അവരെ വിടാതെ പിന്തുടരുകയും തുടർന്ന് കാര്യകാരണങ്ങൾ കാണാതെ വെറും വികാരപരമായി സംഗതികൾ വിശകലനം ചെയ്യുവാൻ തുടങ്ങുകയും ചെയ്യും. പല വിദഗ്ധരുടെയും അഭിപ്രായത്തിൽ, ദാമ്പത്യജീവിതത്തിലെ വഴക്കുകളും മറ്റും സൃഷ്ടിക്കുന്ന, അകൽച്ചയും ലൈംഗികബന്ധം ഇല്ലാതാകുന്നതും ബന്ധം വേർപിരിയുക എന്ന അവസ്ഥയിലേക്ക് നയിക്കും. എന്നാൽ, വേർപിരിയലുകൾ മിക്കപ്പോഴും ദമ്പതികളുടെ ദൈനംദിന ജീവിതം താറുമാറാക്കുകയും പലപ്പോഴും അത് അവരെ ഏകാന്തതയിലേക്കും ജീവിതത്തോടു തന്നെയുള്ള വിരക്തിയിലേക്കും നയിച്ചേക്കും. ചില പുരുഷന്മാർ മദ്യപാനത്തിനും മറ്റും അടിമകളായും മാറും.

ആറാമത്തേത്, നിങ്ങൾ നിങ്ങളുടെ പങ്കാളിയെ അകാരണമായി വിമർശിക്കുവാൻ തുടങ്ങും. നിങ്ങളുടെ ജീവിത പങ്കാളിയുമായുള്ള ലൈംഗികബന്ധത്തിനുള്ള ശ്രമങ്ങൾ വീണ്ടും വീണ്ടും പരാജയപ്പെടുകയും ലൈംഗികബന്ധമില്ലാത്ത ദിനരാത്രികൾ കൂടുകയും ചെയ്യുന്നതോടെ നിങ്ങൾക്ക് നിങ്ങളുടെ പങ്കാളിയെപ്പറ്റിയുള്ള സൂക്ഷ്മ നിശ്ചിതജ്ഞാനം (perception) പൂർണമായും മാറുവാൻ തുടങ്ങും. ആത്മാർത്ഥമായ ദാക്ഷിണ്യത്തോടെ പങ്കാളിയുടെ ആവശ്യങ്ങളും ആഗ്രഹങ്ങളും പരിഗണിക്കുന്നതിനു പകരം, പങ്കാളിയുടെ പല കുറ്റങ്ങളും കുറവുകളും കണ്ടെത്തുവാനും വിമർശിക്കുവാനും പലതിനേയും എതിർക്കുവാനും തുടങ്ങും. കൂടുതൽ കൂടുതൽ പരാതികൾ ഉറക്കെ പറയുവാൻ തുടങ്ങുകയും അതോടെ അകൽച്ച അനിയന്ത്രിതമായി കൂടി വരികയും ചെയ്യും. ഇത് ബന്ധം തകർക്കുന്ന ഘട്ടത്തിലേക്ക് അധികം വൈകാതെ

എത്തിക്കും. അതോടെ ഒരു തിരിച്ചു വരവ് വളരെ വളരെ വിഷമകരമോ അസാദ്ധ്യമോ ആയിത്തീരും.

ഏഴാമത്തേത്, നിങ്ങൾ പങ്കാളിയുടെ ശ്രദ്ധ കൂടുതൽ കൂടുതൽ ആകർഷിച്ച് അങ്ങിനെ വീണ്ടും ശാരീരികബന്ധത്തിൽ പങ്കാളിയെ പ്രേരിപ്പിക്കാൻ കഴിയുമെന്ന പ്രതീക്ഷയിൽ, ശരീരത്തിന്റെ ആകാരഭംഗി കൂട്ടുവാനുള്ള ശ്രമങ്ങളിൽ വ്യാപൃതനാവുകയും എന്നതാണ്. അത്തരമൊരു ശ്രമം സ്വാഗതാർഹമാണെങ്കിലും, ബന്ധം അതിന്റെ അധഃപതനാവസ്ഥയിൽ എത്തിനിൽക്കവേ, അത്തരമൊരു ശ്രമം വിജയിക്കുവാനുള്ള സാധ്യതകൾ വളരെ കുറവാണെന്നതിലുപരി ആ ശ്രമവും പരാജയപ്പെടുകയാണെങ്കിൽ അത് നിങ്ങളുടെ ആത്മാഭിമാനത്തെ പ്രതികൂലമായി ബാധിക്കുകയും, ആത്മവിശ്വാസത്തെ തളർത്തുകയും ചെയ്യും. കൂടാതെ നിങ്ങളുടെ ശാരീരികമായ ന്യൂനതകളെകുറിച്ച് ഉള്ളതും ഇല്ലാത്തതുമായതും തെറ്റായതുമായ സങ്കല്പങ്ങൾ നിങ്ങളുടെ അവബോധമനസ്സിൽ ശക്തമായി സ്ഥാനം പിടിക്കുകയും ചെയ്യും. ക്രമേണ ഇതൊരു ഒഴിയാബാധ പ്രവണതയായി മാറുകയും നിങ്ങളുടെ സമയവും പണവും ശാരീരികാദ്ധ്വാനവും അതിനുവേണ്ടി ചിലവു ചെയ്യുന്നതുമൂലം മറ്റു കാര്യങ്ങളെ പ്രതികൂലമായി ബാധിക്കുകയും ചെയ്യും.

എട്ടാമത്തേത്, ബന്ധങ്ങളിലെ അകൽച്ച അഥവാ തകർച്ച മാനസിക പിരിമുറുക്കങ്ങളെ കുത്തനെ ഉയർത്തുകയും ആരോഗ്യപ്രശ്നങ്ങൾ സൃഷ്ടിക്കുകയും ചെയ്യുമെന്നതാണ്. നിങ്ങളുടെ പ്രിയമുള്ളവരുമായി അടുപ്പം നിലനിർത്തുവാനും ശക്തി പകരുവാനും സഹായിക്കുന്ന ഹോർമോണാണ് ഓക്സിടോസിൻ എന്ന് മുൻപേ പറഞ്ഞിരുന്നുവല്ലോ. നിങ്ങൾ നിങ്ങളുടെ പ്രിയപ്പെട്ട വ്യക്തിയുമായി ശാരീരികബന്ധത്തിൽ

ഏർപ്പെടുമ്പോൾ ഓക്സിടോസിൻ എന്ന ഹോർമോൺ നിങ്ങളുടെ രക്തധമനികളിലേക്ക് പ്രകാശനം ചെയ്യപ്പെടുന്നുണ്ട്. ആഹ്ളാദാനുഭവങ്ങൾ ഉണ്ടാകുമ്പോഴും ഇതുതന്നെയാണ് സംഭവിക്കുന്നത്. കൂടാതെ ഈ ഹോർമോണിന് വേദന കുറയ്ക്കുക, മാനസിക സമ്മർദ്ദം കുറയ്ക്കുക എന്നീ ഗുണങ്ങളും ഉണ്ട്. നിങ്ങളുടെ പങ്കാളിയുമായുള്ള ഒരു ആലിംഗനം മതി രക്തത്തിലെ ഓക്സിടോസിന്റെ അളവ് വർദ്ധിപ്പിക്കുവാൻ. ഏതൊരു പുരുഷന്റെയും സ്ത്രീയുടെയും രതിമൂർച്ഛ (orgasm) അല്ലെങ്കിൽ വികാരപാരമ്യം എന്നത് മാനസിക പിരിമുറുക്കം കുറച്ച്, ശരീരത്തിനേയും മനസ്സിനേയും വിശ്രമാവസ്ഥപ്രാപിക്കുവാൻ പ്രാപ്തനാക്കും എന്നാണ് പഠനങ്ങൾ കാണിക്കുന്നത്. അതിനാലാണ് രതിക്രിയ എന്നത് വിസ്മയകരവും ആനന്ദകരവുമായ ഒരു അനുഭൂതിയായി മാറുന്നത്. ഉയർന്ന മാനസിക പിരിമുറുക്കം, ഒരുപാട് ആരോഗ്യപ്രശ്നങ്ങൾ സൃഷ്ടിക്കും. അതായത് നിങ്ങളുടെ പങ്കാളിയുമായുള്ള ശാരീരികമായി ബന്ധത്തിന്റെ കുറവ് അല്ലെങ്കിൽ അകൽച്ച നിങ്ങളുടെ രണ്ടുപേരുടെയും ശാരീരികവും മാനസികവുമായ പല കഴിവുകളെയും പ്രതികൂലമായി ബാധിക്കും എന്നർത്ഥം.

ഒമ്പതാമത്തേത്, ദാമ്പത്യത്തിൽ ലൈംഗികബന്ധം തുടർച്ചയായി നിഷേധിക്കപ്പെടുന്നതോടെ പലരും ലൈംഗിക വൈകൃതങ്ങളിലും, ലൈംഗികാതിക്രമങ്ങളിലും (പൊതുവേ പുരുഷന്മാർ, അവസാന അദ്ധ്യായത്തിലെ ദുഷ്ടപുത്രൻ ഉദാഹരണം) ഏർപ്പെടാനുള്ള സാധ്യതകൾ കൂടുകയായി. അശ്ലീല വീഡിയോകളിലോ, സ്വയംഭോഗത്തിലോ, സ്വവർഗ്ഗരതിയിലോ, ലൈംഗിക തൊഴിലാളികളെ ആശ്രയിക്കുന്നതിലോ പലരും അവസരം കണ്ടെത്തും. അത്തരം കാര്യങ്ങളിൽ ആസക്തനാകുന്നതോടെ

ജീവിതത്തിന്റെ പല രംഗങ്ങളിലും അതിന്റെ അനന്തരഫലങ്ങൾ ഉണ്ടാവുകയായി. താൽക്കാലികമായ ലൈംഗികസംതൃപ്തിക്ക് മറ്റു മാർഗ്ഗങ്ങൾ തേടുന്നതോടെ പങ്കാളിയുമായി ബന്ധം മെച്ചപ്പെടുത്തുവാൻ താല്പര്യമില്ലാതാവുകയും പലരും മദ്യത്തിലോ മയക്കുമരുന്നിലോ അഭയം തേടുകയും ലൈംഗീകാതിക്രമങ്ങൾക്ക് മുതിരുകയും ചെയ്യും. മുകളിൽ പറഞ്ഞ വിഷമാവസ്ഥകളിൽ ചിലത് ദാമ്പത്യബന്ധം വേർപിരിഞ്ഞവർക്കും വന്നുചേരാറുണ്ട്.

നിങ്ങളുടെ പങ്കാളിയുമായുള്ള അടുത്ത ശാരീരികബന്ധം തീർത്തും നിലയ്ക്കുന്നതോടെ നിത്യജീവിതത്തിലെ പല കാര്യങ്ങളും താളംതെറ്റുകയും, മാനസികമായ അകൽച്ചയുടെ ഫലമായി തമ്മിൽതമ്മിൽ വിദ്വേഷം, അവജ്ഞ എന്നിവ കൂടുകയും, രണ്ടുപേരും പൊതുസ്ഥലങ്ങളിൽ വെച്ചു പോലും കുത്തുവാക്കുകൾ പറയുകയും നിന്ദിപ്പിക്കുന്ന രീതിയിൽ പെരുമാറുകയും ചെയ്യും. തന്മൂലം വീണ്ടും ഒരിക്കലും ഒരുമിച്ച് ചേരുവാൻ കഴിയാത്തവിധത്തിൽ വേറിടുവാനുള്ള സാധ്യതകൾ വളരെ കൂടുകയും ചെയ്യുന്നു. പല പുരുഷന്മാരും (ചില സ്ത്രീകളും) ജോലിസംബന്ധമായ തിരക്കുകൾ കാരണവും, കുട്ടികളുടെ വിദ്യാഭ്യാസ കാര്യങ്ങൾ, വീട്ടുകാര്യങ്ങൾ, മാതാപിതാക്കളുടെ ആരോഗ്യപ്രശ്നങ്ങൾ തുടങ്ങിയവയിൽ കൂടുതൽ സമയം ചെലവഴിക്കേണ്ടി വരുന്നതിനാൽ ചിലപ്പോൾ ലൈംഗികബന്ധത്തിന് താൽപര്യക്കുറവ് കാണിക്കുക സാധാരണമാണ്. അത് പലപ്പോഴും പങ്കാളിയുടെ ലൈംഗികതൃഷ്ണയെ, അല്ലെങ്കിൽ സ്വന്തം ലൈംഗികാവശ്യത്തെ താൽക്കാലികമായി ശമിപ്പിക്കുക എന്ന രീതിയിലുള്ള പതിവു ചടങ്ങുകളിലേക്ക് നയിക്കപ്പെടുകയും, പങ്കാളിയുടെ താൽപര്യങ്ങളും ഇഷ്ടാനിഷ്ടങ്ങളും അവഗണിക്കപ്പെടുന്ന സ്ഥിതിയിലേക്ക്

എത്തിക്കപ്പെടുകയും ചെയ്യും. അത് പൂർത്തീകരണമില്ലാത്ത ലൈംഗികകേളികൾ മാത്രമായി ഒതുങ്ങുമ്പോൾ, അസംതൃപ്തി ഉടലെടുക്കുകയും ലൈംഗികകേളികളിൽ താൽപര്യം കുറഞ്ഞ്, അതിൽ നിന്നും ക്രമേണ പിൻവലിയുന്ന സ്ഥിതിയിൽ എത്തിച്ചേരുകയും ചെയ്യും. അതോടെ തമ്മിൽ തമ്മിൽ തീക്ഷ്ണമായി പ്രവഹിക്കുന്ന സമാഗമനങ്ങൾ ഉണ്ടാകാനുള്ള സാധ്യതകൾ ഇല്ലാതാവുകയും രണ്ടുപേരും രണ്ടു ധ്രുവങ്ങളിൽ എത്തിപ്പെടുകയും ചെയ്യും. അതോടെ പൂർണ്ണമായ മാനസിക പിരിമുറുക്കം കാരണം ദമ്പതികൾ കുട്ടികളുടെ മുന്നിൽ വെച്ചും, മാതാപിതാക്കളുടെ മുന്നിൽ വെച്ചും പരസ്പരം കീറിമുറിക്കുന്നപോലത്തെ മുട്ടൻ വഴക്കുകൾ സൃഷ്ടിക്കപ്പെടും. തുടർന്ന് ഗൃഹാന്തരീക്ഷം ബഹളമയമാവുകയും ഒരു പ്രശ്നഭൂമിയായി മാറുകയും, ദമ്പതികൾ തമ്മിലുള്ള എല്ലാ ബന്ധങ്ങളും വീണ്ടെടുക്കുവാൻ പറ്റാത്ത അവസ്ഥയിലെത്തുകയും ചെയ്യുന്നു. ദാമ്പത്യ ബന്ധം വേർപെടുത്തുകയല്ലാതെ വേറെ മാർഗ്ഗമില്ലാത്ത സ്ഥിതിയിലേക്ക്, അല്ലെങ്കിൽ അത്തരമൊരു തീരുമാനത്തിലേക്ക് രണ്ടുപേരും വലിച്ചിഴക്കപ്പെടുകയായി. അതിനാലാണ് പല മനഃശാസ്ത്രജ്ഞരും കലഹങ്ങൾ എപ്പോൾ എവിടെ വെച്ച് അവസാനിപ്പിക്കണം എന്ന അറിവാണ് ഒരു ദാമ്പത്യബന്ധത്തിന്റെ വിജയരഹസ്യമെന്ന് പറയുന്നത്. അതായത് ദമ്പതികൾ പരസ്പര വിശ്വാസത്തിൽ അർപ്പിതമായ മാർഗ്ഗങ്ങളിലൂടെ, തമ്മിൽതമ്മിൽ അകൽച്ച സൃഷ്ട്ടിക്കുന്ന വാക്കുകളോ പ്രവർത്തികളോ ഇല്ലാതെ, അടുപ്പം വർദ്ധിപ്പിക്കുന്ന ആശയങ്ങളും അവസരങ്ങളും വികസിപ്പിച്ച് ഒരുമിച്ച് വിജയകരമായ ദാമ്പത്യജീവിതം നയിക്കുക എന്ന്.

വൈവിധ്യമാണ് ലൈംഗികബന്ധങ്ങളുടെ ആസ്വാദ്യത വർദ്ധിപ്പിക്കുന്ന ഒരു പ്രധാന ഘടകം. ഉദാഹരണത്തിന്

ദമ്പതികൾ തമ്മിലുള്ള ലൈംഗികബന്ധം എന്നത് അധികവും ശനിയാഴ്ച രാത്രികളിൽ, ഭക്ഷണത്തിനുശേഷം ഉറങ്ങുന്നതിനു മുമ്പുള്ള ഒരു പതിവ് ചടങ്ങ് മാത്രമായി ഒരുക്കുന്നത് എന്തിനാണ്? എന്തുകൊണ്ട് ഉറക്കമുണർന്ന ഉടനെ അല്ലെങ്കിൽ ഉച്ചയൂണിനു ശേഷം ആയിക്കൂടാ? പഴയ ഒരു ചൊല്ലു പ്രകാരം, ഉച്ചയ്ക്കുള്ള രതിക്രിയ മരണത്തെ വരെ അതിജീവിക്കുവാൻ കെൽപ്പു നൽകുന്നതാണ്. വൈവിധ്യമെന്നത്, വിവിധ വ്യക്തികളുമായുള്ള ബന്ധം എന്നല്ല മറിച്ച് വ്യത്യസ്തമായ സമയത്തും, വ്യത്യസ്തമായ രീതികളിലും ഭാവങ്ങളിലും ലൈംഗികാഭിനിവേശത്തെ ഉത്തേജിപ്പിക്കുക എന്നതാണ്. ലൈംഗികബന്ധം കിടപ്പുമുറിയിൽ അതേ കിടക്കയിൽ വെച്ചുതന്നെ എപ്പോഴും ആകണമെന്നില്ല. സോഫയിൽ വെച്ചും ആകാം. അതിനു പുറമേ പരസ്പരമുള്ള സ്പർശനം, തടവൽ, തലോടൽ, സുഖകരമായ പരാമർശങ്ങൾ തുടങ്ങിയവയൊക്കെ തന്നെ ലൈംഗികതയുടെ അതിപ്രസരം സൃഷ്ടിച്ച് അതിന്റെ വ്യാപ്തിയും സമയവും ആനന്ദവും വർദ്ധിപ്പിക്കും. സംതൃപ്തമായ ലൈംഗികബന്ധത്തിന് അല്പസ്വല്പം സാങ്കേതികത്വം കൂടി പലപ്പോഴും ആവശ്യമായി വരും. ശ്രദ്ധ, വീക്ഷണം, പരിശോധന, അഭ്യസിക്കൽ,മുൻകൂട്ടിയുള്ള കേളികൾ (foreplay) എന്നിവ അതിൽ പെടും. ആനന്ദകരമായ ലൈംഗികബന്ധത്തിന് കേൾക്കുകയും, പഠിക്കുകയും ചെയ്യുന്നുണ്ടെന്ന് ഊന്നിപ്പറയുന്ന തരത്തിലുള്ള സന്ദേശങ്ങൾ പരസ്പരം കൈമാറേണ്ടതും ഒരു ആവശ്യകത തന്നെയാണ്. അതിന്, നിങ്ങളുടെ പങ്കാളി സംസാരിക്കുമ്പോൾ ശ്രദ്ധിക്കാൻ ശീലിക്കണം. വാക്കുകളുടെ വെറും അർത്ഥങ്ങളല്ല, അതിലടങ്ങിയ വികാരം (വരികൾക്കിടയിലൂടെ ഉള്ള വായന എന്ന പത്രഭാഷ പോലെ) മനസ്സിലാക്കുക വഴിയാണ് അടുപ്പമേറിയ ലൈംഗികബന്ധം

സാദ്ധ്യമാവുക. യാദൃശ്ചികമായി, പ്രതീക്ഷിക്കാത്ത നിമിഷങ്ങളിലെ ലൈംഗികബന്ധം, ദാമ്പത്യജീവിതത്തിന് അതിശക്തമായ ഉത്തേജനം നൽകാൻ പര്യാപ്തമാണെന്ന് മുമ്പ് പറഞ്ഞിരുന്നുവല്ലോ. എന്നാൽ നമ്മുടെ നാട്ടിലെ ഗൃഹാന്തരീക്ഷങ്ങളിൽ പലപ്പോഴും ലൈംഗികബന്ധത്തിന് സമയവും, സൌകര്യവും സന്ദർഭവും തയ്യാറെടുപ്പുകളും ഒക്കെ ആവശ്യമായിവരും. ഇക്കാര്യത്തിൽ ചില വിദഗ്ധർ പറയുന്നത് വീട്ടിനു വെളിയിൽ എവിടെയെങ്കിലും സംഗമിക്കുവാനുള്ള ഒരു പ്ലാൻ മുൻകൂട്ടി തയ്യാറാക്കി, യാദൃശ്ചികമായി എന്ന് തോന്നുംവിധത്തിൽ അവതരിപ്പിച്ച് നടപ്പാക്കുന്നത്, ലൈംഗികസംതൃപ്തി ഉത്തേജിപ്പിക്കുവാൻ തികച്ചും സഹായകരമാകുമെന്നാണ്.

ദമ്പതികൾക്ക് തമ്മിൽത്തമ്മിൽ ആഗ്രഹങ്ങൾ അല്ലെങ്കിൽ ആവശ്യങ്ങൾ തുറന്നുപറയുവാനോ സൂചിപ്പിക്കുവാനോ സാധിച്ചാൽ, അത് മിക്കപ്പോഴും ആശ്ചര്യപ്പെടുത്തുന്ന വേഗത്തിൽ നിറവേറ്റപ്പെടും. ലൈംഗികബന്ധങ്ങളിൽ തിരസ്കരണത്തിന്റേയോ, പരാജയത്തിന്റേയോ ഭയങ്ങൾ തുറന്നു പറയുമ്പോൾ അതുമൂലമുണ്ടാകുന്ന മനോവിഷമത്തിന്റെ വ്യാപ്തി കുറയ്ക്കുവാൻ സാധിക്കും. സ്ത്രീകൾ ഭർത്താക്കന്മാരോട് അവരുടെ തോന്നലുകളും ആശകളും മറ്റും പറയുവാനോ സൂചിപ്പിക്കുവാനോ മടി കാണിച്ചാൽ അയാൾക്ക് അത് അറിയുക വിഷമകരമായി മാറും. ദമ്പതികൾക്കിടയിലുള്ള ബന്ധങ്ങൾക്ക് സംഭവിക്കുന്ന ഒരു പ്രധാന ന്യൂനത, രണ്ടുപേരും തങ്ങലുടെ ഇഷ്ടങ്ങളും അനിഷ്ടങ്ങളും യാന്ത്രികമായി മറ്റേ വ്യക്തി മനസ്സിലാക്കിയിരിക്കണം എന്ന ചിന്തയാണ്. ഇത് ഒരു അബദ്ധജടിലമായ ചിന്താഗതിയാണ്.

നമ്മളിൽ പലരുടെയും (പ്രത്യേകിച്ച് സ്ത്രീകൾ) ഒരു സന്തതസഹചാരിയാണ്, ആവശ്യമില്ലാത്ത ഭയം. ഇത്തരം

അനാവശ്യ ഭയങ്ങൾ, പൂർണസംതൃപ്തിയേകുന്ന ലൈംഗികബന്ധങ്ങൾക്ക് വലിയ തടസ്സം സൃഷ്ടിക്കും. പൊതുവേ മിക്ക സ്ത്രീകളും, അവരുടെ ശരീരത്തിന്റെ ആകാരഭംഗിയെപ്പറ്റിയും, നിതംബങ്ങളെപ്പറ്റിയും, പൊക്കിളിനെപ്പറ്റിയും, അങ്ങിനെ മിക്ക അവയവങ്ങളെപ്പറ്റിയും ആവശ്യത്തിൽ കവിഞ്ഞ ആശങ്കയുള്ളവരും, പലതിനെപ്പറ്റിയും വല്ലായ്മ തോന്നുന്നവരുമായിരിക്കും. ശരിക്കും പറഞ്ഞാൽ തന്റെ പങ്കാളിയുടെ ലൈംഗികാഭിരുചികൾക്കും, ആവശ്യങ്ങൾക്കും അഭികാമ്യമായ ഒരു സ്ത്രീ തന്നെയാണോ താൻ എന്ന ഭയം മിക്ക സ്ത്രീകളെയും അലട്ടും, പ്രത്യേകിച്ച് വിവാഹത്തിന്റെ ആദ്യകാലത്തും, പിന്നീട് അടുപ്പം കുറയുന്നതായി അനുഭവപ്പെടുമ്പോഴും.

മിക്ക ദമ്പതികളെയും സംബന്ധിച്ചെടുത്തോളം, അവരുടെ ലൈംഗികബന്ധത്തിന്റെ വ്യാപ്തി, അവർ അതിനുവേണ്ടി കാണിക്കുന്ന അകാഗ്രതയേയും (വ്യഗ്രതയല്ല), ഒരുമിച്ചു ചിലവഴിക്കുന്ന സമയത്തിനെയും ആശ്രയിച്ചാണ് നിലകൊള്ളുന്നത്. വിശിഷ്ടമായ ലൈംഗികബന്ധം അല്ലെങ്കിൽ സംതൃപ്തി എന്നത് ദമ്പതികൾക്കിടയിൽ ക്രമേണ രൂപംകൊള്ളുന്ന രതിജന്യമായ പതിവൃത്തിക്കനുസരിച്ചായിരിക്കും. ഉദാഹരണത്തിന് പല ദമ്പതികളും ശനിയാഴ്ച രാത്രികളാണ് ലൈംഗികബന്ധത്തിനായി മാറ്റിവെക്കുവാൻ താൽപര്യപ്പെടുക. അത് ഔദ്യോഗിക ജീവിതത്തിനും കുടുംബജീവിതത്തിനു ഇടയിൽ ദാമ്പത്യബന്ധത്തിന് സമയവും സൌകര്യങ്ങളും ലഭ്യമാവുക എന്ന പ്രക്രിയയുടെ കൂടി ഭാഗമായിരിക്കും. അല്ലാതെ മധുവിധു കാലത്ത് ഉണ്ടായിരുന്ന ലൈംഗികാസക്തി കുറഞ്ഞതുകൊണ്ടോ, പങ്കാളിയോടോ അവരുമായിട്ടുള്ള ലൈംഗികബന്ധത്തിൽ

വിരസതയോ വിരക്തിയോ തോന്നിയത് കൊണ്ടോ ആയിരിക്കുകയില്ല. പരസ്പരമുള്ള ആശയവിനിമയത്തിലൂടെ അവബോധം വളർത്തി, മാറ്റങ്ങൾക്കനുസരിച്ച് രണ്ടുപേരുംകൂടി, വിവാഹജീവിതത്തിലെ ലൈംഗികാവേശം തുടർന്നും നിലനിർത്തണമെന്ന ആഗ്രഹത്തോടെ രൂപം നൽകുന്ന ഒരു സമയപ്രക്രിയയിലൂടെ വേണം, വിവാഹജീവിതത്തിലെ ലൈംഗികബന്ധം രൂപം പ്രാപിക്കുവാൻ. രണ്ടുപേരും ചേർന്നുള്ളഅതുല്യമായ സംയോഗം പരിപോഷിപ്പിക്കുവാനുള്ള ഒരു പരസ്പരധാരണയിലൂടെ, ആവേശമുണർത്തുന്ന ലൈംഗികസംതൃപ്തി ആർക്കും സ്വായത്തമാക്കാം.

ദമ്പതികൾ തമ്മിലുള്ള ലൈംഗികബന്ധങ്ങൾക്ക് നേരിടേണ്ടിവരുന്ന ഒരു പ്രധാന പ്രശ്നം, രണ്ടുപേരുടെയും വ്യത്യസ്ത തലത്തിലുള്ള ലൈംഗിക ആഗ്രഹങ്ങളും [illegible] തുറന്നു പറയുവാനുള്ള വൈമനസ്യവുമാണ്. ലൈംഗികപരമായ നിർവഹണ വിഷയത്തിൽ ഒരുപാട് സങ്കോചങ്ങളും, വിലമതിപ്പ് തിട്ടപ്പെടുത്തലുകളും പലരിൽ നിന്നും പലവിധത്തിലും ലഭിച്ച വിവരങ്ങൾക്കും വിവരണങ്ങൾക്കും അനുസരിച്ച് പലതും പരീക്ഷിച്ചു നോക്കുവാനുള്ള തിടുക്കവും അതിനെ തുടർന്നുണ്ടാകുന്ന ആകാംക്ഷയും ഒക്കെ പലപ്പോഴും പ്രശ്നങ്ങൾക്ക് കാരണമാകാറുണ്ട്. ലൈംഗികപരമായ ബന്ധപ്പെടലുകൾ മുൻകൂട്ടി തയ്യാറാക്കിയ ഒരു തിരക്കഥ പോലെയാകുമ്പോൾ അത് തികച്ചും കൃത്രിമത്വം നിറഞ്ഞതായി മാറും. അതിനുപകരം ഒരുമിച്ച ചേർന്നിരിക്കാൻ ഒരു പ്ലാൻ തയ്യാറാക്കുക. തുടർന്ന് ആനന്ദകരമായ സംഭവങ്ങളെ സ്വാഭാവികമായ രീതിയിൽ സംഭവിപ്പിക്കുവാൻ അനുവദിക്കുക. പലപ്പോഴും കൃത്രിമമായ സാങ്കേതികതയെ

അധികം ആശ്രയിക്കുന്നത്, ലൈംഗികകേളികളെ തണുപ്പിക്കുവാനേ ഉതകൂ. പലപ്പോഴും തന്റെ പൌരുഷം തെളിയിക്കുവാനുള്ള വെപ്രാളത്തിൽ പല പുരുഷന്മാരും വിനോദം പ്രദാനം ചെയ്യുന്ന കാമകേളികൾ മറന്നുപോകും. അതായത് ബാഹ്യകേളികളും (foreplay) രതിക്രിയയും പരസ്പരം ബന്ധപ്പെട്ടു കിടക്കുന്നു എന്ന കാമസൂത്ര മന്ത്രം മറന്നുപോകുമെന്ന്. ദമ്പതികൾ തമ്മിലുള്ള ലൈംഗികബന്ധം, പുതുമ നിറഞ്ഞതും രസകരവുമാക്കുവാൻ, പങ്കാളിയെ ആകസ്മികമായി വിസ്മയപ്പെടുത്തുക എന്നതും ആവശ്യമാണ്. തിരക്കുപിടിച്ച ജീവിതത്തിനിടയിൽ പെട്ടെന്നുള്ളതും രസകരവുമായ ലൈംഗിക സാഹസങ്ങൾക്ക് കൂടി ഇടം കണ്ടെത്തേണ്ടത് പരിപൂർണ്ണ ലൈംഗികസംതൃപ്തിക്ക് ആവശ്യമായ ഒരു ഘടകമാണ്.

ഗംഭീരമായ ലൈംഗികകേളികൾ സംഭവിക്കാത്തതിൽ നിരാശപൂണ്ട് മനംനൊന്ത്, അത് ശാരീരികമായതോ ലൈംഗികമായതോ ആയ പ്രശ്നങ്ങൾമൂലമാണെന്ന് സ്വയം ധരിച്ച് (ചിലപ്പോൾ മുറിവൈദ്യന്റേയോ സുഹൃത്തുക്കളുടെയോ അഭിപ്രായമായിരിക്കാം) ലൈംഗികബന്ധത്തിന് ധൈര്യം നഷ്ടപ്പെട്ട് വിദഗ്ധരെ തേടുന്നവരും ധാരാളമാണ് നമ്മുടെ നാട്ടിൽ. എന്നാൽ അതിനുള്ള കാരണങ്ങൾ പലതും ലളിതവും പലർക്കും അറിവുള്ളതുമായിരിക്കും. അവയിൽ ചിലതാണ്; മുൻകൂട്ടിയുള്ള തയ്യാറെടുപ്പ് ഇല്ലായ്മ, തിരക്കിട്ട ബാഹ്യകേളികൾ, ഒരേ സ്ഥലം, സ്ഥാനം, ഒരേ സന്നിവേശം, ഒരേ സമയക്രമം എന്നിവ. അതായത് ലൈംഗികബന്ധം എന്നത് മറ്റു പല പതിവുള്ള നിത്യാനുഷ്ഠാനങ്ങൾ എന്നപോലെയുള്ള ഒരു അനുഷ്ഠാനം മാത്രമായി ചുരുക്കൽ. ഇത് പലപ്പോഴും നിങ്ങളുടെ പങ്കാളിയ്ക്ക്, നിങ്ങളുടെ

സ്നേഹത്തെക്കുറിച്ചും, പരബന്ധത്തെക്കുറിച്ചും മറ്റും സംശയങ്ങൾ ജനിപ്പിക്കും. ഒരു വ്യത്യസ്ത സ്ഥിതിയും, സ്ഥലവും, സമയവും എന്തുകൊണ്ട് ശ്രമിച്ചുകൂടാ? അതു ശരിയായില്ലെങ്കിൽ മറ്റൊന്ന് പരീക്ഷിച്ചു കൂടേ? ഉണർവേകുന്ന കൊച്ചുകൊച്ചു കുസൃതികൾ എന്തുകൊണ്ട് ആയിക്കൂടാ? ചെറിയ ചെറിയ സ്പർശനങ്ങൾപോലും പരസ്പരമുള്ള സംയോഗത്തിന് അപരിമിതമായ അർത്ഥം പ്രദാനം ചെയ്യും എന്ന് എപ്പോഴും ഓർക്കുക.

എല്ലാ ദമ്പതികൾക്കും അവരവരുടെ കലവറകളിൽ എന്തെങ്കിലും ഒക്കെ ഉത്തേജക വിദ്യകളുടെ ശേഖരം ഉണ്ടാകും. ചെവികളിൽ കൊറിക്കുക, ലാളിക്കുക, ചില പ്രത്യേക ഇടങ്ങളിൽ തടവുക എന്നിവയൊക്കെ അതിൽപ്പെടും. എന്നാൽ ബാഹ്യകേളികൾ നേരത്തെ ആരംഭിച്ചിരിക്കണം. അത് ഹോട്ടലിൽ ഭക്ഷണം കഴിക്കുമ്പോൾ കാൽവിരലുകൾകൊണ്ട് പങ്കാളിയുടെ കാലിലോ മറ്റോ പതുക്കെ സ്പർശിക്കുക, ഭക്ഷണം കഴിച്ചു എഴുന്നേൽക്കുമ്പോൾ അല്ലെങ്കിൽ ഭക്ഷണം വിളമ്പുമ്പോൾ ശരീരത്തിൽ എവിടെയെങ്കിലും മൃദുവായി സ്പർശിക്കുക, സിനിമയ്ക്ക് പോയി രാത്രി വീട്ടിലേക്ക് വണ്ടിയിൽ മടങ്ങുമ്പോൾ കൈകൾ പങ്കാളിയുടെ കാലുകൾക്കുമേൽ വെക്കുക എന്നിവയൊക്കെ നേരത്തെയാകാവുന്ന ബാഹ്യകേളികളാണ്. അല്ലെങ്കിൽ ആഴ്ച മുഴുവൻ നീണ്ടുനിൽക്കുന്ന മൃദുലവും മന്ദഹാസത്തിൽ പൊതിഞ്ഞതുമായ ഭാവാവിഷ്കാരങ്ങളും ആകാം. അതായത് അവൾക്ക് അല്ലെങ്കിൽ അയാൾക്ക് ആഗ്രഹമുണ്ടെന്നും, മറ്റേയാൾ തയ്യാറാണെന്നും സൂചിപ്പിക്കുന്ന എന്തുമാകാം. ഇതൊക്കെ അല്പം കുസൃതിയിൽ പൊതിഞ്ഞ് വിനോദപരമായി അവതരിപ്പിക്കുവാൻ കഴിഞ്ഞാൽ കൂടുതൽ നല്ലത്.

ബാഹ്യകേളികളുടെ അത്രതന്നെ പ്രാധാന്യമുള്ളതാണ് രതിക്രിയയ്ക്കു ശേഷമുള്ള കേളികൾ. ഒരിക്കലും ഉടനെ തിരിഞ്ഞു കിടന്നുറങ്ങരുത്, കാരണം ആ നിമിഷങ്ങൾ അപഗ്രഥനാ സമയമാണ്, ക്രിയയ്ക്ക് ശേഷമുള്ള അത്ഭുതകരമായ കീഴ്പ്പോട്ട് വരവിന്റെ നിമിഷങ്ങൾ. ഉറക്കെ കെട്ടിപ്പിടിച്ച് പതയുകയും പരസ്പരം മൃദുവായി തടവുകയും ചെയ്യുക. ഇതൊക്കെ ചെയ്താൽ അടുത്ത പ്രാവശ്യവും അതിന് അടുത്ത പ്രാവശ്യവും അവയെല്ലാം ഓർമ്മകളിൽ ഓടിയെത്തി ബാഹ്യകേളികളിൽ വ്യാപൃതരാകുവാൻ രണ്ടുപേരും തയ്യാറാകും. രതിക്രിയകളിലും അല്പമൊക്കെ വിചിത്രത ആവാം. അത് നിങ്ങളുടെ ലൈംഗികതയുടെ അളവ് വർദ്ധിപ്പിക്കുകയും, വ്യാപ്തി കൂട്ടുകയും, രണ്ടുപേരുടെയും മനസ്സിനെ മറ്റു ചിന്തകളിൽ നിന്നും മുക്തമാക്കുകയും ചെയ്യും. ദാമ്പത്യബന്ധത്തിൽ അതിർത്തി ലംഘനങ്ങളോ വിലക്കപ്പെട്ട കേളികളോ ഇല്ല. വിചിത്രമായ ചിന്തകളെ വെറും മോഹങ്ങളായി തളിച്ചിടേണ്ട ആവശ്യവുമില്ല. രണ്ടുപേർക്കും താല്പര്യമുള്ള കേളികൾ ആനന്ദകരമായി നിർവഹണം നടത്തുന്നതിലൂടെ നിങ്ങളുടെ ബന്ധം ശക്തമാക്കുവാനും, അങ്ങിനെ പരസ്പരം സ്തുതി സ്തോത്രങ്ങൾ വർഷിക്കുവാനും സഹായകരമാകുമെങ്കിൽ, അവ പരീക്ഷിക്കുന്നതിൽ ഒരു തെറ്റുമില്ല. അസാധാരണവും, രസകരവുമായ ഒരു ദാമ്പത്യബന്ധം നിലനിർത്തുവാൻ അങ്ങനെ പലതും പലപ്പോഴും ആവശ്യമായി വരും.

8

കാല്പനിക കഥകൾ, മിഥ്യാധാരണകൾ

ലൈംഗികപരമായ വിഷയങ്ങളിൽ നമ്മുടെ സമൂഹത്തിൽ, പല കാല്പനിക കഥകളും, മിഥ്യാ ധാരണകളും പരക്കെ നിലവിലുണ്ട്. അതിൽ ഒന്നാണ്, സ്ത്രീകൾക്ക് പൊതുവെ പുരുഷന്മാരെ അപേക്ഷിച്ച് ലൈംഗികവേഴ്ചയ്ക്ക് താല്പര്യം കുറവായിരിക്കും എന്നത്. എന്നാൽ ശാസ്ത്രീയമായി പറയുകയാണെങ്കിൽ യാതൊരു അടിസ്ഥാനവുമില്ലാത്ത ഒരു മിഥ്യാധാരണയാണ് ഇത്. നല്ല ആരോഗ്യവും, ആവശ്യത്തിന് ഊർജ്ജവും സമയവും ഉണ്ടെങ്കിൽ ലൈംഗികപരമായ കാര്യങ്ങളിൽ പുരുഷന്മാരുടെ അത്ര തന്നെയോ അതിലധികമോ താൽപര്യവും ആസക്തിയും ഉള്ളവരാണ് മിക്ക സ്ത്രീകളും. ഇത്തരമൊരു മിഥ്യാധാരണയ്ക്ക് അധികമായ വ്യാപനശക്തി കൈവരിക്കുവാൻ കാരണം; പരമ്പരാഗതമായി ആൺകുട്ടികളെയും പെൺകുട്ടികളെയും, ചില ലിംഗപരമായ ഭാവങ്ങൾ അഥവാ നാട്യങ്ങൾക്കനുസരിച്ച് ജനനം മുതൽ പഠിപ്പിക്കുകയും, സമൂഹം അതിനാവശ്യമായ സ്ഥിരീകരണ പ്രക്രിയകൾ കാലാകാലമായി, ചെയ്തു വന്നിട്ടുള്ളതിനാലുമാണ്. അതായത് പെൺകുട്ടികൾ അടങ്ങിയും ഒതുങ്ങിയും എല്ലാകാര്യങ്ങളിലും വൈമനസ്യ

മനോഭാവം വെച്ചുപുലർത്തിയും വേണം വളർന്നു വരുവാൻ എന്ന് സമൂഹവും, പല കുടുംബാംഗങ്ങളും നിർബന്ധിക്കും എന്നത്. എന്നാൽ ആൺകുട്ടികളെ എല്ലാ കാര്യങ്ങളിലും ഉത്സാഹശീലമുള്ളവരാക്കി വളരുവാൻ അനുവദിക്കണമെന്ന ഒരു അപലനീയമായ അവസ്ഥയും അതോടൊപ്പം നിലനിന്നു വന്നിരുന്നു.

ഇന്ന് ഈ സ്ഥിതിക്ക് കുറേയൊക്കെ മാറ്റം വന്നിരിക്കുന്നു എന്നതും എടുത്തുപറയേണ്ട ഒരു കാര്യമാണ്. പക്ഷേ ഇപ്പോഴും പല സ്ത്രീകളും കരുതുന്നത്, തങ്ങൾ പല കാര്യങ്ങളിലും നിഷ്ക്രിയമായ സമീപനമാണ് സ്വീകരിക്കേണ്ടത് എന്നും, ലൈംഗികപരമായ വികാരങ്ങൾക്ക് ഭാവാവിഷ്കാരം നൽകുന്നത് വളരെ പരിമിതമായ രീതിയിൽ മാത്രമേ പാടുള്ളൂ എന്നുമാണ്. അതായത് വികാരപരമായ പ്രേമാവിഷ്ക്കാരങ്ങൾ വളരെ മിതമായ തോതിൽ മാത്രമേ പ്രകടിപ്പിക്കാവൂ എന്ന്. അതാണ് ഇന്നും നമ്മുടെ സമൂഹത്തിന്റേയും (മൊത്തത്തിൽ അല്ല) ചില സാമുദായിക മേലാളന്മാരുടെയും കാഴ്ചപ്പാട്. അതിനൊരു മാറ്റം ആവശ്യമാണെന്ന് പലരും മുറവിളി കൂട്ടുന്നുണ്ടെങ്കിലും ഇനിയും കുറേക്കാലം കൂടി അതിനുള്ള കാത്തിരിപ്പ് തുടരേണ്ടിവരുമെന്ന കാര്യം തീർച്ചയാണ്.

മറ്റൊരു തികച്ചും അബദ്ധജടിലമായ മിഥ്യാധാരണ, സ്ത്രീകളുടെ കന്യകാത്വത്തെ പറ്റിയുള്ളതാണ്. അഭ്യസ്ഥവിദ്യരകടക്കമുള്ള പല പുരുഷന്മാരും വിശ്വസിക്കുന്നതും, എന്നാൽ വെറും കേട്ടറിവുമാത്രം ആശ്രയിച്ചിരിക്കുന്നതുമായ ഒരു അബദ്ധധാരണയാണ്, കന്യകാചർമ്മം ഒരു സ്ത്രീയുടെ കന്യകാത്വത്തിന്റെ അടയാളമാണെന്നും, പുരുഷനുമായുള്ള ആദ്യ ശാരീരികബന്ധത്തിൽ അത് ഭേദിക്കപ്പെടുന്നതിനാൽ ചെറിയ തോതിൽ രക്തസ്രാവം ഉണ്ടാകും എന്നത്. അതായത്

വിവാഹശേഷമുള്ള ആദ്യ ലൈംഗികബന്ധത്തിൽ കന്യകാചർമ്മം പൊട്ടി രക്തസ്രാവം ഉണ്ടായില്ലെങ്കിൽ നവവധു കന്യകയല്ല എന്നും അനുമാനിക്കണം എന്നത്; ഇത് സ്ത്രീയുടെ ശരീരഘടനാപരമായ തെറ്റായ അറിവു മൂലമുള്ള അജ്ഞത നിറഞ്ഞ നിഗമനമാണ്.

ശാസ്ത്രീയമായി പറയുകയാണെങ്കിൽ കന്യകാചർമ്മം എന്നത് യോനിയുടെ പ്രവേശനകവാടത്തിലുള്ള ഒരു കഷണം നേരിയ ചർമത്തിന്റെ അവശിഷ്ടമാണ്. അത് ഭ്രൂണാവസ്ഥയിൽ സംഭവിക്കുനന വികാസങ്ങളോടൊപ്പം യോനി രൂപപ്പെടുന്ന അവസരവേളയിൽ ഉണ്ടായേക്കാവുന്ന അവശേഷം (leftover) മാത്രമാണ്. ഈ കന്യാചർമ്മത്തെപറ്റി പൊതുവായുള്ള ഒരു മിഥ്യാധാരണയാണ്, അത് പ്രഥമ യോനീ പ്രവേശന സമയം വരെ കേടുപറ്റാതെ നിലനിൽക്കുകയും, ആദ്യത്തെ സംഭോഗസമയത്ത് അത് പൊട്ടുകയും ചെയ്യും എന്നത്. അതിനാലാണ് പലരും [illegible] സ്ത്രീയുടെകന്യകാത്വത്തിന്റെ ശാരീരികമായ അടയാളമായി കാണുന്നത്. ആദ്യമായുള്ള ലൈംഗികബന്ധത്തിൽ കന്യകാചർമ്മത്തിന് ക്ഷതമേൽക്കുന്നതുമൂലം ചില സ്ത്രീകൾക്ക് നേരിയ തോതിൽ രക്തസ്രാവം ഉണ്ടാകാറുണ്ടെങ്കിലും എല്ലാ അർത്ഥത്തിലും ഇത് സർവ്വസാധാരണമായ സംഭവമല്ല; കാരണം പല സ്ത്രീകൾക്കും ജനനം മുതലേ അത്തരമൊരു നേർത്ത ചർമ്മം (Tissue) ഉണ്ടായിരിക്കുകയില്ല.

ഇക്കാര്യത്തിലുള്ള മറ്റൊരു മിഥ്യാധാരണയാണ് കന്യകാചർമ്മം എന്നത് അയവില്ലാത്തതും എന്നാൽ പ്രവേശന സാധ്യതകൾ ഉള്ളതും ആണെന്ന്. ശരിക്കും പറഞ്ഞാൽ ഈ ടിഷ്യു യഥാർത്ഥത്തിൽ അയവുള്ളതും, നീളുന്ന അഥവാ വലിയുന്ന സ്വഭാവ പ്രവണതയുള്ളതുമാണ്; അതായത് പ്രവേശനസമയത്ത് അത് പൊട്ടണമെന്നില്ല.

കൂടാതെ കഠിനമായ ശാരീരിക വ്യായാമമുറകൾമൂലവും, ശാരീരിക അദ്ധ്വാനംമൂലവും അതു പൊട്ടുവാനോ, നീളുവാനോ സാദ്ധ്യതകളുണ്ട്. ശാസ്ത്രീയമായ ഈ യാഥാർത്ഥ്യങ്ങൾ കണക്കിലെടുത്താൽ ഒരു സ്ത്രീ കന്യകയാണോ എന്ന കാര്യം കണ്ടെത്തുക സാധാരണഗതിയിൽ സാദ്ധ്യമായ ഒരു കാര്യമല്ല. അപ്പോൾ അത് അറിയാനുള്ള മാർഗ്ഗം അവളോട് തന്നെ ചോദിക്കുക എന്നതാണ്.

ലൈംഗികതയെ പറ്റിയുള്ള മറ്റൊരു മിഥ്യാധാരണയാണ്, നിങ്ങൾ എത്രത്തോളം അതിൽ ശ്രദ്ധ കേന്ദ്രീകരിക്കുന്നുവോ, അത്രത്തോളം നന്നായി നിർവഹണം സാധ്യമാകുമെന്ന്. ഇത് യാഥാർത്ഥ്യത്തിൽ നിന്നും വളരെ അകലെ നിൽക്കുന്ന ഒരു ധാരണയാണ്. നിങ്ങൾ നിങ്ങളുടെ ചലനങ്ങളെപറ്റിയും, സ്പർശനങ്ങളെപറ്റിയും, അനുഭവാനുഭൂതികളെപറ്റിയും ഒക്കെയുള്ള ചിന്തകളിൽ വ്യാപൃതരാകുമ്പോൾ, നിങ്ങളെപറ്റി തന്നെയും, ശാരീരിക ബന്ധത്തെപറ്റിയും ഒക്കെ ചിന്തിക്കുവാനും സമയക്രമീകരണം നടത്താനുമുള്ള അവസരം നിങ്ങൾക്ക് നഷ്ടപ്പെടും. നിങ്ങളുടെ പ്രകടനത്തെ പറ്റിയും മറ്റും സ്വന്തമായി വിശകലനം ചെയ്യാതെ, സംഭവങ്ങൾ സ്വാഭാവികമായി സംഭവിക്കാൻ അനുവദിക്കുന്നതിലൂടെയാണ് നല്ല രീതിയിലുള്ള ലൈംഗികബന്ധം സാധ്യമാവുക.

മറ്റൊരു അബദ്ധധാരണയാണ്, ഒരേ പങ്കാളിയുമായുള്ള ദീർഘകാലത്തെ ശാരീരികബന്ധം വിരസതയും മുഷിച്ചിലും ഉണ്ടാക്കുമെന്നത്. നിങ്ങളുടെ പങ്കാളിയുമായി നല്ലരീതിയിലുള്ളതും നൈരന്തര്യവുമായ (enduring) ലൈംഗികബന്ധം, സാദ്ധ്യവും അത് അഭിലഷണീയവുമാണ് എന്നതാണ് യഥാർത്ഥ വസ്തുത. നിങ്ങൾ നിങ്ങളുടെ പങ്കാളിയുമായി ശാരീരികബന്ധത്തിന് അധികമായി സമയം ചിലവഴിക്കാത്തതും, പങ്കാളിയുടെ വികാരങ്ങളും

വിചാരങ്ങളും ശരിക്കും മനസ്സിലാക്കാത്തതും ആണ് ലൈംഗികപരമായ വിരസതയ്ക്ക് കാരണം. പുതുമ നിലനിർത്തുവാനായി വിസ്മയജനകമായതും സർഗ്ഗശക്തിയുള്ളതും ലീലാപരവുമായ സ്നേഹപ്രകടനങ്ങളിലൂടെ വിരസത തീർത്തും ഒഴിവാക്കുവാനാകും.

ലൈംഗികപരമായ മറ്റൊരു അബദ്ധധാരണയാണ്; ശരിയായതും നല്ല രീതിയിലുമുള്ള ശാരീരികബന്ധം സ്ഥാപിക്കാനാവുന്നത്, നിങ്ങൾ നിങ്ങളുടെ പങ്കാളിയുടെ ഇച്ഛാഭിലാഷങ്ങളിലും, വിഷയസുഖത്തിലും പൂർണ്ണഉത്തരവാദിത്വം ഏറ്റെടുക്കുമ്പോൾ ആണ് എന്നത്. ലൈംഗികബന്ധം എന്നത് ഒരു സ്ത്രീയും പുരുഷനും ലൈംഗികകേളികളിൽ വ്യാപൃതരാകുന്നതാണ് എന്നത് അറിയാവുന്ന കാര്യമാണല്ലോ. ഇതിൽ [illegible] പങ്കാളിയുടെ സംതൃപ്തിക്കും, ആനന്ദത്തിനും പൂർണ്ണ ഉത്തരാവാദിത്വം ഏറ്റെടുക്കുക സാധ്യമല്ല. എന്നാൽ പങ്കാളി വാക്കുകളിലൂടെയോ, ആംഗ്യങ്ങളിലൂടെയോ, ശാരീരികഭാഷകളിലൂടെയോ സൂചിപ്പിക്കുന്ന ആഗ്രഹങ്ങൾക്കും, ഇച്ഛകൾക്കും അനുസൃതമായി നിങ്ങൾ പ്രതികരിക്കുക വഴി, പങ്കാളിയുടെ ആനന്ദം ഉച്ചസ്ഥായിയിൽ കൊണ്ടെത്തിക്കുവാനും, സംതൃപ്തിയുടെ പൂക്കൾ വിരിയിക്കുവാനും കഴിയും.

പുരുഷന്മാരുടെ ലൈംഗിക ആസക്തിയെക്കുറിച്ചുള്ള ഒരു മിഥ്യാധാരണയാണ്, അവർക്ക് 18 വയസ്സാകുമ്പോഴേക്കും ലൈംഗികാസക്തി അതിന്റെ പാരമ്യത്തിൽ എത്തുകയും തുടർന്ന് പതിയെ താഴ്ച തുടങ്ങുകയും ചെയ്യുമെന്നത്. ടെസ്റ്റാസ്റ്റിറോൺ (testaterone) എന്ന ലൈംഗികമായി ആവേശമുണർത്തുന്ന ഹോർമോൺ ഉൽപാദനം പുരുഷന്മാരിൽ അതിന്റെ പാരമ്യാവസ്ഥയിൽ എത്തുന്നത് 18

വയസ്സാകുമ്പോൾ ആണെങ്കിലും, അയാളുടെ ലൈംഗികപരമായ ആസക്തിയും, ശേഷിയും, ശാരികതയെ മാത്രം ആശ്രയിച്ചിട്ടുള്ളതല്ല. അയാളിൽ ഉണ്ടാകുന്ന വികാരങ്ങളെയും പങ്കാളിയുടെ ലൈംഗികാസക്തിക്കും അനുസരിച്ചാണ് അയാളുടെ ശരീരം ഉത്തേജനത്തോട് പ്രതികരിക്കുന്നത്. അതായത് ആരോഗ്യപരമായ യാതൊരു കുഴപ്പവുമില്ലാത്ത പ്രായമായ പുരുഷന് ലൈംഗികാസക്തി സ്വയം മനസ്സിലാക്കി താല്പര്യമുള്ള ഒരു പങ്കാളിയോടൊത്ത്, ഒരു 18 വയസ്സുകാരനെക്കാൾ ഭംഗിയായി നല്ല അടുപ്പമുള്ള ലൈംഗിക പ്രതികരണം ഉണ്ടാക്കുവാൻ കഴിയും എന്ന്. 18 വയസ്സുകാരന്റെ ലൈംഗികാസക്തി ആർത്തിപൂണ്ട ഒരു ശാരീരിക കർമ്മമായിട്ടു മാത്രമേ പരിഗണിക്കാനാവൂ.

സാധാരണയായി പലരും പറയുന്ന മറ്റൊരു അബദ്ധ പ്രസ്താവനയാണ്; പല ദമ്പതികൾക്കും (പ്രത്യേകിച്ച് പുരുഷന്മാർക്ക്) അവരുടെ വിവാഹബന്ധത്തിനു പുറത്ത് സ്നേഹബന്ധങ്ങളും ശാരീരികബന്ധങ്ങളും ഉണ്ടായിരിക്കും എന്ന്. എന്നാൽ ഊനം തട്ടാത്ത വിവാഹബന്ധങ്ങളിൽ പരസ്ത്രീബന്ധം അല്ലെങ്കിൽ ജാരവൃത്തി വളരെ കുറവാണ് എന്നതാണ് യാഥാർത്ഥ്യം. പൊതുവെ മിക്ക ദമ്പതികളും (പ്രത്യേകിച്ച് സ്ത്രീകൾ) തങ്ങളുടെ പങ്കാളിയോട് വിശ്വസ്തത പുലർത്തുന്നവരാണ്, പ്രത്യേകിച്ച് അവരുടെ ദാമ്പത്യജീവിതത്തിൽ വലിയ താളപ്പിഴകൾ ഒന്നുമില്ലെങ്കിൽ മഹാഭൂരിപക്ഷം ആളുകളും വിവാഹജീവിതത്തിലെ വിശ്വസ്തത അംഗീകരിക്കുന്നവരും കാത്തുസൂക്ഷിക്കുന്നവരുമാണ്. നമ്മുടെ സമൂഹത്തിൽ ഏകഭാര്യാവ്രതം അല്ലെങ്കിൽ ഏക പതിത്വം പരിപൂർണ്ണമായി സാധിച്ചെടുക്കുക വിഷമകരമാണെങ്കിലും അത് മിക്കവർക്കും പ്രിയപ്പെട്ട ഒരു ആശയം തന്നെയാണ്.

മറ്റൊരു അബദ്ധമായ അഭിപ്രായമാണ്, ദാമ്പത്യജീവിതത്തിന് പുറത്ത് മറ്റൊരു ബന്ധമുണ്ടാകുന്നത് നല്ലതാണ് എന്നത്. കാരണം അത് മങ്ങിക്കൊണ്ടിരിക്കുന്ന ദാമ്പത്യബന്ധത്തെ പുനർജ്ജീവിപ്പിക്കുവാൻ സഹായിക്കും. ചിലപ്പോൾ അത്തരമൊരു ബന്ധം, ചിലസമയങ്ങളിൽ കേടുവന്ന ഒരു വാച്ച് ഒന്ന് തട്ടിയാൽ നടക്കുന്നതുപോലെ, മോശമായ ദാമ്പത്യജീവിതത്തിൽ താത്ക്കാലികമായ മാറ്റങ്ങൾ ഉണ്ടാക്കിയേക്കും. പക്ഷേ അത് അപകടകരമാണ്, കാരണം അത് ക്രമേണ വലിയ സംഘർഷങ്ങൾക്ക് ഇടയാക്കിയേക്കും. വിവാഹബന്ധത്തിനു പുറത്തുള്ള ഒട്ടുമിക്ക ബന്ധങ്ങളും, ദാമ്പത്യബന്ധങ്ങളെ തകർക്കുന്നതായിട്ടാണ് പൊതുവേ അനുഭവപ്പെടാറ്.

തികച്ചും അസംബന്ധമായ മറ്റൊരു അഭിപ്രായമാണ്, രഹസ്യ കാമുകിയോ, കാമുകനോ ലൈംഗികപരമായി കൂടുതൽ ആകർഷക ഭാവങ്ങൾ പ്രദാനം ചെയ്യും എന്നത്. വിവാഹബന്ധത്തിനു പുറത്തുള്ള രഹസ്യബന്ധങ്ങളിൽ പലപ്പോഴും അവൾ ഒരു മാദകതിടമ്പ് ആണെന്നും, അയാൾ അതിയായ ആകർഷക സ്വഭാവമുള്ള വ്യക്തിയാണെന്നും അനുമാനിക്കപ്പെടും. എന്നാൽ മിക്കപ്പോഴും അത്തരം അനുമാനങ്ങൾ വാസ്തവവിരുദ്ധവും, പങ്കാളിയുമായുള്ള അടുപ്പം കുറയുന്നത് കാരണം ഉടലെടുത്തവയുമായിരിക്കും. പലർക്കും പങ്കാളിയെ വഞ്ചിക്കുവാനുള്ള മനസ്സ് അല്ലെങ്കിൽ ഉൾപ്രേരണയുണ്ടാകുന്നത്, അയാളുടെ അല്ലെങ്കിൽ അവളുടെ മോശമായ പെരുമാറ്റങ്ങളെ തുടർന്നോ, അല്ലെങ്കിൽ പങ്കാളി മറ്റൊരു ബന്ധത്തിൽ പെട്ടിട്ടുണ്ട് എന്ന വിശ്വാസത്തിൽ അവളോട് അല്ലെങ്കിൽ അയാളോട് പകപോക്കുക എന്ന ഉദ്ദേശ്യത്തിൽ നിന്ന് ഉടലെടുത്തതാകും. വിവാഹബന്ധത്തിനു പുറത്തുള്ള ബന്ധങ്ങൾ സങ്കീർണവും വ്യത്യസ്തവുമായ കാരണങ്ങളാൽ

ആകർഷകവുമാകുമെങ്കിലും, അവ നൽകുന്ന കമനീയതയെക്കാൾ പതിന്മടങ്ങ് പ്രശ്നങ്ങൾ അതുമൂലം സൃഷ്ടിക്കപ്പെടുകയും ചെയ്യും എന്നത് തീർച്ചയാണ്.

മറ്റൊരു അബദ്ധമായ വിശ്വാസമാണ്, അത്തരം ബന്ധങ്ങൾ ആരോടും പറയാതിരുന്നാൽ ആരും അറിയുകയില്ല എന്ന്. പൊതവേ അത്തരം ബന്ധങ്ങളിൽ ഏർപ്പെടുന്നവർ (അധികവും പുരുഷന്മാർ) സ്വയം വിശ്വസിക്കും തന്റെ പങ്കാളി ഇതൊന്നും തന്നെ അറിയാൻ പോകുന്നില്ല എന്ന്. കുറച്ചുകാലം ഒരുമിച്ച് താമസിച്ച ജീവിതപങ്കാളി എന്തെങ്കിലും നുണ പറയുമ്പോഴും എന്തെങ്കിലും ഒളിയ്ക്കുവാൻ ശ്രമിക്കുമ്പോഴും മറ്റേയാൾക്ക് അത് എളുപ്പത്തിൽ മനസ്സിലാകും, പ്രത്യേകിച്ച രഹസ്യബന്ധങ്ങളുടെ കാര്യത്തിൽ. അത്തരം ബന്ധങ്ങളെ പറ്റിയുള്ള എല്ലാ വസ്തുതകളും അറിയുവാൻ കഴിഞ്ഞില്ലെങ്കിലും, പലപ്പോഴും പങ്കാളി ഏറ്റവും മോശമായ അവസ്ഥ ഊഹിച്ചെടുക്കും. ഇത്തരം സാഹചര്യങ്ങളിൽ വളരെ ചെറിയ നുണകൾ പോലും വളരെ ഗൌരവപരമായ പ്രശ്നങ്ങൾ സൃഷ്ടിക്കും. പല വിവാഹബന്ധങ്ങളും അത്തരം ബന്ധങ്ങൾ കാരമോ, അല്ലെങ്കിൽ അതിനെപറ്റിയുള്ള സംശയങ്ങൾ കാരണമോ തകരാറുമുണ്ട്. ഇതിനോട് ചേർത്ത് വായിക്കാവുന്ന ഒരു തെറ്റായ അഭിപ്രായമാണ്, അത്തരം രഹസ്യബന്ധങ്ങൾ പിടിക്കപ്പെട്ടാൽ, വിവാഹബന്ധം വേർപെടുത്തുക എന്നത് ഒഴിച്ചുകൂടാനാവാത്ത ഒരു അനിവാര്യതയായി മാറുമെന്ന്. അത്തരം ബന്ധങ്ങൾ വിവാഹജീവിതത്തിൽ ഏറ്റവും സങ്കീർണമായ പ്രശ്നങ്ങൾക്ക് തിരികൊളുത്തുമെന്നത് തീർച്ചയാണ്. എന്നാൽ ഒരുപാട് ശ്രമങ്ങളും ക്ഷമാപണങ്ങളും നടത്തുക വഴി അതിനെ രക്ഷപ്പെടുത്താനാകും. പക്ഷേ അതത്ര എളുപ്പമല്ല, കാരണം മിക്ക പുരുഷന്മാരും സ്ത്രീകളും

കളങ്കിതമാക്കപ്പെട്ട ഒരു വിവാഹബന്ധം തുടരുവാൻ സമ്മതിക്കയില്ല. അഥവാ സാദ്ധ്യമായാൽ തന്നെ തുടർന്നുള്ള അനേകം വർഷങ്ങൾ അതൊരു കുരിശായി രണ്ടുപേർക്കും അനുഭവപ്പെടുകയും ചെയ്യും.

ലൈംഗികതയെക്കുറിച്ചുള്ള പുരുഷന്മാരുടെ ഭയങ്ങൾ:

പൊതുവേ മിക്ക പുരുഷന്മാരും, തങ്ങളുടെ ലൈംഗിക സ്വഭാവങ്ങൾ, സമൂഹവും ബന്ധുക്കളും അംഗീകരിച്ച രീതിയിലുള്ള ലൈംഗികബന്ധപ്പെടലുകൾക്ക് അനുസൃതമാണോ എന്നോ, മറ്റു പുരുഷന്മാരുടെ അത്തരം ബന്ധങ്ങൾക്ക് തുല്യമായതാണോ എന്ന് അറിയുവാൻ ഉത്കണ്ഠയുള്ളവരായിരിക്കും. ഇത്തരത്തിലുള്ള ലൈംഗികപരമായ ഭയങ്ങളുള്ള പുരുഷന്മാർ, സാധാരണ നിലവാരമനുസരിച്ചുള്ള ലൈംഗികത എന്ന ആശയം തന്നെ തികച്ചും അർത്ഥശൂന്യമായ ഒരു കാര്യമാണ് എന്ന കാര്യം വിസ്മരിക്കുന്നു. തികച്ചും ഫലശൂന്യമായ ഇത്തരം താതമ്യപ്പെടുത്തലുകൾക്ക് പകരം പുരുഷന്മാർ തങ്ങളുടെ ലൈംഗിക സ്വഭാവങ്ങൾ സ്വയം വേദനയോ അഥവാ മറ്റുള്ളവരാരെയെങ്കിലും വേദനിപ്പിക്കുന്നവയാണോ എന്നീ കാര്യങ്ങളിൽ ഉത്കണ്ഠയുള്ളവർ ആയിരിക്കുന്നതാണ് നല്ലത്.

ലൈംഗികതയെക്കുറിച്ച് പുരുഷന്മാർക്കുള്ള ഭയങ്ങളിൽ പ്രഥമസ്ഥാനത്ത് നിലകൊള്ളുന്നത്, പലർക്കും ഉണ്ടാകാറുള്ള കുറയുന്ന ലൈംഗിക ആസക്തിയെക്കുറിച്ചും, പുരുഷത്വമില്ലായ്മയെക്കുറിച്ചുമുള്ള ഉത്കണ്ഠകളാണ്. എന്നാൽ ഈ ഭയം അഥവാ ഉത്കണ്ഠ തന്നെയാണ് ലൈംഗിക ആസക്തി കുറയുന്നതിനുള്ള കാരണം എന്നതാണ് ഇതിലെ വിരോധാഭാസമായ കാര്യം. ലൈംഗികകാര്യങ്ങളിൽ വിഷമം അനുഭവിക്കുന്നതായി പറയുന്ന പുരുഷന്മാരിൽ പലരും, ജോലിക്കൂടുതൽ കാരണം ക്ഷീണിച്ചതിനാലോ, വളരെയധികം മദ്യപിച്ചതിനാലോ, അല്ലെങ്കിൽ മനസ്സ് മറ്റു

കാര്യങ്ങളിൽ അകപ്പെട്ടിരിക്കുന്നതിനാലോ ആയിരിക്കും വേഴ്ചാസമയത്ത് വിഷമിക്കുന്നത്.

നിർഭാഗ്യകരമെന്നു പറയട്ടെ, ഇത്തരം പ്രശ്നങ്ങൾക്ക് പെട്ടെന്നുള്ളതും ദൃശ്യമായതുമായ ലക്ഷണങ്ങൾ കാണും. ഏറ്റവും വലിയ ദൂഷ്യം, നിങ്ങൾക്ക് ഒരു പ്രത്യേക സമയത്ത് ഉദ്ധാരണം സാധ്യമായില്ല എന്നു വന്നാൽ, ആ ആശങ്ക നിങ്ങളുടെ ഉപബോധമനസ്സിനെ വേട്ടയാടുകയും, അതിനാൽത്തന്നെ അടുത്ത പ്രാവശ്യവും ആവർത്തിക്കപ്പെടുകയും ചെയ്യും. പക്ഷേ, ഉദ്ധാരണ വൈഷമ്യങ്ങൾ പല പുരുഷന്മാർക്കും പല കാരണങ്ങൾകൊണ്ടും, പലപ്പോഴും സംഭവിക്കുന്നതാണ് എന്ന കാര്യം, അത്തരം വിഷമങ്ങൾ അനുഭവപ്പെടുന്നവർ മനസ്സിലാക്കണം. അതായത് ആവശ്യമില്ലാത്ത ഈ ഭയമാണ് പലരെയും സ്വയം കുഴിച്ച കുഴിയിൽ വീഴ്ത്തുന്നത് എന്ന് സാരം. വാസ്തവികമായി, ഒരു പുരുഷന് സ്വയം വിചാരിക്കുന്ന സമയത്ത് മറ്റു യാതൊരു പ്രേരണയോ സ്പർശനങ്ങളോ, ദൃശ്യങ്ങളോ ഇല്ലാതെ ഉദ്ധാരണം ഉണ്ടാക്കുക തികച്ചും അസാദ്ധ്യമായ ഒരു കാര്യമാണ്. അതിനാൽ തന്നെ ഏതൊരു പുരുഷനും ഉണ്ടായേക്കാവുന്ന താൽഥാലികമായ ലൈംഗികാസക്തി ഇല്ലായ്മ എന്ന അവസ്ഥ പരിഹരിക്കുവാൻ കഴിയുന്ന ഒന്നാണ്. അതിനാവശ്യമായി വേണ്ടത്, തൽക്ഷണമുള്ള ലക്ഷ്യത്തിൽ നിന്നും (ഉദ്ധാരണം) ദൃഷ്ടികേന്ദ്രം അല്ലെങ്കിൽ ശ്രദ്ധാകേന്ദ്രം മാറ്റിയെടുക്കുക എന്നതാണ്. തുടർന്ന് പരസ്പരം തലോടുക, രതിജന്യവും കാമപരവുമായ സ്പർശനങ്ങളിൽ ഏർപ്പെടുക. അങ്ങനെ പരസ്പരം ഉത്തേജനം ഉണ്ടാക്കുവാൻ ശ്രമിക്കുക. താൽക്കാലികമായി ഉണ്ടാകുന്ന ഉദ്ധാരണ വിഷമങ്ങൾ, ഇത്തരത്തിൽ ഏതാണ്ട് എപ്പോഴും പരിഹരിക്കാനാകും. ശാരീരികമായ ചില കുഴപ്പങ്ങൾ മൂലവും ഉദ്ധാരണ

വിഷമങ്ങൾ ഉണ്ടാകാറുണ്ട്, അതിൽ പലതും വളരെ സങ്കീർണവുമാണ്. എന്നാൽ കഴിഞ്ഞ കുറേ ദശകങ്ങളായി ശാസ്ത്രലോകം ഈ കാര്യത്തിൽ വളരെയധികം പുരോഗതി നേടിയിട്ടുണ്ട്.

പല പുരുഷന്മാരെയും അലട്ടുന്ന മറ്റൊരു ലൈംഗികാവസ്ഥയാണ് (അസുഖമല്ല) ശീഘ്രസ്ഖലനം. ഇക്കാര്യത്തിൽ നമ്മുടെ നാട്ടിൽ പല മുറിവൈദ്യന്മാരും, പല ചികിത്സകളും അവകാശവാദങ്ങളും നടത്താറുണ്ടെങ്കിലും അവയൊന്നും വിശ്വാസയോഗ്യമല്ല. എന്നാൽ ഈ അവസ്ഥയുടെ രസകരമായൊരു കാര്യം എന്തെന്നാൽ; ഇത് അതിശയോക്തി കലർന്ന ലൈംഗികവിജ്ഞാനങ്ങളിൽ നിന്നും ഉടലെടുക്കുന്ന ഒരു ഭയമാണ് എന്നതാണ്. ഈ അവസ്ഥ പലപ്പോഴും എല്ലാ പ്രായത്തിലുള്ളവരെയും ബാധിക്കാറുണ്ട്. കൂടാതെ വീണ്ടും ആവർത്തിക്കപ്പെടുമോ എന്ന ഭയമാണ് പലർക്കും വീണ്ടും വീണ്ടും ഈ അവസ്ഥ ഉണ്ടാകുന്നതിനുള്ള പ്രധാന കാരണം. ഈ അവസ്ഥ ഉണ്ടാകാനുള്ള പ്രധാന കാരണങ്ങൾ പലപ്പോഴും മാനസികമായ വിഷമങ്ങൾ ആയിരിക്കും. അതായത് നിങ്ങളുടെ മസ്തിഷ്കത്തിന്, പ്രകാശനം അഥവാ പ്രമുക്തി ആസന്നമായി വരുന്നു എന്ന സന്ദേശം ലഭിക്കുമെങ്കിലും, വൈകാരികമായ പല കാരണങ്ങളാലും അത് വൈകിപ്പിക്കുന്ന പ്രവർത്തനം പരാജയപ്പെട്ടേക്കും. ആവർത്തന പ്രക്രിയയിലൂടെ സ്ഖലനം വൈകിപ്പിക്കുവാൻ കഴിയുമെങ്കിലും അത് ചെറുപ്പത്തിൽ മാത്രമേ പ്രായോഗികമാവുകയുള്ളൂ. എന്നാൽ എല്ലാവർക്കും ക്ഷമയും, സമയവും ഉണ്ടെങ്കിൽ ഈ അവസ്ഥ ഒഴിവാക്കാൻ സാധിക്കും. ഇന്ന് ശാസ്ത്രലോകം പുരുഷന്മാരുടെ ഈ പ്രശ്നത്തിന് ചില പരിഹാര മാർഗങ്ങൾ കണ്ടെത്തിയിട്ടുണ്ട്. എന്നാൽ കാര്യങ്ങൾ മനസ്സിലാക്കുവാൻ ത്രാണിയുള്ള ഒരു ജീവിതപങ്കാളിക്ക്

ഇക്കാര്യത്തിൽ ശാരീരികമായും മാനസികമായും വളരെയധികം സഹായിക്കുവാൻ സാധിക്കും.

ഒട്ടുമിക്ക പുരുഷന്മാരെയും അലട്ടുന്ന മറ്റൊരു അവസ്ഥയാണ്, ലൈംഗികപരമായ നിർവ്വഹണത്തിൽ താൻ പരാജയപ്പെടുമോ എന്ന ഭയം. പലരും (സ്ത്രീകളല്ല) ലിംഗത്തിന്റെ വലിപ്പത്തെക്കുറിച്ചും, വണ്ണത്തെക്കുറിച്ചും ആശങ്കയുള്ളവരാണ്. ഇത് അബദ്ധജടിലമായ ഒരു ധാരണയുടെ ഫലമാണ്. അതായത്, ദൃഢത കുറഞ്ഞ ലിംഗം ഉയർത്തപ്പെടുമ്പോൾ അത് ശരീരത്തിന്റെ വലുപ്പത്തിനും വണ്ണത്തിനും അനുസരിച്ച് വലുതാവുമെന്നത്. ഇത് വാസ്തവവിരുദ്ധമായ ഒരു ധാരണയാണ്. ദൃഢത കുറഞ്ഞ സമയങ്ങളിൽ, പുരുഷലിംഗം പലർക്കും പല വലുപ്പത്തിലും വണ്ണത്തിലും ആയിരിക്കുമെങ്കിലും, ഉദ്ധരിക്കപ്പെടുമ്പോൾ ഏതാണ്ട് ഒരേ വലുപ്പം തന്നെയായിരിക്കും മിക്കപ്പോഴും മിക്കവർക്കും. ഇതിന്റെ വിരോധാഭാസം എന്തെന്നാൽ, പുരുഷന്മാരെ ഏറെ അലട്ടുന്ന ഈ പ്രശ്നം മിക്ക സ്ത്രീകളും ഗൌനിക്കാറില്ല എന്നതാണ്. യഥാർത്ഥമായ കാര്യം വലുപ്പവും വണ്ണവുമല്ല, മറിച്ച് ഓരോ പുരുഷനും തന്റെ ആയുധപ്പുരയിലെ ആയുധങ്ങൾ എങ്ങനെ ഉപയോഗപ്പെടുത്തുന്നു എന്നതാണ്, ലൈംഗികബന്ധങ്ങളിൽ എണ്ണപ്പെടുന്നത്.

പുരുഷന്മാരെ അലട്ടുന്ന മറ്റൊരു കാര്യമാണ്, പ്രായം കൂടുന്തോറും, ലൈംഗികശേഷി കുറഞ്ഞു കുറഞ്ഞു തീരെ ഇല്ലാതാകുമോ എന്ന ഭയം. അതായത് ലൈംഗികമായി ഒന്നും ചെയ്യാനാകാത്ത അവസ്ഥയാകുമോ എന്ന്. തീർച്ചയായും പുരുഷന്മാർ ഹോർമോൺപരമായി 18 വയസ്സോടെയാണ് ലൈംഗികതയുടെ പാരമ്യത്തിലെത്തുന്നത്. എന്നാൽ തുടർന്നുള്ള ഇറക്കം അഥവാ താഴ്ച, വളരെ വളരെ സാവധാനത്തിലും വളരെക്കാലം കൊണ്ട് വളരെ മൃദുവായി

സംഭവിക്കുന്നതും ആണ്. എന്നാൽ കേട്ടറിവ് വെച്ച് പലരും തങ്ങളുടെ ലൈംഗിക ജീവിത കാലാവധി 50 വയസ്സുവരെയോ ഏറിയാൽ 60 വരെയോ ആയിരിക്കുമെന്ന് സ്വയം കണക്കുകൂട്ടും. പുരുഷന് 70 വയസ്സിനു മുകളിലായാൽപോലും ഉദ്ധാരണശേഷി ഉണ്ടാകുമെന്നതാണ് യാഥാർത്ഥ്യം.

ഇന്നത്തെ പുരുഷ സമൂഹത്തെ അലട്ടുന്ന മറ്റൊരു കാര്യമാണ്, സ്ത്രീകൾ പൊതുവേ മതി വരാത്തവർ അല്ലെങ്കിൽ തൃപ്തരല്ലാത്തവർ ആണെന്ന ധാരണ. ഈ ധാരണയ്ക്ക് ആക്കം കൂട്ടുവാൻ പലരുടെയും വർണ്ണനകളും വിവരണങ്ങളും, അതിന്റേതായ പങ്കുവഹിക്കുന്നുണ്ട്. എന്നാൽ ഓരോ പുരുഷന്റെയും, സ്ത്രീയുടെയും ലൈംഗിക അഭിരുചികളും, മുൻഗണനകളും, ഇഷ്ടങ്ങളും, താൽപര്യങ്ങളും തികച്ചും വ്യത്യസ്തമാണെന്നതാണ് യാഥാർത്ഥ്യം. കഴിഞ്ഞ ദശകങ്ങളിലെ വനിതാ മുന്നേറ്റം എന്ന ആശയം, സ്ത്രീകളുടെ സ്വന്തം ശരീരം തനിക്ക് മാത്രം അവകാശപ്പെട്ടതാണെന്നും, തന്റെ പൂർണ്ണ സമ്മതത്തോടെയല്ലാതെ അതിൽ ഒരു വിരൽസ്പർശം പോലും നടത്തുവാൻ ആർക്കുംതന്നെ അവകാശമില്ലെന്നും ഉള്ള വിമോചന നിലപാട് ഉച്ചത്തിൽ ഉയർത്തുവാനും, അത് സമൂഹത്തെക്കൊണ്ട് അംഗീകരിപ്പിക്കുവാനും ഇന്ന് സാധ്യമാക്കിയിട്ടുണ്ട് എന്ന കാര്യം ഇവിടെ പറയാതെ വയ്യ. പക്ഷെ എന്നിട്ടും ലൈംഗികാതിക്രമങ്ങളും ക്രൂരതകളും കാണിക്കുന്ന പലരും (അവസാന അദ്ധ്യായത്തിലെ ദുഷ്ടപുത്രനെപോലെ) ഇന്നും തങ്ങളുടെ പണക്കൊഴുപ്പ് കൊണ്ടും ഉന്നത സ്വാധീനം കൊണ്ടും സമൂഹത്തിൽ തുടർന്നും തല ഉയർത്തിപ്പിടിച്ച് വിരാജിക്കുന്നതെങ്ങിനെയെന്നത് സ്ത്രീശക്തി മുന്നേറ്റക്കാരും സമൂഹവും ഉറക്കെ ചിന്തിക്കേണ്ടിയിരിക്കുന്നു.

അതൊക്കെ എന്തുതന്നെയായാലും, സത്രീയും പുരുഷനും തുല്യരാണെന്ന് സ്വയം സമ്മതിക്കേണ്ടതിനും, എല്ലാവർക്കും അവരവരുടേതായ ലൈംഗികാവശ്യങ്ങളും സംതൃപ്തിയുടെ മാനദണ്ഡങ്ങളും ഉണ്ടെന്ന്, എല്ലാവരും അംഗീകരിക്കേണ്ടതിനും സമയം അതിക്രമിച്ചിരിക്കുന്നു എന്ന് പറയാതെ വയ്യ. ആരൊക്കെ എന്തൊക്കെ അവകാശവാദങ്ങൾ ഉയർത്തിയാലും നമ്മുടെ സമൂഹത്തിലെ പൊതുവായ സാമ്പദായിക സങ്കല്പങ്ങൾ പ്രകാരം, ഇന്നും നമ്മുടെ രാജ്യവും സംസ്ഥാനവും പുരുഷമേധാവിത്വത്തിൽ നിന്നും വളരെയൊന്നും മുക്തമല്ല എന്നത് അംഗീകരിക്കേണ്ട കാര്യമാണ്. അതായത് പുരുഷന്മാർ പൊതുവേ വഴി തെറ്റുവാൻ എല്ലാ സാധ്യതകളും ഉള്ളവരും, സ്ത്രീകൾ പുരുഷന്മാരുടെ എല്ലാവിധ അബദ്ധസഞ്ചാരങ്ങളും തീവ്രമായ വേദനയോടെ സഹിച്ചും പൊറുത്തും ജീവിച്ചുകൊള്ളണം എന്നുമുള്ള പുരുഷ മേൽക്കോയ്മ.

പുരുഷ ശക്തിയുടെ പ്രദർശനം എന്ന മാനസികാവസ്ഥയിൽ നിന്നും ഉടലെടുക്കുന്ന ഉടമസ്ഥാവകാശം എന്ന അധീനത്വമേധാവിത്വം, സ്ത്രീകൾക്ക് എണ്ണമറ്റ കഷ്ടപ്പാടുകളും ശാരീരികവും മാനസികവുമായ ഒട്ടേറെ മുറിവുകളും, ഇന്നത്തെ കാലഘട്ടത്തിലും ഏൽപിച്ചു വരുന്നുണ്ട് എന്നത് സമൂഹമനഃസാക്ഷിയെ വേദനിപ്പിക്കേണ്ട കാര്യമാണെങ്കിലും ആരും അത് ഗൌരവപരമായി പരിഗണിക്കുന്നില്ല എന്നതാണ് യഥാർത്ഥ്യം. കൂടാതെ സാമ്പത്തികമായും മറ്റും പ്രബലതയേറിയ പല പുരുഷന്മാരും തന്റെ ഭാര്യ സ്വന്തം സ്വകാര്യസ്വത്ത് ആണെന്നും, അവരെ തങ്ങൾക്ക് ഇഷ്ടപ്രകാരം ഉപയോഗിക്കുകയോ ഉപേക്ഷിക്കുകയോ ചെയ്യാമെന്ന് ഇന്നും കരുതുന്നുണ്ട്. പല പുരുഷന്മാരും വിശ്വസിക്കുന്നത് സ്ത്രീകളുടെ വിശ്വസ്തത എന്നത് സമയവും സന്ദർഭവും അനുസരിച്ച്

മാറിക്കൊണ്ടിരിക്കുമെന്നാണ്. ഈ വിചിത്ര വിശ്വാസം ശരിക്കും പുരുഷന്റെ പൌരുഷത്വത്തിന്റെയും ആത്മവിശ്വാസത്തിന്റെയും അഭാവത്തെയാണ് കാണിക്കുന്നതെന്ന സത്യം പല പുരുഷന്മാരും ചിന്തിക്കുന്നില്ല. ഈ കാഴ്ചപ്പാട് മാറ്റിയെടുക്കുവാൻ സ്ത്രീ സമൂഹവും, പുരോഗമനവാദികളായ പുരുഷന്മാരും ഉണരേണ്ടിയിരിക്കുന്നു. പക്ഷേ ഇന്ന് സമൂഹത്തിൽ പുരോഗമന ചിന്താഗതിയുള്ള പുരുഷന്മാർ കുറഞ്ഞു വരുന്നു എന്നതും, ആദ്യം പറഞ്ഞ ഉത്സാഹം വ്യക്തിപരമായി ഉയർത്തുകയും, അരോചകമായ ആരോപണങ്ങളിലൂടെയോ അതിരുകടന്ന വിദ്വേഷത്തോടേയോ പ്രകടിപ്പിക്കുകയും ചെയ്യുന്നത് ഗുണത്തേക്കാളേറെ ദോഷമേ ചെയ്യുകയുള്ളൂ എന്നും പറയേണ്ടിയിരിക്കുന്നു.

മറ്റു ചില പുരുഷന്മാർക്ക് വ്യത്യസ്തവും എന്നാൽ മറ്റു പലതുമായി ബന്ധപ്പെട്ടതുമായ ഒരു ഭയം ഉള്ളതായി കണ്ടിട്ടുണ്ട്. അത്തരക്കാർക്ക് അബദ്ധ സഞ്ചാരങ്ങളെപ്പറ്റിയൊന്നുമല്ല ചിന്ത, മാത്രമല്ല എല്ലാ വിധത്തിലും വിശ്വസ്തത കാത്തുകസൂക്ഷിക്കണമെന്ന ആഗ്രഹവും ഉള്ളവരാണ്. പക്ഷേ അവർ മറ്റു സ്ത്രീകളെപ്പറ്റി (ഉദാ. സിനിമാന ടികൾ) വിചിത്രമായ ഭ്രമത്തിൽ അകപ്പെട്ട് മനോരാജ്യത്തിൽ വിരാജിക്കുന്നവരാണ്. ഇക്കൂട്ടർ തന്റെ ജീവിതപങ്കാളിയും ഇതേപോലെ തന്നെയുള്ള ഒരു മനോരാജ്യത്തിൽ വിരാജിക്കുന്നവളാണെന്ന് സ്വയം അനുമാനിക്കുകയും സംശയിക്കുകയും ചെയ്യും. സ്ത്രീകളുടെയും, പുരുഷന്മാരുടെയും വിചിത്രമായ പല ഭ്രമങ്ങളും മനുഷ്യ മനസ്സിന്റെ വികാരവിചാരങ്ങളുടെ ഭാഗമായ ഒരു സാധാരണ സംഭവം മാത്രമാണെന്നും അതൊന്നും ഒരാളുടെ പ്രത്യക്ഷമായ സ്വഭാവത്തിന്റെ ലക്ഷണങ്ങൾ അല്ലെന്നും നമ്മൾ മനസ്സിലാക്കേണ്ടിയിരിക്കുന്നു.

പലരും കരുതിയതിനേക്കാളും കണക്കുകൂട്ടിയതിനേക്കാളും അധികം, ദാമ്പത്യ ബന്ധങ്ങളും കുടുംബങ്ങളും തകർക്കുകയോ തളർത്തുകയോ ചെയ്തത് പല അകാരണ ഭയങ്ങളും ബോധനങ്ങളും മൂലമാണ്. എന്നാൽ അക്കാര്യം പലർക്കും അറിവുള്ളതാണെങ്കിലും, ആ അറിവ് ഉപയോഗപ്പെടുത്തി അവരുടെ ദാമ്പത്യബന്ധത്തിലെ പ്രശ്നങ്ങൾ പരിഹരിക്കുവാൻ അവർക്ക് കഴിയുന്നില്ല. പുരുഷന്മാരുടേയും അതിനാൽ തന്നെ ദാമ്പത്യ ബന്ധങ്ങളെയും പലപ്പോഴും പ്രതികൂലമായി ബാധിക്കുന്ന ഇത്തരം ഭയങ്ങളെ ദൂരീകരിക്കുവാൻ അവരുടെ ഭാര്യമാർക്ക് പലതും ചെയ്യുവാൻ കഴിയും. പുരുഷത്വപരമായ ലൈംഗികഭയങ്ങളെ മനസ്സിലാക്കുകയും, അവരോട് സഹകരിക്കുകയുമാണ് അതിന് ആവശ്യമായിട്ടുള്ളത്. പലപ്പോഴും അതിൽ കൂടുതലായി ഒന്നും ഇക്കാര്യത്തിൽ ആവശ്യമായി എന്നുവരില്ല. ഒരു സ്ത്രീയ്ക്കും ഒരു പുരുഷനും എല്ലാവിധ ഭയങ്ങളിൽനിന്നും ഒരിക്കലും പൂർണമായും മുക്തമാകുവാൻ കഴിയുകയില്ല. പക്ഷേ യാതൊരടിസ്ഥാനവുമില്ലാത്ത ഭയങ്ങളും, സംശയങ്ങളും പ്രത്യേകിച്ച് ലൈംഗികതയെപ്പറ്റയുള്ളത്, ഇല്ലാതാക്കുവാൻ സാധിച്ചാൽ ദാമ്പത്യബന്ധത്തിലെ പല ആശകളും സാക്ഷാത്കരിക്കപ്പെടും എന്നത് തീർച്ചയാണ്.

വേർപിരിയുക: ദമ്പതികൾ തമ്മിലുള്ള വേർപിരിയലിന് വിവാഹമോചനം എന്നാണ് പലരും പറയാറ്. പക്ഷേ അത് എന്തിൽനിന്നുള്ള മോചനമാണ് എന്ന കാര്യത്തിൽ ഇനിയും വ്യക്തത വരേണ്ടിയിരിക്കുന്നു എന്നതാണ് വസ്തുത. വേർപിരിയുക എന്ന വാക്ക് പൊതുവേ എല്ലാ കാമുകീകാമുകന്മാരും, ദമ്പതികളും (പ്രത്യേകിച്ച് സ്ത്രീകൾ) മിക്ക കുടുംബാംഗങ്ങളും (അവസാന അദ്ധ്യായത്തിലെ ദുഷ്ടന്മാരെപോലെയുള്ള അപൂർവ്വം ചിലരെ ഒഴിച്ചു

നിർത്തിയാൽ) അത്യധികം വെറുക്കുന്ന ഒന്നാണ്. അത് ഒഴിവാക്കുകയാണ് ഏറ്റവും നല്ല കാര്യമെങ്കിലും, നിങ്ങളുടെ പങ്കാളി വളരെ വളരെ മോശമായാണ് നിങ്ങളോട് പെരുമാറുന്നത് എന്നതിനാൽ ഒരു വിധത്തിലും ഒരുമിച്ച് ജീവിക്കുവാൻ സാധിക്കുകയില്ല എന്ന അവസ്ഥയിലെത്തിയാൽ, വേർപിരിയുകയല്ലാതെ വേറെ വഴിയില്ല എന്നത് ശരിയായിരിക്കും. പക്ഷേ സ്ഥിതിഗതികൾ അങ്ങനെയല്ല എങ്കിൽ ബന്ധം വീണ്ടെടുക്കുവാൻ ശ്രമിക്കുന്നതാണ് വിവേകപരമായ പ്രവൃത്തി. നിങ്ങൾ ഒരു വ്യക്തിയെ സ്നേഹിച്ചത് അല്ലെങ്കിൽ വിവാഹം ചെയ്ത്, അയാളിൽ അഥവാ അവളിൽ താൽപര്യം തോന്നിക്കുന്ന തരത്തിലുള്ള എന്തെങ്കിലുമൊക്കെ സവിശേഷഗുണങ്ങളോ മറ്റോ (അപൂർവ്വം ചിലർക്ക് സ്വത്ത്) ഉണ്ടായതിനാൽ ആയിരിക്കും. അതിനൊന്നും (സ്വത്തൊഴികെ) മാറ്റം വന്നിരിക്കുവാൻ യാതൊരു സാദ്ധ്യതയുമില്ല. നിങ്ങൾ അയാളുടെ അഥവാ അവളുടെ ചില ന്യൂനതകൾ (പരസ്ത്രീബന്ധമോ, പരപുരുഷബന്ധമോ ന്യൂനതയിൽ പെടില്ല) പിന്നീട് മനസ്സിലാക്കിയതിനെ തുടർന്നായിരിക്കാം നിങ്ങൾ അയാളെ / അവളെ വെറുക്കുവാൻ തുടങ്ങുന്നത്. പക്ഷേ ഈ ന്യൂനതകൾ എല്ലാം ബന്ധപ്പെട്ടവർക്ക് മുമ്പും ഉണ്ടായിരുന്നു എന്ന കാര്യം ഓർക്കേണ്ടതുണ്ട്. കൂടാതെ ഒരു പകരക്കാരനെയോ പകരക്കാരിയേയോ ആയി മറ്റൊരാളെ കണ്ടെത്തിയാൽ തന്നെ അവർക്കും പല കുറ്റങ്ങളും കുറവുകളും ഉണ്ടാവുമെന്നും, ചിലപ്പോൾ അവ ഇപ്പോഴുള്ളതിനേക്കാൾ മോശവുമായിരിക്കുവാൻ കൂടി സാധ്യതയുണ്ടെന്നും ഓർത്തിരിക്കണം.

വേർപിരിയുക അഥവാ വിവാഹബന്ധം വേർപെടുത്തുക എന്ന ഏറ്റവും വേദനാജനകമായ സംഗതി ഒഴിവാക്കുന്നതാണ് ഏറ്റവും ശരിയായ കാര്യമെങ്കിലും, ഒരുവിധത്തിലും വീണ്ടും

ഒരുമിച്ച് ഭാര്യാഭർത്താക്കന്മാരായി ജീവിക്കുവാൻ പറ്റുകയില്ല എന്ന് പലവട്ടം ആലോചിച്ച ശേഷവും, രണ്ടുപേരും തീരുമാനിക്കുകയാണെങ്കിൽ കഴിവതും പരസ്പരം വേദനകൾ ഏൽപ്പിക്കാതെ (സ്വഭാവഹത്യകൾ നടത്തുകയോ നിയമക്കുരുക്കുകളിലേക്കും നടപടിയിലേക്കും നീങ്ങുകയോ ചെയ്യാതെ) കഴിയുന്നത്ര മാന്യമായും സമാധാനപരമായും വേർപിരിയുകയാണ് അഭികാമ്യം. നിങ്ങളുടെ മക്കളോട് അത്രയെങ്കിലും കനിവു കാട്ടുവാൻ രണ്ടുപേരും തയ്യാറാവണം. അതികഠിനമായ അനുഭവങ്ങൾ സഹിച്ചവർ തീർച്ചയായും നിങ്ങളെ ഓർമ്മിപ്പിക്കും: വിവാഹമോചനത്തിനു ശേഷമുള്ള ജീവിതം ഇത്രയും വേദനയേറിയതും, ഏകാന്തത നിറഞ്ഞതും, മാനസികമായി തകർക്കുന്നതും ആയിരിക്കുമെന്ന് ഒരിക്കലും കരുതിയിരുന്നില്ല എന്ന്. വേർപിരിയുവാൻ തീരുമാനമെടുക്കുന്നതിനു മുമ്പ് ദമ്പതികൾ ഓർക്കണം; ഈ വേർപിരിയൽ നിങ്ങളുടെ രണ്ടുപേരുടെയും പരാജയം മാത്രമല്ല, നിങ്ങളുടെ മക്കളുടെയും, മറ്റു കുടുംബാംഗങ്ങളുടെയും, അവരുടെയെല്ലാം പ്രത്യാശകളുടെയും കൂടി പരാജയമാണെന്ന്. ഒട്ടേറെ സ്വഭാവദൂഷ്യങ്ങൾ പരസ്പരം ആരോപിച്ച്, നീതിന്യായ കോടതികളുടെ ഇടനാഴികളിൽ അനേകം നാളുകൾ നിസ്സഹായതയോടെയും, വിദ്വേഷത്തോടെയും കാത്തിരുന്നശേഷം ഉണ്ടാകുന്ന നിയമപ്രകാരമുള്ള വിവാഹമോചനം എന്ന വേർപിരിയൽ അത്യന്തം വേദനാജനകമായിരിക്കുമെന്നത് മാത്രമല്ല, നിങ്ങൾ രണ്ടുപേരും, നിങ്ങളുടെ മക്കളും പടുത്തുയർത്തിയ സകല പ്രത്യാശകളുടെയും മോഹങ്ങളുടെയും അന്ത്യം കൂടിയാണ്.

9

പീഢനം ഒരു തുടർക്കഥ!

ലോകത്തിലെ പല രാജ്യങ്ങളിലും പ്രത്യേകിച്ച് ഇന്ത്യയടക്കമുള്ള വരുമാനത്തോത് കുറഞ്ഞ മിക്കരാജ്യങ്ങളിലും, എന്തിന് പൂർണ സാക്ഷരതയുള്ള നമ്മുടെ കേരളത്തിലും വിവാഹശേഷം പല സ്ത്രീകളും അവരുടെ ഭർത്താക്കന്മാരുടെ മാതാപിതാക്കളോടൊപ്പം പലപ്പോഴും കൂട്ടുകുടുംബം ആയി പല കാരണങ്ങൾ കൊണ്ടും താമസിക്കേണ്ടിവരാറുണ്ട്. വിവാഹിതരായ സ്ത്രീകൾ ഭർതൃവീടുകളിൽ, അതിൽപിന്നെ അനുഭവിക്കേണ്ടിവരുന്ന വിഷമതകളുടെയും കഷ്ടപ്പാടുകളുടെയും മറ്റും അനുഭവകഥകൾ നമ്മളിൽ പലർക്കും കേട്ടറിവും നേരിട്ട് അറിവുമുള്ള കാര്യങ്ങളാണ്. വിവാഹത്തിനു ശേഷം പല സ്ത്രീകളും അനുഭവിക്കേണ്ടിവരുന്ന അല്ലെങ്കിൽ അനുഭവിച്ചുകൊണ്ടിരിക്കുന്നു പലവിധ പീഡനങ്ങളുടെയും ക്രൂരതകളുടെയും വിവരങ്ങൾ പത്രങ്ങളിലൂടെയും മറ്റു മീഡിയകളിലൂടെയും നമുക്ക് ഏവർക്കും സുപരിചിതവുമാണല്ലോ. അത്തരം പീഡനങ്ങളും ക്രൂരതകളും പലപ്പോഴും ആത്മഹത്യകളിലോ അല്ലെങ്കിൽ ആത്മഹത്യകളാക്കി മാറ്റപ്പെടുന്ന നരഹത്യകളിലോ ആണ്

കലാശിക്കാറ്. ചിലതൊക്കെ പീഢനങ്ങളെക്കാൾ വേദനകൾ സമ്മാനിക്കുന്ന വേർപിരിയലുകളിലേക്കും വിവാഹമോചനങ്ങളിലേക്കും നയിക്കപ്പെടാറുണ്ട്. പീഢനങ്ങളെക്കാൾ വേദനകൾ സമ്മാനിക്കുന്നത് എന്നു പറഞ്ഞത് നിയമം നടപ്പാക്കാൻ നിയോഗിക്കപ്പെട്ടവരുടെ മുൻപിൽ വച്ച് സ്ത്രീകൾ എതിർഭാഗത്തു നിന്നും നേരിടേണ്ടി വരുന്ന സ്വഭാവശുദ്ധിയെ ചോദ്യംചെയ്യപ്പെടുന്ന തരത്തിലുള്ള അറപ്പുളവാക്കുന്ന അന്വേഷണങ്ങളെയും വാദങ്ങളെയും ഉദ്ദേശിച്ചാണ്. അതൊക്കെ എന്തു തന്നെ ആയാലും ഈ പുതിയ നൂറ്റാണ്ടിലും സ്ത്രീപീഡനങ്ങൾ പലവിധത്തിൽ പലയിടത്തും തുടരുന്ന ഒരു തുടർകഥ തന്നെയാണ് എന്നതാണ് വാസ്തവം. ചില സ്ഥിതി വിവരക്കണക്കുകൾ പ്രകാരം ലോകമൊട്ടുക്കും വർഷംതോറും സംഭവിക്കുന്ന ആത്മഹത്യകളിൽ നാൽപ്പത് ശതമാനത്തോളം നമ്മുടെ ഇന്ത്യയിൽ തന്നെയാണ് നടക്കുന്നത്.

ഇന്ത്യയിൽ നടക്കുന്ന ആത്മഹത്യകളിൽ ഭൂരിഭാഗവും വിവാഹ ശേഷം നടക്കുന്ന സ്ത്രീകളുടെ ആത്മഹത്യകളാണ്. അതിൽ തന്നെ ഗണ്യമായ ശതമാനവും വിവാഹശേഷം സംഭവിക്കുന്ന ദുർമരണങ്ങളാണ്. ഇത്തരം മരണങ്ങളിൽ പലതും പണത്തിന്റെയും മറ്റും സ്വാധീനം ഉപയോഗിച്ച് ആത്മഹത്യകൾ ആക്കി ചിത്രീകരിക്കപ്പെടുന്ന (അടുത്ത അധ്യായത്തിലെ ദുഷ്ടപിതാവിന്റെ ഭാര്യയായിരുന്ന പാവം സ്ത്രീയുടെ ദുർമരണം പോലെ) ക്രൂരമായ നരഹത്യകൾ തന്നെ ആയിരിക്കാനാണ് സാധ്യത. ഇന്ത്യയിൽ നടക്കുന്ന അത്തരം ആത്മഹത്യകളിൽ അല്ലെങ്കിൽ നരഹത്യകളിൽ വലുതായ ശതമാനത്തിന്റെയും പ്രധാന കാരണം പണത്തിനോടുള്ള (സ്ത്രീധനം) അത്യാഗ്രഹമോ, ഭാര്യാവീട്ടുകാരിൽ നിന്നും കിട്ടിയ സ്വത്തും പണവും പോരാതെ വരുമ്പോൾ ഉണ്ടാകുന്ന ദുരാഗ്രഹങ്ങളോ

ആയിരിക്കും. കൂടാതെ ഇത്തരം ദുർമരണങ്ങൾ മിക്കതും സംഭവിച്ചത് വിവാഹിതരായി ഏതാനും വർഷങ്ങൾക്കുള്ളിലുമായിരിക്കും. ഇത്തരം ദുർമരണങ്ങൾ പലതും ആത്മഹത്യകൾ ആക്കി ചിത്രീകരിക്കുവാൻ അല്ലെങ്കിൽ എഴുതിത്തള്ളാൻ പ്രധാനകാരണം, വേണ്ടത്ര തെളിവുകൾ ലഭ്യമല്ലാത്തതോ, തെളിവുകൾ നശിപ്പിക്കപ്പെട്ടതോ, ദൃക്സാക്ഷികൾ ആരുംതന്നെ ഇല്ലാത്തതോ, അതുമല്ലെങ്കിൽ അധികാരികൾക്ക് മുമ്പിൽ പരാതികൾ സമർപ്പിക്കുവാനും തെളിവുകൾ നൽകുവാനുമായി ബന്ധുക്കൾ ആരും തന്നെ (അനുഭവവിരണത്തിലെ പാവം സ്ത്രീയുടെ കാര്യത്തിൽ സംഭവിച്ചപോലെ) മുന്നോട്ടു വരാതിരുന്നതോ ആകാം.

നാഷണൽ ക്രൈം റെക്കോർഡ്സ് ബ്യൂറോയുടെ കുറച്ചുവർഷങ്ങൾക്ക മുമ്പുള്ള ഒരു റിപ്പോർട്ട് പ്രകാരം നമ്മുടെ രാജ്യത്ത് നടക്കുന്ന മൊത്തം ആത്മഹത്യകളിൽ 50 ശതമാനത്തിലധികവും സ്ത്രീകളുടേതാണ്. അതിൽ 70 ശതമാനവും വിവാഹശേഷം ഏതാനും വർഷങ്ങൾക്കുള്ളിൽ നടന്നവയുമാണ്. പല മനഃശാസ്ത്രജ്ഞരുടെയും അഭിപ്രായത്തിൽ ഇത്രയും ഉയർന്ന ആത്മഹത്യാ നിരക്കുകൾക്കുള്ള ഒരു പ്രധാന കാരണം; വിവാഹജീവിതം നമ്മുടെ നാട്ടിലെ സ്ത്രീകളുടെ മേൽ ഒരുപാട് ഉത്തരവാദിത്വങ്ങളും കടമകളും ആവശ്യത്തിനും അനാവശ്യത്തിനും ഉള്ള ശാസനകളും വിലക്കുകളും അതിനേക്കാൾ എത്രയോ മടങ്ങ് ജോലി ഭാരങ്ങളും അടിച്ചേൽപ്പിക്കുന്നുണ്ട് എന്നതാണ്. എന്നാൽ അലോസരപ്പെടുത്തുന്ന ഒരു കാര്യം എന്തെന്നാൽ വീട്ടമ്മ എന്ന ഓമനപ്പേരിൽ വിളിക്കപ്പെടുന്ന സ്വന്തം ഭാര്യമാരുടെ ജോലി ഭാരത്തെപ്പറ്റി ഭർത്താവടക്കം കുടുംബാംഗങ്ങൾ ആരും തന്നെ ഒട്ടും ബോധവാന്മാരല്ല എന്നതാണ്. ഈ

അസഹനീയമായ ജോലിഭാരമെന്ന യാഥാർത്ഥ്യത്തിന് പുറമേ വിവാഹിതരായ സ്ത്രീകളിൽ പലരും അനുഭവിക്കേണ്ടിവരുന്ന ശാരീരികവും മാനസികവുമായ പീഢനങ്ങളും, ക്രൂരതകളും കൂടിയാകുമ്പോൾ അത് പലപ്പോഴും ആത്മഹത്യകളിലേക്കുവരെ നയിച്ചേക്കാവുന്ന സംഭവപരമ്പരകളുടെ തുടക്കമാകും. ആരൊക്കെ എന്തൊക്കെ അവകാശവാദങ്ങളും ഗിരി പ്രഭാഷണങ്ങളും നടത്തിയാലും എത്രയൊക്കെ മേനി നടിച്ചാലും, ഇവിടെ നമ്മുടെ നാട്ടിൽ സുമാദയഭേദമെന്യേ, സാമ്പത്തികസ്ഥിതികൾക്ക് അതീതമായി, പുരുഷന്മാരേക്കാൾ എത്രയോ മടങ്ങ് വിഷമതകളും കഷ്ടതകളും മനോവിഷമങ്ങളും, വൈകാരികവും മാനസികവുമായ പിരിമുറുക്കങ്ങളും അനുഭവിക്കുന്നത് സ്ത്രീകൾ തന്നെയാണ് എന്നതാണ് യാഥാർത്ഥ്യം. അതിനുപുറമേ ശാരീരികവും മാനസികവുമായ പീഡനങ്ങൾ വേറെയും. നമ്മുടെ സമൂഹത്തിൽ സ്ത്രീകൾ അനുഭവിക്കുന്ന അധിക ദുരിതങ്ങളും വിവാഹശേഷം അവരെ തേടിയെത്തുന്നവയുമാണ്. അതിനാൽ തന്നെ വിവാഹിതരായ പല സ്ത്രീകളുടേയും മാനസികവും ശാരീരികവുമായ ആരോഗ്യത്തെ തന്നെ ഇത്തരം ഘടകങ്ങൾ വളരെയധികം പ്രതികൂലമായി ബാധിക്കുന്നുമുണ്ട്.

ചില വിദഗ്ധരുടെ അഭിപ്രായത്തിൽ ഇന്ത്യയടക്കമുള്ള കുറഞ്ഞ വരുമാനമാർഗങ്ങൾ മാത്രമുള്ള പലരാജ്യങ്ങളിലും വിവാഹമെന്നത് സ്ത്രീകളെ സംബന്ധിച്ചിടത്തോളം സുരക്ഷ നൽകുന്ന ഒരു ഘടകമേ അല്ല. മറിച്ച് പ്രകോപനപരമായ സാഹചര്യങ്ങൾ അഥവാ അസഹനീയമായ അവസ്ഥകൾ സൃഷ്ടിക്കപ്പെടുന്ന ഒരു ഘടകമാണ്. വിവാഹശേഷമുള്ള പുത്തൻ പരിതസ്ഥിതികളുമായും ഭർത്താവിന്റെ വീട്ടുകാരുമായും ബന്ധുക്കളുമായും മറ്റും

പൊരുത്തപ്പെടുവാൻ കഴിയാത്തതോ, അതിനുള്ള ശേഷി കുറവോ, കലഹതമായ ഗൃഹാന്തരീക്ഷത്തിൽ നിന്നും വരുന്നവർ ആയതിനാലോ, അല്ലെങ്കിൽ അത്തരം ഗൃഹാന്തരീക്ഷത്തിൽ എത്തിച്ചേർന്നതിനാലോ ഒക്കെയാണ് 20 വയസ്സിനും 30 വയസ്സിനും ഇടയ്ക്കുള്ള ചില സ്ത്രീകളെങ്കിലും ആത്മഹത്യയിൽ അഭയം തേടുന്നത്. മേൽപ്പറഞ്ഞ കാരണങ്ങൾ കൂടാതെ ഭർത്താക്കന്മാരുടെ നിസ്സംഗതയ്ക്കും ഈ പാതകങ്ങളിൽ വലിയൊരു പങ്കുണ്ട്.

ഇന്ത്യയിലും മറ്റു ചില ഏഷ്യൻ രാജ്യങ്ങളിലും ഗർഭധാരണത്തിന്റെ സമയത്തിന്റെ കാര്യത്തിലോ, എണ്ണത്തിന്റെ കാര്യത്തിലോ, ഗർഭധാരണങ്ങൾക്കിടയിലുള്ള അകലങ്ങളുടെ കാര്യത്തിലോ (gap), ഗർഭധാരണം മാറ്റിവെക്കുന്ന കാര്യത്തിലോ (spacing) പൊതുവേ സ്ത്രീകൾക്ക് ഒട്ടുംതന്നെ അഭിപ്രായ സ്വാതന്ത്ര്യം ലഭിക്കാത്തത്, അവരുടെ മാനസികവും ശാരീരികവുമായ ആരോഗ്യത്തെ പ്രതികൂലമായി ബാധിക്കുന്ന ഘടകം തന്നെയാണ്. അതിനുപുറമേ നേരത്തെ പറഞ്ഞ വീട്ടുജോലികൾ അടക്കമുള്ള ജോലികളും ഉത്തരവാദിത്വങ്ങളും പലപ്പോഴും പല സ്ത്രീകൾക്കും താങ്ങാവുന്നതിലും അധികഭാരം ഏൽപ്പിക്കുന്നുമുണ്ട്. ഈ കാര്യങ്ങൾ ഒന്നുംതന്നെ ഭർത്താവ് അടക്കം ഭർതൃവീട്ടിൽ ഉള്ള ആരുംതന്നെ പരിഗണിക്കാത്തതും അവരുടെ മാനസികമായ ആരോഗ്യത്തെ പ്രതികൂലമായി ബാധിക്കുന്നുണ്ട്. അത്തരം അവസ്ഥകളിൽ, വിവാഹജീവിതത്തിലോ, ഭർതൃഗൃഹത്തിലോ എന്തെങ്കിലും പ്രശ്നങ്ങൾ ഉടലെടുത്താൽ സ്വന്തം ഭർത്താവിൽ നിന്ന് പോലും എന്തെങ്കിലും തരത്തിലുള്ള സാന്ത്വനങ്ങൾക്കു പകരം പലപ്പോഴും പഴി മുഴുവൻ തന്നെ കേൾക്കേണ്ടിവരുന്ന സാഹചര്യങ്ങളിൽ, ചില ദുർബല നിമിഷങ്ങളിൽ ചില സ്ത്രീകൾ അവരുടെ ജീവൻ തന്നെ

അവസാനിപ്പിക്കുന്നതിനെപ്പറ്റി ചിന്തിച്ചു പോയാൽ അവരെ കുറ്റം പറയുന്നത് ന്യായമായ ഒരു കാര്യമല്ല. ഭർത്താവിന്റെ വീട്ടിൽ ഉണ്ടാവുന്ന പ്രശ്നങ്ങൾ ധനപരമായ കാര്യങ്ങളെപ്പറ്റി ആണെങ്കിൽ, പലപ്പോഴും പ്രധാനമായി പഴിചാരുക വിവാഹിതയായി വീട്ടിൽ വന്നു കയറിയ സ്ത്രീ കൊണ്ടുവന്ന സ്ത്രീധനതുകയുടെ അപര്യാപ്തതയെ ആയിരിക്കും.

അതായത് ഭർത്താവിന്റെ വീട്ടിലെ പ്രശ്നങ്ങൾക്കുള്ള പ്രധാന കാരണം അവളുടെ മാതാപിതാക്കൾ കൊടുത്ത സ്ത്രീധനത്തുക കുറഞ്ഞുപോയത് ആണെന്ന്. നമ്മുടെ നാട്ടിൽ സ്ത്രീധനം എന്നത് നിയമപരമായി നിരോധിക്കപ്പെട്ടിട്ടുണ്ടെങ്കിലും, പലരും അത് പരസ്യമായ രഹസ്യമാക്കി പണമായോ, ബാങ്ക് ട്രാൻസ്ഫർ ചെയ്തോ കൈപ്പറ്റുന്നവരും, മറ്റു ചിലർ സ്വർണ്ണം, കാർ, വീട് എന്നീ രൂപങ്ങളിൽ സമ്മാനമായി കൈപ്പറ്റുന്നവരുമായിരിക്കും. അഭ്യസ്തവിദ്യരുടെ കാര്യത്തിൽ അപ്രകാരമല്ല എന്ന് പലരും കരുതുന്നുണ്ടെങ്കിലും, ഈ ഗ്രന്ഥത്തിലെ അവസാന അധ്യായത്തിലെ ദുഷ്ടപുത്രൻ എന്ന ഡോക്ടറെ പോലെയുള്ള (മറ്റു വരുമാനമാർഗങ്ങൾ ഒന്നും തന്നെ ഇല്ലാത്തതിനാലാകാം) ചിലർ, സ്ത്രീധനം പലവിധത്തിൽ കൈപ്പറ്റുകയും, കൂടുതൽ കിട്ടുവാനുള്ള ആർത്തി കാരണം പല ദുഷ്ടത്തരങ്ങളും, കുതന്ത്രങ്ങളും പ്രയോഗിക്കുന്നവരും, സ്ത്രീപീഢനം അടക്കമുള്ള കുറ്റകൃത്യങ്ങളും, ആത്മഹത്യയാക്കി മാറ്റുന്ന കൊലപാതകങ്ങൾ വരെ ചെയ്യുന്നവരുമാണ് എന്നതാണ് യാഥാർത്ഥ്യം.

മറ്റു സംസ്ഥാനങ്ങളുമായി താരതമ്യപ്പെടുത്തുമ്പോൾ സ്ത്രീധനത്തിന് വേണ്ടിയുള്ള കഠിനമായ ക്രൂരതകളും തുടർന്നുണ്ടാകുന്ന ആത്മഹത്യകളും ആത്മഹത്യകളാക്കി എഴുതിത്തള്ളുകയോ രൂപമാറ്റം ചെയ്യപ്പെടുന്നതോ ആയ നരഹത്യകളും നമ്മുടെ നാട്ടിൽ കുറവാണ് എന്ന് പറയാം.

നമ്മുടെ കേരളത്തിലും സ്ത്രീധനത്തിന് വേണ്ടി നടത്തുന്ന പീഡനങ്ങളുടെയും തന്മൂലം സംഭവിക്കുന്ന ദുർമരണങ്ങളുടെയും അനുഭവവിവരണങ്ങൾ നമ്മുടെ മാധ്യമങ്ങൾ ഇടയ്ക്കൊക്കെ റിപ്പോർട്ട് ചെയ്യാറുണ്ട്. കുറച്ചു വർഷങ്ങൾക്കു മുമ്പ് സ്ത്രീധനത്തിന് വേണ്ടി ഇന്ത്യയിൽ നടക്കുന്ന കൊലപാതകങ്ങളെക്കുറിച്ച് നടുക്കം രേഖപ്പെടുത്തിയ ബഹു: സുപ്രീം കോടതി, വളരെയധികം ഗൗരവപരമായ നിരീക്ഷണങ്ങൾ ഒരു വിധിയിലൂടെ നടത്തുകയുണ്ടായി. ബഹു: സുപ്രീം കോടതിയിലെ ജസ്റ്റിസ് മാർക്കണ്ഡേയ കാഡ്ജുവും ജസ്റ്റിസ് ഗ്യാൻ സുധാ മിശ്രയും അടങ്ങിയ ബഞ്ച് പുറപ്പെടുവിച്ച, സ്ത്രീധനത്തിനു വേണ്ടി നടത്തിയ ഒരു കൊലപാതകത്തിന്റെ കേസിന്റെ മനോവേദന നിറഞ്ഞ ഒരു വിധി പ്രസ്താവത്തിൽ, 'ഇന്ത്യൻ സമൂഹം ഒരു അസുഖം ബാധിച്ച അവസ്ഥയിലാണ്" എന്നാണ് വിശേഷിപ്പിച്ചത്. വളരെയധികം സ്ത്രീകൾ സ്ത്രീധനമെന്ന ദുരാചാരങ്ങൾക്ക് ഇരയായി വധിക്കപ്പെടുന്നതിൽ നടുക്കം രേഖപ്പെടുത്തിയ ബഹുമാനപ്പെട്ട സുപ്രീം കോടതി 'സ്ത്രീകളോടുള്ള ബഹുമാനമാണ് ഒരു സമൂഹത്തിന്റെ ആരോഗ്യപരമായ സ്ഥിതിയുടെ മുഖമുദ്ര' എന്ന് ചൂണ്ടിക്കാണിക്കുകയുണ്ടായി. രാജ്യത്തെ പരമോന്നത കോടതിയിലും, മറ്റു പല കോടതികളിലും ആയി പലപ്പോഴും വിചാരണയ്ക്ക് വരുന്ന സ്ത്രീ മരണക്കേസുകളിൽ പലതും യുവതികളായ സ്ത്രീകളെ, പണത്തിനും സ്വത്തിനും അത്യാർത്തിമൂത്ത ഭർത്താക്കന്മാരും ബന്ധുക്കളും മണ്ണെണ്ണ ഒഴിച്ച് തീ കൊളുത്തി കൊപ്പെടുത്തി, അത് പാചകം ചെയ്യുമ്പോൾ സ്റ്റൗ പൊട്ടിത്തെറിച്ച് സംഭവിച്ച അപകടമരണമായി ചിത്രീകരിക്കുകയോ, കഴുത്ത് ഞെരിച്ച് ശ്വാസംമുട്ടിച്ചു കൊന്നശേഷം, കെട്ടിത്തൂക്കി അത് ആത്മഹത്യയാക്കി രൂപപ്പെടുത്തുകയോ (അവസാന

അദ്ധ്യായത്തിലെ ദുഷ്ടപിതാവ് ഇവിടെ ഉദാഹരണം) ചെയ്ത കേസുകൾ ആണെന്ന് ബഹു: സുപ്രീകോടതി നിരീക്ഷിക്കുകയുണ്ടായി.

ഒരു ഭർത്താവിനെയും അയാളുടെ അമ്മയെയും അത്തരമൊരു കൊലപാതക കേസിൽ ജീവപര്യന്തം തടവുശിക്ഷയ്ക്ക് വിധിച്ചു കൊണ്ടുള്ള കീഴ്ക്കോടതി വിധി ശരിവെച്ചുകൊണ്ടുള്ള മേൽപ്പറഞ്ഞ വിധിയിൽ, അനേകം സ്ത്രീകൾ ഭർത്താക്കന്മാരുടെയും അവരുടെ അടുത്ത ബന്ധുക്കളുടെയും, ഭീകരതയ്ക്കും ക്രൂരതയ്ക്കും ദുഷ്ടതയ്ക്കും ഇരകളാകുന്നതിനെ പരാമർശിച്ചുകൊണ്ട് ബഹു:സുപ്രീംകോടതി 'നമ്മുടെ സമൂഹത്തെയും സംസ്കാരത്തെയും നിലവാരത്തകർച്ചയെയും മൂല്യശോഷണത്തെയും അതിനിശിതമായി തന്നെ വിമർശിക്കുകയുണ്ടായി. ദേശീയ ക്രൈം ബ്യൂറോയുടെ കുറച്ചു വർഷം മുമ്പത്തെ ഒരു റിപ്പോർട്ട് ഉദ്ധരിച്ചുകൊണ്ട് ആ വർഷം നടന്ന 8172 സ്ത്രീധന കൊലപാതകകേസുകളിൽ, വെറും 33.4% കേസുകളിൽ മാത്രമേ കുറ്റവാളികൾ ശിക്ഷിക്കപ്പെട്ടുള്ളൂ എന്നതും, അതേ വർഷത്തിൽ സ്ത്രീകൾക്കെതിരായ അതിക്രമങ്ങളുടെയും ക്രൂരതകളുടെയും 81344 കേസുകളിൽ (പലതിലും ഭർത്താക്കന്മാരും അവരുടെ ബന്ധുക്കളും ആണ് പ്രതികൾ) 22.4 ശതമാനം മാത്രമേ ശിക്ഷിക്കപ്പെട്ടിട്ടുള്ളൂ എന്നകാര്യവും ചൂണ്ടിക്കാണിക്കുകയുണ്ടായി.

സ്ത്രീധനത്തിനോ ഭാര്യവീട്ടിലെ സ്വത്തുക്കൾ മോഹിച്ചോ വിവാഹം ചെയ്തു പിന്നീട് ഭാര്യമാരെ കൊലപ്പെടുത്തുന്നവർക്കെതിരെ നിഷ്ഠൂരമായ ശിക്ഷണമുറകൾ വേണമെന്ന് ശുപാർശ ചെയ്ത ബഹു: സുപ്രീംകോടതി സ്ത്രീകൾക്കെതിരെയുള്ള ഇത്തരം കുറ്റകൃത്യങ്ങൾ, സാധാരണ രീതിയിലുള്ള വെറും

കുറ്റകൃത്യങ്ങളായി കണക്കാക്കരുത് എന്നും, അത്തരം കൊലപാതകങ്ങൾ പെട്ടെന്നുള്ള അരിശം കൊണ്ട് സംഭവിക്കുന്നതല്ലെന്നും, പണത്തിനും സ്വത്തിനുമുള്ള അത്യാർത്തി മൂത്ത്, ആസൂത്രണം ചെയ്ത് നടത്തുന്ന കൊലപാതകങ്ങൾ ആണ് എന്നും നിരീക്ഷിക്കുകയുണ്ടായി. ബഹു: സുപ്രീംകോടതിയുടെ ആ വിധിയിൽ ഇങ്ങനെ തുടർന്നു; 'നിർഭാഗ്യകരമെന്നു പറയട്ടെ, പണനുവേണ്ടിയുള്ള അത്യാഗ്രഹത്തെ തുടർന്ന്, നമ്മുടെ സമൂഹത്തിൽ പലരും വളരെ വലിയ തുക ബന്ധുവിന്റെ മാതാപിതാക്കളിൽനിന്നും ആവശ്യപ്പെടുകയും, ഭാര്യയിൽനിന്നും, അവരുടെ വീട്ടുകാരിൽനിന്നും കഴിയുന്നത്ര പൊന്നും പണവും സ്വത്തുക്കളും പിഴിഞ്ഞെടുത്ത ശേഷം, ആ സ്ത്രീയെ കൊലപ്പെടുത്തി (പലപ്പോഴും അപകടമരണങ്ങളോ, ആത്മഹത്യകളോ ആയി രൂപപ്പെടുത്തി) വീണ്ടും വിവാഹം കഴിച്ച്, ആ സ്ത്രീയുടെയും പൊന്നിനും പണത്തിനും സ്വത്തിനുംവേണ്ടി ക്രൂരതകൾ തുടരുകയും ചെയ്യുന്നു' എന്ന് പ്രസ്താവിക്കുകയുണ്ടായി. ബഹു:സുപ്രീംകോടതി അഭിപ്രായപ്പെട്ടത് 'സമൂഹത്തിൽ മൊത്തത്തിൽ വന്നുകൊണ്ടിരിക്കുന്ന വാണിജ്യ മനോഭാവം, പലപ്പോഴും പണത്തിനോടുള്ള അത്യാർത്തിയിലേക്കും, ദുരാഗ്രഹങ്ങളിലേക്കും നയിക്കുകയും, ആവശ്യപ്പെടുന്ന പണം ലഭിക്കാതെ വരുമ്പോൾ സ്വന്തം ഭാര്യയെ കൊലപ്പെടുത്തുകയും ചെയ്യുന്ന കിരാത പ്രവണതയെ ഉരുക്കുമുഷ്ടികൊണ്ട് അടിച്ചമർത്തേണ്ട സമയം അതിക്രമിച്ചു കഴിഞ്ഞു' എന്നാണ്. മുകളിൽ പറഞ്ഞ കിരാത മനോഭാവമാണ് അടുത്ത അദ്ധ്യായത്തിലെ ദുഷ്ടപിതാവിന്റെയും ദുഷ്ടപുത്രന്റെയും ക്രൂരതകളിൽ മുഴച്ചു കാണുന്നത്. കൂടാതെ 'സമൂഹത്തിൽ മൊത്തത്തിൽ വന്നുകൊണ്ടിരിക്കുന്ന വാണിജ്യമനോഭാവം' എന്ന പരാമർശം

ഇന്ന് രാഷ്ട്രീയമടക്കം പല രംഗങ്ങൾക്കും ബാധകവുമാണ്.

എന്നാൽ മറ്റു രാജ്യങ്ങളിൽ നിന്ന് വ്യത്യസ്തമായി ഇന്ത്യയിൽ വർഷംതോറും കുറെയധികം പുരുഷന്മാർ വ്യാജമായി കെട്ടിച്ചമച്ച സ്ത്രീപീഡനക്കേസുകളിൽ പെട്ട്, മാനക്കേടും അധികാരികളുടെ അതിക്രമങ്ങളും സഹിക്കവയ്യാതെ ആത്മഹത്യ ചെയ്യുന്നുണ്ട് എന്ന കാര്യവും ഇവിടെ പറയേണ്ടിയിരിക്കുന്നു. ആ കാര്യത്തിലും കേരളം മറ്റു സംസ്ഥാനങ്ങളെ അപേക്ഷിച്ച് പിന്നിലാണ്. എന്നാൽ വ്യാജ സ്ത്രീപീഡന കേസുകളിൽ പെട്ട് ആത്മഹത്യ ചെയ്യുന്ന പുരുഷന്മാരെ പറ്റിയുള്ള ഉൾപേജുകളിലെ വാർത്തകൾ അത്രയൊന്നും ഒച്ചപ്പാടുകൾ സൃഷ്ടിക്കാറില്ല എന്നതാണ് വാസ്തവം. മനുഷ്യാവകാശ സംഘടനകൾ ഈ പ്രശ്നം ഗൗനിക്കണമെന്നും ഇടപെടലുകൾ നടത്തണമെന്നും ഇന്ന് പലരും ആവശ്യപ്പെടുന്നുണ്ട്.

മാനസികആരോഗ്യത്തെപ്പറ്റിയുള്ള ഒരു പഠന റിപ്പോർട്ട് പ്രകാരം, വിഷാദരോഗാവസ്ഥയും, ആകുലതയും മൂലമുള്ള മാനസികമായ ക്രമക്കേടുകളും വിഷമങ്ങളും അനുഭവിക്കുന്നവരിൽ പുരുഷന്മാരേക്കാൾ സ്ത്രീകളുടെ ശതമാനം വളരെ കൂടുതലാണ്. അതു കാരണമായി സംഭവിക്കുന്ന സ്ത്രീകളുടെ ആത്മഹത്യകളുടെ എണ്ണവും വളരെ അധികമാണ്. കൂടാതെ ഇത്തരം ആത്മഹത്യകളിൽ ഒട്ടുമിക്കതും സ്ത്രീധനത്തിനും സ്വത്തിനും വേണ്ടിയുള്ള ഭർത്താവിന്റെയും അയാളുടെ വീട്ടുകാരുടെയും ക്രൂരപീഡനങ്ങളെ തുടർന്നാണ് സംഭവിക്കുന്നത്. സ്ത്രീധനത്തിനും സ്വത്തിനും വേണ്ടിയുള്ള പീഡനപരമ്പരകളെ തുടർന്നുണ്ടാകുന്ന ദുർമരണങ്ങളിൽ പലതും നരഹത്യകൾ ആണെങ്കിലും അതിൽ മിക്കതും ആത്മഹത്യകൾ ആയിട്ടാണ് സാധാരണഗതിയിൽ ചിത്രീകരിക്കപ്പെടാറ്.

നമ്മുടെ കേരളമടക്കമുള്ള പല സംസ്ഥാനങ്ങളിലും സ്ത്രീകൾ അവരുടെ ഗൃഹങ്ങളിൽ സഹിക്കേണ്ടിവരുന്ന അമ്മായിഅമ്മ പോരിന്റേയും നാത്തൂൻപോരിന്റേയും നേർമുഖം നമുക്കേവർക്കും പത്രങ്ങൾ വഴിയും മറ്റു മാധ്യമങ്ങൾ വഴിയും സുപരിചിതമാണല്ലോ. കൂടാതെ ഭർതൃഗൃഹങ്ങളിൽ സ്ത്രീധനത്തെ ചൊല്ലിയുള്ള വഴക്കുകളും കലഹങ്ങളും പീഡനങ്ങളും അതിനെ തുടർന്നുണ്ടാകുന്ന അസ്വാഭാവിക മരണങ്ങളുടെ വാർത്തകൾ പലപ്പോഴും പറഞ്ഞു കേൾക്കാറുള്ളതും കേരളത്തിൽ അടുത്ത കാലത്ത് നടന്ന ചില സ്ത്രീധനപീഡന മരണങ്ങൾ വാർത്തകൾ സൃഷ്ടിക്കുകയും ഉണ്ടായല്ലോ. എന്നാൽ ഭർതൃഗൃഹങ്ങളിലേയും, ഭർത്താവിന്റേയും ബന്ധുക്കളുടെയും മറ്റും പീഡനങ്ങളിൽ നിന്നും വ്യത്യസ്തമായി ഒരേയൊരു സഹോദരനിൽ നിന്നും സ്വന്തം പിതാവിൽ നിന്നും അനുഭവിക്കേണ്ടിവന്ന ക്രൂരതകളുടേയും സ്വത്തിനുവേണ്ടി അവർ ചെയ്തുകൂട്ടിയ ദുഷ്ടത്തരങ്ങളുടെയും, തന്മൂലം ഒരു പാവം സ്ത്രീ അനുഭവിക്കേണ്ടിവന്ന കനത്ത മാനസികപീഡനങ്ങളുടേയും ദുരവസ്ഥയുടെയും വിവരങ്ങൾ അധികമാരും കേട്ടിരിക്കയില്ല. കാരണം അത്തരം സംഭവങ്ങൾ ദശലക്ഷങ്ങളിൽ ഒന്ന് മാത്രമായിരിക്കും. അത്തരം ഒരു അപൂർവ ക്രൂരതകളുടെയും പീഡനങ്ങളുടെയും യഥാർത്ഥ അനുഭവവിവരണമാണ് അടുത്ത അധ്യായത്തിൽ ചേർത്തിരിക്കുന്നത്. ഈ വിവരണത്തിൽ പറയുന്ന ക്രൂരതകൾ സാധാരണഗതിയിലുള്ള മാനസികാവസ്ഥയിൽ ഉള്ളവരോ സ്വന്തം സഹോദരിയോട് അല്ലെങ്കിൽ മകളോട് അൽപമെങ്കിലും സ്നേഹവും സഹതാപവും മനസ്സിൽ കുടികൊള്ളുന്നവരോ ആയ ആരും ചെയ്യാത്തതും അതിനാൽ തന്നെ പലർക്കും വിശ്വസിക്കാൻ

ബുദ്ധിമുട്ടുള്ളതുമായിരിക്കും. എന്നാൽ യഥാർത്ഥത്തിൽ നടന്നതും ഇപ്പോഴും തുടർന്നു കൊണ്ടിരിക്കുന്നതുമായ ഒരു അപൂർവ്വ പീഢനപരമ്പരയുടെ അനുഭവവിവരണമാണ് അത്.

10

ഒരു അനുഭവ വിവരണം

ഒരു അടുത്ത സുഹൃത്തിന്റെ അനുഭവങ്ങളിൽ നിന്നുള്ള നേരിട്ടറിവ് മുഖേന കൈവന്ന പീഢന കഥകളുടെ ചുരുക്കമാണ് ഈ അനുഭവ വിവരണം. 30 വർഷത്തിലധികം നീണ്ടു നിന്നതും, ഇപ്പോഴും തുടർന്നുകൊണ്ടിരിക്കുന്നതുമായ ഈ പീഢനാനുഭവങ്ങൾ കഴിയുന്നത്ര ചുരുക്കിയും ചിലതൊക്കെ ഒഴിവാക്കിയിട്ടുമാണ് ഇവിടെ ചേർക്കുന്നത്. ഇതിലെ പരമദുഷ്ടനായ മുഖ്യകഥാപാത്രത്തെ 'ദുഷ്ടപുത്രൻ' എന്നും അയാളുടെ താളത്തിനു തുള്ളി സ്വന്തം മകളെ ദ്രോഹിക്കുവാൻ കൂട്ടുനിന്ന പിതാവിനെ 'ദുഷ്ടപിതാവ്' എന്നും അവരുടെ ക്രൂരതകൾക്കിരയാകേണ്ടി വന്ന സ്ത്രീയെ 'മഹാപാവം' എന്നും മരണപ്പെട്ട നിലയിൽ കാണപ്പെട്ട മാതാവിനെ 'പാവം സ്ത്രീ' എന്നും മകളുടെ ഭർത്താവിനെ 'ശുദ്ധമനസ്കൻ' എന്നും നമുക്ക് വിളിക്കാം.

ഈ ദുഷ്ടപുത്രനും മഹാപാവം സഹോദരിയും വടക്കേ മലബാറിലെ, ഒരു ചെറിയ പട്ടണത്തിലെ, കുറേ ഭൂസ്വത്തുക്കൾ ഉണ്ടായിരുന്ന സമ്പന്നമായ ഒരു കുടുംബത്തിലെ പെൺമക്കളിൽ ഇളയവളായ പാവം സ്ത്രീയുടെ മകനും മകളും ആണ്. പാവം സ്ത്രീയെ അവരുടെ സ്വത്തും പണവും മോഹിച്ച്, ആ

കൊച്ചുപട്ടണത്തിൽ നിന്നും കുറച്ചകലെയുള്ള, യാതൊരു സാമ്പത്തികശേഷിയോ, കുടുംബ പാരമ്പര്യമോ ഇല്ലാത്തതും, രണ്ടു പ്രാവശ്യത്തിൽ കൂടുതൽ വിവാഹിതയായ ഒരു സ്ത്രീയുടെ മകനുമായിരുന്ന മേൽപ്പറഞ്ഞ ദുഷ്ടപിതാവ്, മലബാറിലെ ഒരു വലിയ നഗരത്തിൽ ഒരു ചെറിയ ജോലി തേടിയതിൽ പിന്നെ, പാവം സ്ത്രീയുടെ വീട്ടുകാരുമായി സൂത്രത്തിൽ അടുപ്പം സ്ഥാപിക്കുകയുണ്ടായി. അങ്ങിനെ വീട്ടുകാരെയും തുടർന്ന് പാവം സ്ത്രീയെയും പാട്ടിലാക്കി, വീട്ടുകാരിൽ നിന്നും കുറെയധികം പൊന്നും, കുറച്ചു പണവും കരസ്ഥമാക്കി, ആ സ്ത്രീയെ വിവാഹം കഴിച്ച് വലിയ നഗരത്തിലെ ഒരു കൊച്ചു വാടകവീട്ടിലേക്ക് കുറെ വർഷങ്ങൾക്കു മുൻപ് കൂട്ടിക്കൊണ്ടു വരികയുണ്ടായി. അധികം വൈകാതെ, അയാൾ ആ പാവം സ്ത്രീയുടെ കുടുംബസ്വത്തുക്കൾ ഭാഗം വെയ്ക്കണം എന്ന് ആവശ്യപ്പെടുകയും, സമ്മർദ്ദം ചെലുത്തുവാനായി, മാനസികമായി പീഢിപ്പിക്കുവാൻ തുടങ്ങുകയും ചെയ്തു. തുർന്ന് അവരെ നാട്ടിലുള്ള ഭാര്യവീട്ടിൽ കൊണ്ടുചെന്നാക്കി, തനിക്കു കിട്ടുന്ന ചെറിയ ശമ്പളം കൊണ്ട് രണ്ടു കുട്ടികളുടെ സ്വകാര്യ സ്കൂളിലെ വിദ്യാഭ്യാസ ചിലവുകളും, വീടടുവാടകയും മറ്റും കൊടുക്കുവാൻ നിവൃത്തിയില്ലെന്നും, കുടുംബസ്വത്ത് ഭാഗിച്ച് കിട്ടണമെന്നും ആവശ്യപ്പെട്ടു. വീട്ടുകാർ അതിനു വിസമ്മതം പ്രകടിപ്പിച്ചപ്പോൾ, താൻ ഭാര്യയെയും കുട്ടികളെയും ഉപേക്ഷിക്കുമെന്ന് ഭീഷണിപ്പെടുത്തിയതിനെ തുടന്ന്, പല ബന്ധുക്കളും ഇടപെട്ട്, പാവം സ്ത്രീയുടെ കുടുംബസ്വത്തിൽ നിന്നുമുള്ള വലിയ ആദായത്തിൽ നിന്ന് അവരുടെ പങ്ക് മാസംതോറും, പാവം സ്ത്രീയുടെ പേരിൽ നഗരത്തിലുള്ള ബാങ്ക് അക്കൌണ്ടിൽ നിക്ഷേപിക്കാമെന്നും, അതു വളർന്ന് ഏതാനും വർഷങ്ങൾക്കുള്ളിൽ ഒരു ഗണ്യമായ തുക

ആകുമ്പോൾ, വീട്ടുകാർ ബാക്കി പണം ചേർത്ത്, നഗരത്തിൽ കുറച്ചധികം സൌകര്യമുള്ള ഒരു വീടും കുറച്ചധികം സ്ഥലവും വാങ്ങിക്കാമെന്നും, അതുവരെ നഗരത്തിലെ വീടിന്റെ വാടകയ്ക്കും, കുട്ടികളുടെ വിദ്യാഭ്യാസ ചിലവിനും മറ്റുമായി ഒരു നിശ്ചിത തുക മാസംതോറും അയാൾക്ക് നേരിട്ട് എത്തിച്ചു കൊടുക്കാമെന്നും, കൂടാതെ അയാൾക്ക് ഒരു പുതിയ മോട്ടോർബൈക്ക് വാങ്ങിച്ചു കൊടുക്കാമെന്നും ധാരണയാക്കി. അതുപ്രകാരം പാവം സ്ത്രീയുടെ ബാങ്ക് അക്കൌണ്ടിലേക്ക് വന്നു ചേർന്ന പണം ഒരു ഗണ്യമായ തുകയായതോടെ, വീട്ടുകാർ കുറേകൂടി പണം ചേർത്ത് ഒരു സൌകര്യമുള്ള വീടും കുറച്ചധികം സ്ഥലവും വാങ്ങവേ, അത് തന്റെ പേരിൽ രജിസ്റ്ററർ ചെയ്യിക്കുവാൻ, ദുഷ്ടപിതാവ് കുറേ ശ്രമിച്ചുവെങ്കിലും, വീട്ടുകാരുടെ ഉപദേശപ്രകാരം പാവം സ്ത്രീ അത് തന്റെ പേരിൽ വേണമെന്ന് ശഠിക്കുകയും, അപ്രകാരം രജിസ്റ്റർ നടക്കുകയും ഉണ്ടായത്രേ.

അതിൽ അമർഷംപൂണ്ട ദുഷ്ടപിതാവ് പിന്നീട് പല നിസ്സാര കാര്യങ്ങൾക്കും പാവം സ്ത്രീയുമായി വഴക്കുകൾ ഉണ്ടാക്കുകയും, ആ വീടും പറമ്പും തന്റെ പേരിലാക്കണമെന്ന് പറഞ്ഞു നിരന്തരം പീഢനങ്ങൾ അഴിച്ചുവിടുകയും ചെയ്തു. സ്കൂൾ ദിനങ്ങളിലെ ഒരു കായികതാരം കൂടിയായിരുന്ന പാവം സ്ത്രീ കുറേക്കാലം ആ പീഢനങ്ങൾ സഹിച്ചു ജീവിച്ചെങ്കിലും, ശാരീരിക പീഢനങ്ങളും ക്രൂരതകളും കൂടിവരവേ, ഒരു ദിവസം ഉച്ചയ്ക്ക് മക്കളാരും തന്നെ വീട്ടിൽ ഇല്ലാത്ത സമയത്ത്, വീട്ടിലെ ഉത്തരത്തിൽ തൂങ്ങിമരിച്ചനിലയിൽ കാണപ്പെടുകയുണ്ടായി. ആ അസ്വാഭാവിക മരണത്തെക്കുറിച്ച് ശുദ്ധമനസ്കനും മറ്റു പലരും കേട്ടത് രണ്ടു വ്യത്യസ്ത ഭാഷ്യങ്ങൾ ആണത്രേ. ആ സംഭവത്തിന് മുൻപു തന്നെ വീട്ടിൽ നിന്നും വഴക്കിട്ടു മാറി താമസിക്കുകയായിരുന്ന (പുറത്താക്കിയതാണ് എന്നും

പറയുന്നുണ്ട്) ദുഷ്ടപുത്രന്റെ ഭാഷ്യപ്രകാരം, ദുഷ്ടപിതാവിന് വേറെ ഒരു സ്ത്രീയുമായുള്ള രഹസ്യബന്ധത്തെ ചൊല്ലി, അയാളും ഭാര്യയായ പാവം സ്ത്രീയുമായി പലപ്പോഴും വീട്ടിൽ വഴക്കുകൾ ഉണ്ടാവുകയും, അതിൽ അമ്മയുടെ ഭാഗം ചേർന്ന് പിതാവിനോട് കയർത്തതിനെ തുടർന്ന് അവർ തമ്മിൽ മുട്ടൻ വഴക്കുണ്ടാവുകയും, ദുഷ്ടപുത്രൻ വീടുവിട്ടിറങ്ങി പോവുകയും ചെയ്തു. അതിൽപിന്നെ ദുഷ്ടപിതാവിന് രഹസ്യബന്ധം ഉണ്ടായിരുന്ന സ്ത്രീ ഗർഭിണി ആവുകയും അത് രഹസ്യമായി അലസിപ്പിക്കുവാൻ (അക്കാലത്ത് അതൊരു വലിയ പണച്ചിലവുള്ള ഏർപ്പാടായിരുന്നു) വേണ്ടി, കുറെആഭരണങ്ങൾ ബിസിനസ് ആവശ്യത്തിനെന്നു പറഞ്ഞ് വിൽക്കുവാൻ ദുഷ്ടപിതാവ് ദിവസങ്ങളോളം ശ്രമിച്ചു. പക്ഷേ പാവം സ്ത്രീ അതിന് ശക്തമായി വിയോജിപ്പ് പ്രകടിപ്പിച്ചതിൽ അരിശംപൂണ്ട അയാൾ ഭാര്യയെ കഴുത്തു ഞെരിച്ചുകൊന്ന് കെട്ടിതൂക്കുകയും, അവരുടെ സ്വർണാഭരണങ്ങൾ മുഴുവൻ കരസ്ഥമാക്കി അത് വിറ്റ്, ആ പണത്തിൽ നിന്നും കുറെ ഉപയോഗിച്ച് പാവം സ്ത്രീയുടെ മരണം ആത്മഹത്യയാക്കി മാറ്റിയെടുക്കുകയും ബാക്കി പണം കൊണ്ട് രഹസ്യ കാമുകിയുടെ ഗർഭം അലസിപ്പിക്കുകയും ചെയ്തുവത്രെ. അതിനുശേഷം ഏതാനും മാസങ്ങൾക്കുള്ളിൽ ദുഷ്ടപിതാവ് രഹസ്യബന്ധമുണ്ടായിരുന്ന ആ സ്ത്രീയെ വിവാഹം കഴിച്ച് പരസ്യമായി പൊതുറോഡിലൂടെ, താളമേളങ്ങളുടെ അകമ്പടിയോടെ, ആദ്യ ഭാര്യയുടെ നഗരത്തിലുള്ള വീട്ടിലേക്ക് കൂട്ടിക്കൊണ്ടു വരികയും ഉണ്ടായത്രേ. അതിൽ പിന്നെ ആ വീടും പറമ്പും സ്വന്തമാക്കാനുള്ള ശ്രമങ്ങളിൽ വ്യാപൃതനായി അയാൾ. പാവം സ്ത്രീയുടെ പിതാവ് മുമ്പേ മരണപ്പെട്ടിരുന്നതിനാലും, പാവം സ്ത്രീയ്ക്ക് സഹോദരന്മാർ ആരും ഇല്ലാത്തതിനാലും, ആ ദുർമരണത്തിൽ ആരും തന്നെ

അന്വേഷണം ആവശ്യപ്പെടുകയുണ്ടായില്ല.

എന്നാൽ ദുഷ്ടപിതാവിന്റെ ഭാഷ്യപ്രകാരം, പാവം സ്ത്രീയുടെ ഒരേയൊരു മകനായ ദുഷ്ടപുത്രൻ ഒരു ആൺകുട്ടിയെ ബലമായി പ്രകൃതിവരുദ്ധ ലൈംഗിക കേളികൾക്ക് ഇരയാക്കുന്നതിന് അബദ്ധത്തിൽ ദൃക്സാക്ഷിയാകേണ്ടി വന്ന അമ്മയ്ക്കെതിരായി, അരിശംപൂണ്ട ദുഷ്ടപുത്രൻ സമൂഹത്തിലെ ഏറ്റവും അധഃകൃത വിഭാഗമായി പരിഗണിച്ചു വരുന്ന 'കൂട്ടിക്കൊടുപ്പുകാർ' പോലും ഉപയോഗിക്കുവാൻ മടിക്കുന്ന ഭാഷയിൽ സ്വന്തം അമ്മയ്ക്കെതിരെ അപവാദങ്ങൾ എഴുതി നിറച്ച പോസ്റ്റ്കാർഡുകൾ നാട്ടിലുള്ള അവരുടെ സകല ബന്ധുക്കൾക്കും തപാൽ വഴി എത്തുച്ചു കൊടുത്തതിനെ തുടർന്ന് അപമാനിതയായി മനംനൊന്ത് ആ പാവം സ്ത്രീ കെട്ടിത്തൂങ്ങി ആത്മഹത്യ ചെയ്യുകയാണത്രെ ഉണ്ടായത്. ഈ രണ്ടു ഭാഷ്യങ്ങളിൽ ഏതാണ് സത്യമെന്നത്, ഈ അനുഭവ വിവരണത്തിലെ ശുദ്ധമനസ്കന് ഇന്നും അറിയുകയില്ലത്രേ. പക്ഷേ അയാൾക്ക് ഒരു കാര്യം ഉറപ്പാണ്; സ്കൂൾ ദിനങ്ങളിലെ ഒരു കായികതാരം കൂടിയായിരുന്ന ഒരു പാവം സ്ത്രീയുടെ വിലപ്പെട്ട ജീവൻ, രണ്ടു ദുഷ്ടന്മാരിൽ ഒരാളുടെ ക്രൂരതകൾക്കും ദുരാഗ്രഹങ്ങൾക്കും ഇരയായി ചിതയിലമർന്നുവെന്നതും, അതോടെ മഹാപാവത്തിന്റെ കഷ്ടപ്പാടുകൾ തുടങ്ങി എന്നതും. ഈ സംഭവങ്ങൾ എല്ലാം നടന്നത്, വിദേശത്ത് വലിയ ശമ്പളത്തിൽ നല്ല ഒരു ജോലിയിലായിരുന്ന ശുദ്ധമനസ്കൻ മഹാപാവത്തിനെ വിവാഹം കഴിക്കുന്നതിന് മുമ്പാണ്. വിവാഹത്തിന് കുറച്ചു ദിവസങ്ങൾക്കു മുമ്പു മാത്രം നാട്ടിലെത്തിയ അയാളെ ആ പാവം സ്ത്രീ കുറച്ചുകാലം മുമ്പ് അസുഖംമൂലം മരണപ്പെട്ടു എന്നാണ് ധരിപ്പിച്ചിരുന്നത്. മഹാപാവം വിവാഹത്തിനണിഞ്ഞ ഏതാണ് 20 പവൻ

സ്വർണാഭരണങ്ങളുടെ ചിലവുകളും മറ്റു വിവാഹചിലവുകളും വഹിക്കാൻ ദുഷ്ടപിതാവ് തയ്യാറാകാത്തതിനെ തുടർന്ന്, നാട്ടിലുള്ള അവരുടെ ചില ബന്ധുക്കളാണ് വഹിച്ചത് എന്ന കാര്യവും പിന്നീടാണ് മനസ്സിലായത്.

മഹാപാവത്തിന്റെയും ശുദ്ധമനസ്കന്റെയും വിവാഹശേഷം ഏതാണ്ട് രണ്ട് മാസം കഴിഞ്ഞ്, അയാൾ വിദേശത്തുള്ള ജോലിസ്ഥലത്തേക്ക് പറക്കുവാനായി ബോംബെയിലേക്ക് (ഇന്നത്തെ മുംബൈ) ട്രെയിൻ മാർഗ്ഗം പോകവേ, കൂടെ അനുഗമിച്ച ദുഷ്ടപുത്രൻ ഒരേയൊരു അനുജത്തിയായ മഹാപാവത്തിനെ തന്റെ കൈകളിൽ ഏൽപിച്ചിട്ടാണ് അമ്മ വിടവാങ്ങിയത് എന്ന് വികാരപരമായി വിങ്ങിപൊട്ടി കരയുന്ന രീതിയിൽ ശുദ്ധമനസ്കനോട് പറഞ്ഞ അയാൾ, തന്റെ ഒരേയൊരു സഹോദരിയാണ് തനിക്ക് എല്ലാം എന്ന് അതിയായ ഭാവുകത്തോടെ ശുദ്ധമനസ്കനെ ധരിപ്പിച്ചു. തുടർന്ന് അവരുടെ രണ്ടാനമ്മയുടെ ദുഷ്ടപിതാവുമായിട്ടുള്ള വിവാഹത്തിന് മുൻപുള്ള വഴിപിഴച്ച ജീവിതവും, വിവാഹത്തിന് മുൻപുണ്ടായ ഗർഭം അലസിപ്പിച്ച കാര്യമടക്കമുള്ള പല സ്വഭാവദൂഷ്യങ്ങളും, മറ്റും പറഞ്ഞ് വിശ്വസിപ്പിച്ച്, അക്കാരണത്താലാണ് താൻ ഹോസ്റ്റലിൽ താമസിച്ച് എം.ബി.ബി.എസ്. പഠിക്കുന്നതെന്നും, താനൊരു ഡോക്ടറാകണമെന്ന അമ്മയുടെ അവസാന ആഗ്രഹം പൂർത്തീകരിക്കുവാൻ സ്വന്തം പിതാവ് സഹകരിക്കുന്നില്ലെന്നും ശുദ്ധമനസ്കനെ അറിയിച്ചു. അതിനാൽ അമ്മയുടെ അവസാന ആഗ്രഹം പൂർത്തീകരിക്കുവാൻ ശുദ്ധമനസ്കന്റെ സഹായം ആവശ്യമാണെന്ന് ദയനീയ സ്വരത്തിൽ അറിയിക്കുകയും ഉണ്ടായി. പഠന ചിലവുകൾക്കും ബുക്കുകളും ഹോസ്റ്റൽ ചിലവിനും മറ്റുമായി ആവശ്യമായി വന്നിരുന്ന പണം കഴിഞ്ഞ

കുറേ മാസങ്ങളായി പലരിൽ നിന്നും വായ്പയായി സ്വരൂപിച്ചതാണെന്നും, ആ കടങ്ങൾ വീട്ടുവാനായി നാട്ടിലുള്ള സ്വത്തുക്കളിൽ കുറച്ചു മാത്രം വിൽക്കുന്നതിനായി മഹാപാവത്തിന്റെ മുക്താർ വേണമെന്നും, അത് വിറ്റു കിട്ടുന്ന പണത്തിൽനിന്നും സഹോദരിക്കുള്ള പങ്ക് പഠിത്തം കഴിഞ്ഞു തനിക്ക് ജോലികിട്ടിയ ഉടനെ തരാമെന്നും പറഞ്ഞ് അക്കാര്യത്തിൽ ശുദ്ധമനസ്കന്റെ സമ്മതം നേടി. കൂടാതെ ശുദ്ധമനസ്കൻ വിദേശത്തുപോയി ഭാര്യയ്ക്ക് വിസ സംഘടിപ്പിക്കും വരെ രണ്ടുപേരുടെയും അമ്മയായ പാവം സ്ത്രീയുടെ പേരിൽ നഗരത്തിലുള്ള വീട്ടിൽ ദുഷ്ടപിതാവ് രണ്ടാനമ്മയെ താമസിപ്പിച്ചിരുന്നതിനാൽ, അവിടെ സഹോദരി താമസിക്കുന്നത് നല്ല കാര്യമല്ല എന്ന് ധരിപ്പിക്കുകയും, തൽക്കാലം നാട്ടിലുള്ള കുടുംബവീട്ടിൽ താമസിക്കട്ടെ എന്ന് ദുഷ്ടപുത്രൻ നിർദ്ദേശിച്ചത് ശുദ്ധമനസ്കൻ അംഗീകരിക്കുകയും ചെയ്തുവത്രേ.

വിദേശത്തെ ജോലിസ്ഥലത്ത് തിരിച്ചെത്തിയ ശുദ്ധമനസ്കന്, അവിടുത്തെ ഫാമിലി വിസ ചട്ടങ്ങളിൽ പെട്ടെന്നുണ്ടായ ചില മാറ്റങ്ങളെ തുടർന്ന്, ഭാര്യയെ പെട്ടെന്ന് അവിടേക്ക് കൂട്ടിക്കൊണ്ടു പോവുക വിഷമകരമായി മാറി. അതറിഞ്ഞ ദുഷ്ടപുത്രൻ തന്റെ സഹോദരിയെ ഭർതൃവീട്ടിൽ താമസിപ്പിക്കുന്നതിൽ നിന്നും പിന്തിരിപ്പിക്കാനായി, നാത്തൂൻപോര് എന്ന പൊതുപ്രശ്നം ശുദ്ധമനസ്കനോട് ഫോണിലൂടെ പറയുകയും, കൂടാതെ നാത്തൂന്റെ ഭർത്താവിനെപററി പല സ്വഭാവദൂഷ്യ കഥകളും പറഞ്ഞു കേൾപ്പിച്ചു, തന്റെ സഹോദരി ആ മനുഷ്യനിൽ നിന്നും അതിക്രമങ്ങൾ നേരിടുവാൻ സാധ്യതകൾ ഉണ്ടെന്നും, വിവാഹശേഷം നാട്ടിൽ അധികകാലം നിൽക്കുന്നത് നാണക്കേടാണെന്നും മറ്റും ശുദ്ധമനസ്കനെ പറഞ്ഞു ധരിപ്പിച്ച്, മഹാപാവത്തിനെ ഒരു വർഷത്തെ ഒരു ട്രെയിനിങ്

കോഴ്സിനു ചേർത്തി ഹോസ്റ്റലിൽ താമസിക്കാമെന്ന് നിർദ്ദേശിക്കുകയും, കോഴ്സിന് അഡ്മിഷൻ കിട്ടാനും ഫീസിനും ഹോസ്റ്റൽ ചിലവിനും മറ്റുമായി വലിയൊരു തുക ആവശ്യമായതിനാൽ ആ ആവശ്യത്തിനായി കുറച്ചു സ്വത്തുകൾ കൂടി വിൽക്കാം എന്ന് നിർദ്ദേശിക്കുകയും ചെയ്തു. അങ്ങിനെ കൈവന്ന പണത്തിന്റെ വളരെ വലിയ ഭാഗം ദുഷ്ടപുത്രൻ ധൂർത്തടിച്ചു തീർത്തു എന്ന് ശുദ്ധമനസ്കൻ പിന്നീടാണത്രേ അറിഞ്ഞത്.

അതിൽപിന്നെ ദുഷ്ടപുത്രൻ തന്റെ സഹോദരിക്ക് ശുദ്ധമനസ്കന്റെ ജോലി സ്ഥലത്തേക്ക് അടുത്ത ഒരു വർഷത്തേക്ക് വരുവാനുള്ള ബുദ്ധിമുട്ടുകളും മറ്റും കാണിച്ചും, നാട്ടിലും ഭർതൃവീട്ടിലും രണ്ടാനമ്മയുടെ കൂടെയും ഒക്കെ താമസിക്കുന്നതിനുള്ള വിഷമങ്ങൾ പെരുപ്പിച്ചു കാണിച്ചും, വിദേശത്തുള്ള ജോലി രാജിവെച്ച് നാട്ടിൽ വന്ന് വല്ല ബിസിനസ്സും തുടങ്ങുകയാണ് നല്ലതെന്ന് ശുദ്ധമനസ്കനോട് പലവട്ടം പറയുകയുണ്ടായി. കൂടാതെ നാട്ടിലുള്ള കുറച്ച് സ്ഥലം കൂടി വിറ്റ് ആ പണംകൊണ്ട് നഗരമദ്ധ്യത്തിൽ ഒരു ഷോപ്പ് സംഘടിപ്പിക്കണമെന്ന് ശുദ്ധമനസ്കനെയും ഭാര്യയെയും പറഞ്ഞ് വിശ്വസിപ്പിക്കുകയും ഉണ്ടായത്രെ. അങ്ങിനെ മഹാപാവത്തിന്റെ മുക്താർ കരസ്ഥമാക്കി, സ്ഥലം വിൽപ്പനയ്ക്കുള്ള കരാറാക്കി കുറച്ചു പണം മുൻകൂറായി കൈപ്പറ്റി, ആ പണത്തിൽനിന്നും നഗരത്തിൽ ഷോപ്പ് വാടകയ്ക്ക് എടുക്കുവാനായി കൊടുക്കേണ്ട പകിടി പണത്തിലേക്ക് ചെറിയ അഡ്വാൻസ് നൽകുകയും ചെയ്തു. എന്നാൽ അതിൽ പിന്നെ നാട്ടിലെ സ്ഥലത്തിന്റെ വില്പന ചില കാരണങ്ങളാൽ നീണ്ടുപോകുന്നു എന്ന് അറിയിച്ചു, ഷോപ്പിന്റെ പകിടിയിലേക്ക് ബാക്കി കൊടുക്കേണ്ട തുക ശുദ്ധമനസ്കൻ ജോലി ചെയ്യുന്ന വിദേശത്തുനിന്നും സംഘടിപ്പിച്ച് തരണമെന്നാവശ്യപ്പെട്ടപ്പോൾ അപ്പോഴേക്കും

ജോലി രാജിവെക്കുന്നതിനുള്ള മൂന്ന് മാസത്തെ നോട്ടീസ് നൽകി കഴിഞ്ഞിരുന്നതിനാൽ, വേറെ മാർഗ്ഗങ്ങളില്ലാത്തതിനാൽ കമ്പനിയിലെ സുഹൃത്തുക്കളിൽ നിന്ന്, നാട്ടിലേക്ക് പോകുമ്പോൾ കമ്പനിയിൽ നിന്നും കിട്ടുന്ന ആനുകൂല്യങ്ങളിൽനിന്നും മടക്കി തരാമെന്നു പറഞ്ഞു കടം വാങ്ങി ദുഷ്ടപുത്രന് എത്തിച്ചുകൊടുത്തുവത്രേ. 'വിവാഹജീവിതത്തിൽ സ്വന്തം ഭാര്യയുടെ സുരക്ഷയും, പരസ്പര സാമീപ്യവുമാണ് പ്രഥമ പരിഗണന അർഹിക്കുന്ന കാര്യം' എന്ന ആപ്തവാക്യം കൂടി ഓർത്താണത്രേ ശുദ്ധമനസ്കൻ അപ്രകാരം പ്രവർത്തിച്ചത്.

ദുഷ്ടപുത്രൻ സഹോദരിയുടെ പക്കൽനിന്ന് മുക്താർ സംഘടിപ്പിച്ചതിനുശേഷം നാട്ടിലെ വില്പന നീണ്ടുപോയപ്പോൾ, ശുദ്ധമനസ്കനെയും ഭാര്യയെയും പറഞ്ഞു വിശ്വസിപ്പിച്ചത്, വിദേശത്തുനിന്നും തിരിച്ചെത്തിയാൽ താമസിക്കുവാനായി ഒരു ചെറിയ വീടും സ്ഥലവും നഗരത്തിൽ വാങ്ങിക്കുവാനായി നാട്ടിലെ സ്ഥലം വിറ്റു കിട്ടുന്ന പണം ഉപയോഗിക്കാമെന്നതാണ്. എന്നാൽ അയാൾ ആ വാക്കു പാലിക്കുകയുണ്ടായില്ല. ദുഷ്ടപുത്രന്റെ ഉദ്ദേശങ്ങൾ ദുരാഗ്രഹവും, ക്രൂരതയും ചേർന്നതായിരുന്നുവെന്ന് ശുദ്ധമനസ്കനും മഹാപാവത്തിനും പിന്നീടാണ് മനസ്സിലായത്. സ്വത്തുക്കൾ വിറ്റുകിട്ടിയ പണം മുഴുവൻ മദ്യാസക്തിയിൽ അഴിഞ്ഞാടി അനാശാസ്യ പ്രവർത്തനങ്ങളിൽ വ്യാപൃതനാകുന്ന പരിപാടികളായിരുന്നു അയാളുടേത് എന്ന കാര്യം വൈകിയാണത്രേ രണ്ടുപേർക്കും അറിവായത്.

മൂന്നു മാസങ്ങൾക്കുശേഷം ശുദ്ധമനസ്കന്റെ വിദേശത്തെ ജോലിയിൽ നിന്നുമുള്ള രാജി പ്രാബല്യത്തിൽ വന്നതിനെ തുടർന്ന് കൈവന്ന ആനുകൂല്യങ്ങളും മറ്റും ഉപയോഗിച്ച്, നഗരത്തിൽ പകിടിക്കെടുത്ത

ഷോപ്പിലേക്കാവശ്യമായ കുറെ ഇലക്ട്രോണിക് ഉപകരണങ്ങളും, കുറച്ചു വീട്ടുസാധനങ്ങളും മറ്റും വിദേശത്തുനിന്നും വാങ്ങി ഒരു സുഹൃത്തിനെ കൂടി പങ്കാളിയാക്കി നഗരത്തിൽ ബിസിനസ് തുടങ്ങി. ഏതാനും ദിവസങ്ങൾ ശുദ്ധമനസ്കനും ഭാര്യയും നഗരത്തിലെ ഒരു ഹോട്ടലിൽ താമസിച്ച ശേഷം,ഒരു വാടക വീട്ടിലേക്ക് താമസം മാറ്റുമ്പോൾ ദുഷ്ടപിതാവിന്റെ ഭാഗത്തുനിന്നും യാതൊരു വിധത്തിലുള്ള സഹായ സഹകരണവും ഉണ്ടായില്ലെന്ന് മാത്രമല്ല, ഏതൊരു നിർദ്ധന കുടുംബത്തിലെ പിതാവും, വീട് മാറുന്ന മകൾക്ക് വാങ്ങിക്കൊടുക്കുന്ന മീൻചട്ടി പോലും അയാൾ നൽകുകയുണ്ടായില്ല. ദുഷ്ടപുത്രനാകട്ടെ തന്റെ വിദ്യാഭ്യാസ ചിലവുകളുടെയും, ഹോസ്ററലിലെ താമസച്ചിലവിന്റേയുമൊക്കെ കണക്കുകൾ നിരത്തി ഒഴികഴിവുകൾ പറഞ്ഞ് മാറിനിൽക്കുകയും ചെയ്തു. പക്ഷേ താൻ ഡോക്ടറായി കഴിഞ്ഞാൽ തരാനുള്ള എല്ലാ പണവും പലിശയടക്കം തന്നു തീർത്തുകൊള്ളാമെന്ന് മരിച്ചുപോയ അമ്മയുടെ പേരിൽ ഇടയ്ക്കിടയ്ക്ക് സത്യം ചെയ്തു വന്നിരുന്നു. ബിസിനസ് തുടങ്ങിയ ആദ്യ നാളുകളിൽ സാമ്പത്തികമായി വലിയ ഞെരുക്കം അനുഭവിച്ച സ്വന്തം മകളെയും ഭർത്താവിനെയും കാണുവാൻ ദുഷ്ടപിതാവ് ഒരിക്കൽപോലും അവരുടെ വാടകവീട്ടിൽ പോവുകയുണ്ടായില്ല. എന്നാൽ ആരുമില്ലാത്തവന് ദൈവം കൂട്ടിനുണ്ടെന്ന ആപ്തവാക്യം പോലെ മഹാപാവത്തിന് ഒരു പൊതുമേഖല സ്ഥാപനത്തിൽ അധികം വൈകാതെ ജോലി കിട്ടിയതിനെ തുടർന്ന് സ്ഥിതിഗതികൾ മെച്ചപ്പെട്ടു. ജോലി കിട്ടിയതിനുശേഷം ദുഷ്ടപിതാവ് മകളുടെ ഓഫീസിൽ ചെന്ന് പലപ്പോഴും പല ആവശ്യങ്ങളും പറഞ്ഞ് പണം കൈപ്പറ്റുകയും ചെയ്തുവത്രേ.

അതിനിടയിൽ ശുദ്ധമനസ്കന്റെ ബിസിനസ്സിൽ നിന്നുള്ള ആദായം കൂടിവരിയും, സ്ഥാപനം നല്ല തോതിൽ പ്രവർത്തിക്കുവാൻ തുടങ്ങുകയും ചെയ്തു. അപ്പോഴേക്കും അടുത്തുകൂടിയ ദുഷ്ടപുത്രൻ പല ആവശ്യങ്ങൾ അവതരിപ്പിച്ച് സ്ഥാപനത്തിൽ നിന്നും പണം കൈപ്പറ്റാൻ തുടങ്ങിയതിനു പുറമേ, അയാളുടെ അമിതമായ മദ്യപാനത്തിനും മറ്റു ദുർനടത്തിപ്പിനുമായി പണം കണ്ടെത്തുവാനായി, ശുദ്ധമനസ്കന്റെ സ്ഥാപനത്തെ, അയാളോ പങ്കാളിയോ അറിയാതെ ദുരുപയോഗപ്പെടുത്തി, നിയമാനുസൃതമല്ലാത്ത രീതിയിൽ പണമുണ്ടാക്കുവാനുള്ള ഒരു കുറുക്കുവഴി തേടിയതിനാൽ, ശുദ്ധമനസ്കനും പങ്കാളിയും ഒരു ക്രിമിനൽ കേസിൽ പ്രതികളാവുകയും കൂടാതെ സാമ്പത്തിക നഷ്ടങ്ങളും മാനഹാനിയും അനുഭവിക്കേണ്ടി വരികയും ഉണ്ടായി. ക്രിമിനൽ കേസിൽ ദുഷ്ടപുത്രനെ കുടുക്കുവാൻ അയാളുടെ കോളേജ് യൂണിയനിലെ ചില ശത്രുക്കൾ ഒരുക്കിയ ഒരു കെണിയായിരുന്നു അത് എന്നും പറയുന്നുണ്ട്. അതെന്തായാലും ആ കുറുക്കുവഴി ഉപയോഗിച്ച് പണം ഉണ്ടാക്കിയതിന്റെ ഒരേയൊരു സൂത്രധാരനും അതിന്റെ ഒരേ ഒരു ഗുണഭോക്താവും ആയിരുന്നു ദുഷ്ടപുത്രൻ, തന്റെ സോഹദരിയോടും ഭർത്താവിനോടും, ആ ക്രിമിനൽ നടപടിയിൽ അയാൾക്കുള്ള പങ്ക് അധികാരികളോട് വെളിപ്പെടുത്തരുതെന്ന് താണുകേണപേക്ഷിക്കുകയും അത് പുറത്തായാൽ തന്റെ വിദ്യാഭ്യാസത്തിന്റെയും തുടർന്നുള്ള ഭാവിയേയും, മുൻപ് കൈപ്പറ്റിയ പണം മടക്കിത്തരാനുള്ള കഴിവിനെയും സാരമായി ബാധിക്കുമെന്നും അങ്ങിനെ വന്നാൽ തനിക്ക് ആത്മഹത്യ ചെയ്യേണ്ടി വരുമെന്നും പറഞ്ഞപ്പോൾ ശുദ്ധമനസ്കൻ ഭാര്യാസഹോദരനെ രക്ഷപ്പെടുത്തുവാൻ വേണ്ടി ഈ കാര്യങ്ങൾ സ്വന്തം ബിസിനസ് പങ്കാളിയോടുപോലും

വെളിപ്പെടുത്തുകയുണ്ടായില്ല.

ഇതിൽ പിന്നെ ദുഷ്ടപുത്രൻ വടക്കേ മലബാറിലെ ചെറിയ ഒരു പട്ടണത്തിലെ കുറെ അധികം ഭൂസ്വത്തുക്കളുള്ള ഒരു ധനിക കുടുംബത്തിലെ നല്ലവനായ ഒരു മനുഷ്യന്റെ ഒരേയൊരു മകളെ സ്വത്തും, പണവും സ്വന്തമാക്കുക എന്ന ദുരുദ്ദേശത്തോടെ സമർത്ഥമായി കരുക്കുകൾ നീക്കി, സൂത്രത്തിൽ അടുത്തുകൂടി വിവാഹം കഴിക്കുകയും, അനേകം പവൻ സ്വർണ്ണാഭരണങ്ങളും, കുറെ പണവും സമ്മാനമായി കൈവശപ്പെടുത്തുകയും ചെയ്തു. അതിനിടയിൽ മുമ്പ് ദുഷ്ടപുത്രൻ സഹോദരിയുടെ മുക്താർ സംഘടിപ്പിച്ച് വിൽപ്പന നീട്ടിവെച്ച ഭൂമി തന്റെ കല്യാണ ആവശ്യത്തിനും മറ്റുമായി വിറ്റുവെന്ന് സഹോദരിയെയും ഭർത്താവിനെയും അറിയിക്കുകയും, താനൊരു ഡോക്ടറായിക്കഴിഞ്ഞാൽ ആ പണം പലിശയടക്കം മടക്കിത്തരാമെന്നും ധരിപ്പിക്കുകയുണ്ടായി. വിവാഹത്തിനുശേഷവും ദുഷ്ടപുത്രൻ, ശുദ്ധമനസ്കന്റെ സ്ഥാപനത്തിൽ നിന്നും പണം പറ്റുന്ന പരിപാടി തുടർന്നു വരുന്നതിന്റെ പേരിൽ, സ്ഥാപനത്തിന്റെ പങ്കാളിയുമായി ചില പ്രശ്നങ്ങൾ ഉടലെടുക്കുകയും, കാര്യങ്ങൾ അയാൾ പിരിഞ്ഞുപോകുന്ന അവസ്ഥയിലേക്ക് നീങ്ങുകയും ചെയ്തു. ഇതൊക്കെ ബിസിനസ്സ് സ്ഥാപനം പിടച്ചെടുക്കാനുള്ള ഉദ്ദേശത്തോടെയുള്ള ദുഷ്ടപുത്രന്റെ കരുനീക്കങ്ങളാണ് എന്ന കാര്യം ശുദ്ധമനസ്കന് പിന്നീടാണ് മനസ്സിലായത്. അതിനിടയിൽ ദുഷ്ടപിതാവ് തന്റെ മരിച്ചുപോയ ഭാര്യയും ദുഷ്ടപുത്രന്റെയും മഹാപാവത്തിന്റെയും അമ്മയുമായ പാവം സ്ത്രീയുടെ നഗരത്തിലുള്ള വീടും സ്വത്തും തന്റെ പേരിൽ ആക്കുവാനുള്ള കുതന്ത്രങ്ങൾ ആരംഭിച്ചു. കൂടാതെ ദുഷ്ടപുത്രനെ കൂട്ടുപിടിച്ച് മഹാപാവത്തിന് പൊതുമേഖലാ സ്ഥാപനത്തിലുണ്ടായിരുന്ന ജോലി നഷ്ടപ്പെടുത്തുവാനും

ശ്രമിക്കുകയുണ്ടായി. എന്നാൽ ശുദ്ധമനസ്കനും ഭാര്യയും മേലധികാരികളെ സമീപിച്ച് സത്യാവസ്ഥ ബോധിപ്പിച്ചതിനാൽ ആ ശ്രമവും വിജയിച്ചില്ല. എന്നാൽ അതിമർത്ഥനായ ദുഷ്ടപുത്രൻ അതു മുഴുവൻ തങ്ങളുടെ അമ്മയുടെ സ്വത്ത് സ്വന്തമാക്കാനുള്ള ദുഷ്ടപിതാവിന്റെ കുതന്ത്രങ്ങൾ ആണെന്നാണ് മഹാപാവത്തിനെയും ഭർത്താവിനെയും ധരിപ്പിച്ചത്.

ശുദ്ധമനസ്കന്റെ ബിസിനസ് സ്ഥാപനത്തിലെ പങ്കാളി പിരിഞ്ഞു പോകുമ്പോൾ നൽകേണ്ട പണം സ്വരൂപിക്കുക എന്ന അത്യാവശ്യം ഉയർത്തി കാട്ടിയ ദുഷ്ടപുത്രൻ, അതിനുവേണ്ടിയെന്ന് തെറ്റിദ്ധരിപ്പിച്ച്, നാട്ടിലുണ്ടായിരുന്ന [illegible] ഭൂസ്വത്തുക്കൾ കൂടി വിൽക്കുവാനുള്ള മുക്താർ സഹോദരിയിൽ നിന്നും ചുളുവിൽ കരസ്ഥമാക്കി. എന്നാൽ ചില ബന്ധുക്കളുടെ അനാവശ്യമായ ഇടപെടലുകൾ എന്ന കാരണം പറഞ്ഞ് വിൽപന നടന്നില്ലെന്ന് ശുദ്ധമനസ്കനെയും ഭാര്യയേയും അറിയിക്കുകയും ബിസിനസ് പങ്കാളിക്ക് പണം കൊടുക്കുവാനുള്ള കരാർ കാലാവധി തീരാറായതിനാൽ ആ പണം സുഹൃത്തുക്കളിൽ നിന്നും കടം വാങ്ങി പങ്കാളിക്ക് കൊടുക്കുവാൻ അഭ്യർത്ഥിക്കുകയും, സ്ഥലം വിൽപ്പന നടന്നാൽ കിട്ടുന്ന മുഴുവൻ പണവും സഹോദരിക്ക് നൽകാമെന്ന് മകളെ പിടിച്ച് സത്യം ചെയ്തതിനെത്തുടർന്ന് വേറെ മാർഗങ്ങൾ ഒന്നും ഇല്ലാത്തതിനാൽ മഹാപാവവും ഭർത്താവും പലരിൽ നിന്നും കടം വാങ്ങിയും മറ്റുമായി ആ പണം സംഘടിപ്പിച്ച് കൊടുക്കുകയുണ്ടായി.

ബിസിനസ് സ്ഥാപനത്തിന്റെ വാടകകരാർ സ്ഥാപനത്തിന്റെ പേരിൽ ആയതിനാൽ പങ്കാളി പിരിയുമ്പോൾ രണ്ടുപേർ മാത്രമുള്ള കൂട്ടുകച്ചവടത്തിന്റെ ലേഖപ്രമാണം നിയമപ്രകാരം റദ്ദാക്കപ്പെടുമെന്ന

സാങ്കേതികത്വത്തിന്റെ പേരിൽ വാടകക്കരാർ നിലനിർത്തുവാൻ വേണ്ടി മറ്റൊരു പങ്കാളിയെ ചേർക്കണമെന്ന വകുപ്പ് ഉപയോഗപ്പെടുത്തിയ ദുഷ്ടപുത്രൻ, അപ്പോഴേക്കും വളരെയധികം രമ്യതയിൽ ആയി കഴിഞ്ഞിരുന്ന ദുഷ്ടപിതാവിനെ യാതൊരു മുടക്കുമുതലും ഇല്ലാതെ ലേഖപ്രമാണത്തിൽ പങ്കാളിയായി ചേർത്തു. അപ്പോൾ നല്ല ലാഭകരമായി നടന്നുവന്നിരുന്ന സ്ഥാപനം പിടിച്ചെടുക്കുക എന്ന ദുഷ്ടപുത്രന്റെയും ദുഷ്ടപിതാവിന്റെയും ഗൂഢപദ്ധതിയുടെ ഭാഗമായിരുന്നു ഇതൊക്കെ എന്ന കാര്യം വളരെ കഴിഞ്ഞാണ് ശുദ്ധമനസ്കന് വ്യക്തമായത്. ദുഷ്ടപിതാവിനെ ശുദ്ധമനസ്കൻ ബിസിനസ്സ് സ്ഥാപനത്തിൽ കാശുമുടക്കാതെ പങ്കാളിയാക്കി ചേർത്തു കിട്ടിയതിൽ പിന്നെ പ്രാക്ടീസ് ഒന്നുമില്ലാത്ത ഡോക്ടറായ ദുഷ്ടപുത്രൻ ദുഷ്ടപിതാവിന്റെ പ്രായാധിക്യം മൂലമുള്ള അസുഖങ്ങൾ കാരണം ഉള്ള ആരോഗ്യപരമായ അവസ്ഥകളിൽ നിന്നും മുതലെടുപ്പ് നടത്തി ബിസിനസ്സ് സ്ഥാപനത്തിൽ പലപ്രശ്നങ്ങളും സൃഷ്ടിക്കുകയും ചെയ്തു. അതിനുപുറമേ മരിച്ചുപോയ അമ്മയുടെ നഗരത്തിലുള്ള വീടുംപറമ്പും തനിക്ക് കൈമാറുന്ന രേഖകളിൽ ഒപ്പ് വെക്കാത്തപക്ഷം സ്ഥാപനത്തിനും ശുദ്ധമനസ്കനുമെതിരായി അന്യായങ്ങൾ കോടതിയിൽ ഫയൽ ചെയ്ത് സ്ഥാപനം പൂട്ടിക്കും എന്ന് ദുഷ്ടപിതാവ് ഭീഷണിപ്പെടുത്തുകയും ഉണ്ടായത്രേ. അതിനിടയിൽ ഒരു വാഹനാപകടത്തിൽ പരിക്കുപറ്റി ആശുപത്രിയിൽ ചികിത്സയിലായിരുന്ന ശുദ്ധമനസ്കനെ കൊണ്ട് ആ അവസരം ദുരുപയോഗം ചെയ്തു ദുഷ്ടപുത്രൻ ചില രേഖകളിൽ ഒപ്പുവയ്ക്കുകയും, ആ രേഖകളും മറ്റു ചില വ്യാജരേഖകളും ഉപയോഗിച്ച് ദുഷ്ടപിതാവിനെ കൊണ്ട് ഒന്നിൽ കൂടുതൽ വ്യവഹാരങ്ങൾ ഫയൽ ചെയ്യിച്ച് സ്ഥാപനം

അടച്ചു പൂട്ടുന്ന അവസ്ഥയിലേക്ക് കൊണ്ടുചെന്നെത്തിക്കുകയും ചെയ്തുവത്രേ.

കുതന്ത്രശാലിയായ ദുഷ്ടപുത്രൻ സ്ഥാപനം അടച്ചു പൂട്ടേണ്ടി വരും എന്ന അവസ്ഥ ദുരുപയോഗപ്പെടുത്തി താൻ തൽക്കാലം സ്ഥാപനം ഏറ്റെടുത്താൽ ദുഷ്ടപിതാവ് എതിർക്കുകയില്ല എന്ന് ശുദ്ധമനസ്കനെ ധരിപ്പിക്കുകയും ദുഷ്ടപിതാവിന്റെ മരണശേഷം സ്ഥാപനം ശുദ്ധമനസ്കനെ തിരിച്ചേൽപ്പിക്കാമെന്നും അതിനുമുൻപ് ആവശ്യപ്പെട്ടാൽ നല്ലൊരു തുക സ്ഥാപനത്തിന്റെ വിലയായി ശുദ്ധമനസ്കന് നൽകുമെന്നും, അപ്പോഴേക്കും ദുഷ്ടപുത്രൻ സ്ഥാപനത്തിൽ പങ്കാളിയാക്കിയ ശുദ്ധമനസ്കന്റെ അമ്മയെ കൂടി ചേർത്ത് [illegible]. ബിസിനസ്സിൽ നിന്നുള്ള വരുമാനം നിലച്ചതോടെ വീട്ടുവാടക തുടങ്ങിയ ചിലവുകൾക്ക് ബുദ്ധിമുട്ടുകൾ അനുഭവപ്പെട്ട ശുദ്ധമനസ്കൻ തനിക്ക് ഷോപ്പിന്റെ വിലയായി നിശ്ചയിച്ച പണം കിട്ടിയാൽ ഒരു വീട് വാങ്ങാമെന്നും ഷോപ്പ് തിരിച്ചു നൽകേണ്ടെന്ന് ദുഷ്ടപുത്രനെ അറിയിച്ചെങ്കിലും അയാൾ തനിക്ക് എം.ഡി. എടുക്കാൻ പറ്റാത്തതിനാൽ ജോലിയൊന്നും ശരിയായിട്ടില്ല എന്നും അതിനാൽ തന്നെ ഭാര്യാവീട്ടുകാരുമായി നല്ല ബന്ധത്തിൽ അല്ലാത്തതിനാൽ ഭാഗം വെക്കൽ നടന്നിട്ടില്ലെന്നും തന്റെ കോളേജ് യൂണിയൻ പ്രവർത്തനവുമായി ബന്ധപ്പെട്ട് ഉണ്ടായ കുറെ വായ്പകൾ കൊടുത്തു തീർക്കേണ്ട ആവശ്യത്തിലേക്ക് മുമ്പ് മുക്താർ കിട്ടിയ നാട്ടിലെ സ്വത്തുക്കൾ ചെറിയ വിലയ്ക്ക് തിടുക്കത്തിൽ വിൽക്കേണ്ടിവന്നു എന്ന് അറിയിക്കുകയും, ഭാര്യവീട്ടിലെ ഭാഗം വെക്കൽ നടന്നാൽ ഉടൻ തന്നെ ശുദ്ധമനസ്കനും ഭാര്യയ്ക്കും തരാനുള്ള മുഴുവൻ തുകയും പലിശ അടക്കം തരാമെന്നും പറഞ്ഞ് വിശ്വസിപ്പിച്ചു.

ശുദ്ധമനസ്കൻ ബിസിനസ് സ്ഥാപനം ദുഷ്ടപുത്രന് കൈമാറുമ്പോൾ സ്ഥാപനത്തിന്റെ പേരിൽ ബാങ്കിൽ നിലവിലുണ്ടായിരുന്ന വായ്പത്തുകയുടെ അന്നേ വരെയുള്ള സകല അടവുകളും മുറ തെറ്റാതെ അടച്ചു വന്നിരുന്നു. ആ ബാങ്ക് വായ്പയുടെ ഈടിനായി പണയപ്പെടുത്തിയിരുന്നത് ശുദ്ധമനസ്കന്റെ അമ്മയുടെ വീടിന്റെ തീരാധാരങ്ങൾ, സ്ഥാപനം ദുഷ്ടപുത്രൻ ഏറ്റെടുക്കുന്നതോടൊപ്പം തിരിച്ചെടുത്ത് അമ്മയെ ഏൽപ്പിക്കണമെന്ന് ശുദ്ധമനസ്കൻ നിർബന്ധിക്കുകയുണ്ടായി. എന്നാൽ ദുഷ്ടപുത്രൻ ശുദ്ധമനസ്കന്റെ ഇളയസഹോദരനെ അയാൾക്ക് വിവാഹശേഷം കുറെ വർഷങ്ങളോളം സന്താനഭാഗ്യം ലഭിക്കാതിരുന്നതിനാൽ ആവശ്യമായി വന്ന വൈദ്യസഹായം വർഷങ്ങൾക്കുമുമ്പ് ലഭ്യമാക്കുവാൻ സഹായിച്ചിരുന്ന കാര്യം അയാളേയും ഭാര്യയേയും ഓർമിപ്പിച്ച് അവരെ സ്വാധീനിക്കുക വഴി അവർ മുഖേന അമ്മയെ പലതും പറഞ്ഞു വിശ്വസിപ്പിച്ചു വീടിന്റെ ആ തീരാധാരം പിന്നീട് തിരിച്ചെടുത്തു തന്നാൽ മതി എന്ന് സമ്മതിപ്പിക്കുകയും ചെയ്തുവത്രേ. എന്നാൽ കുതന്ത്രശാലിയായ ദുഷ്ടപുത്രൻ രഹസ്യമായി കുറച്ചു മാസങ്ങൾക്ക് ശേഷം നേരത്തെ പറഞ്ഞ ഷോപ്പ് വലിയ ഒരു തുകയ്ക്ക് മറ്റൊരാൾക്ക് കൈമാറുകയും, ശുദ്ധമനസ്കന് കൊടുക്കുവാനുള്ള പണം നൽകുകയോ, അയാളുടെ അമ്മയുടെ വീടിന്റെ തീരാധാരങ്ങൾ ബാങ്കിൽ നിന്നും തിരിച്ചെടുക്കുകയോ, ബാങ്ക് വായ്പയുടെ അടവുപോലും അടയ്ക്കുകയോ ചെയ്തില്ല. തുടർന്ന് ബാങ്ക് അധികൃതർ വായ്പ തിരിച്ചു പിടിക്കാനുള്ള നിയമ നടപടികൾ തുടങ്ങി.

അതിനിടയിൽ ദുഷ്ട പുത്രൻ ഭാര്യവീട്ടിലെ സ്വത്തുക്കൾ പെട്ടെന്ന് ഭാഗിച്ചു കിട്ടുവാനുള്ള സമ്മർദ്ദ തന്ത്രങ്ങളുടെ ഭാഗമായി ഭാര്യയെയും കുട്ടികളെയും അവളുടെ വീട്ടിൽ

കൊണ്ടാക്കുകയും (മുൻപ് ദുഷ്ടപിതാവ് ചെയ്തത് പോലെ) സ്വത്തുക്കൾ ഭാഗിച്ച് കിട്ടിയില്ലെങ്കിൽ ഭാര്യയ്ക്ക് പരപുരുഷബന്ധം ആരോപിച്ച് വിവാഹമോചന അന്യായം ഫയൽ ചെയ്യുകയും കള്ള സാക്ഷികളെ ഉപയോഗിച്ച് ഭാര്യയേയും അവരുടെ വീട്ടുകാരെയും നാണംകെടുത്തുമെന്നും ഭീഷണിപ്പെടുത്തി. തുടർന്ന് ബന്ധുക്കൾ ഇടപെട്ട് നഗരത്തിലൊരു വീടും പറമ്പും വീട്ടിലേക്ക് ആവശ്യമായ ഫ്രിഡ്ജ്, ടിവി, വാഷിംഗ് മെഷീൻ മുതലായ സാധനങ്ങളും ഒരു പുതിയ 350സിസി മോട്ടോർബൈക്കും, കുറെ പണവും കൊടുത്ത് അയാളെ തൽക്കാലം സമാധാനപ്പെടുത്തി. അധികം വൈകാതെ [illegible] [illegible]ത്ത വീടിനു സൗകര്യങ്ങൾ കുറവാണെന്ന് പറഞ്ഞ് അത് തന്റെ കടങ്ങൾ വീട്ടുവാൻ വേണ്ടയാണെന്ന് ഭാര്യയോട് പറഞ്ഞു വിൽക്കുകയും ആ പണം ധൂർത്തടിക്കുകയും ചെയ്തു. അതിൽ പിന്നെ ഭാര്യയുടെ മേൽ വീണ്ടും സമ്മർദ്ദം ചെലുത്തി വീണ്ടും ഒരു വലിയ വീടും പറമ്പും ഭാര്യാപിതാവിനെ കൊണ്ട് വാങ്ങിക്കുകയുണ്ടായി. ഭാര്യവീട്ടിലെ വലിയ സ്വത്തുക്കൾ മുഴുവൻ കരസ്ഥമാക്കുവാൻ ആയി ദുഷ്ടപുത്രൻ പല സമ്മർദ്ദ തന്ത്രങ്ങളും തുടർന്നും നടത്തിക്കൊണ്ടിരുന്നുവെങ്കിലും ഭാര്യയുടെ സഹോദരൻമാർ സമ്മതിക്കാത്തതിനാൽ ഭാഗം വെക്കൽ നടന്നില്ല. കൂടാതെ വിദേശത്ത് ബിസിനസ് നടത്തി വന്നിരുന്ന ഒരു ഭാര്യാസഹോദരൻ കുറെ പണം ദുഷ്ട പുത്രനു നൽകി തൽക്കാലം ശാന്തനാക്കി. അതിൽപിന്നെ ഭാര്യാവീട്ടുകാരെക്കൊണ്ടു വാങ്ങിപ്പിച്ച രണ്ടാമത്തെ വീടും വിറ്റ് ആ പണവും ധൂർത്തടിക്കുകയുണ്ടായി.

എന്നാൽ അധികം വൈകാതെ ദുഷ്ടപുത്രൻ ഭാര്യവീട്ടിലെ സ്വത്തുക്കൾ ഭാഗിച്ചു കിട്ടുന്നതിനായി ഭാര്യയുടെമേൽ

സമ്മർദ്ദം ചെലുത്തുന്നതിന്റെ ഭാഗമായി അവളെ മാനസികമായും ശാരീരികമായും പീഡിപ്പിക്കുകയും, അവൾക്ക് പരപുരുഷന്മാരുമായി രഹസ്യബന്ധങ്ങൾ ഉണ്ടെന്നും മറ്റും ഉള്ള ആരോപണങ്ങൾ ചേർത്ത് നോട്ടീസ് പ്രിൻറ് ചെയ്തു വിതരണം ചെയ്യുകയും ചെയ്തതിനെതുടർന്ന് ഭാര്യ കിണറ്റിൽ ചാടി ആത്മഹത്യയ്ക്ക് ശ്രമിച്ചു എങ്കിലും അയൽപക്കക്കാരും മറ്റും ചേർന്ന് ആ ശ്രമം തടയുകയും അവളുടെ സഹോദരനും പിതാവും നാട്ടിൽ നിന്നും രാത്രിയിൽ തന്നെ വന്ന് അവളെയും കുട്ടികളെയും നാട്ടിലേക്ക് കൊണ്ടുപോവുകയും ഉണ്ടായി. അതിൽപിന്നെ ഭാര്യാപിതാവ് ആണത്രേ ദുഷ്ടപുത്രന്റെ മക്കളുടെയും ഭാര്യയുടെയും എല്ലാ ചെലവുകളും അനേക വർഷങ്ങളോളം വഹിച്ചതും മക്കളെ പിജി വരെ പഠിപ്പിച്ചതും. ഇതിനിടയിൽ വിദേശത്ത് ഉണ്ടായിരുന്ന ഒരു ഭാര്യാസഹോദരൻ ഒരു അപകടത്തിൽ ഭാര്യാസമേതം മരണപ്പെട്ടപ്പോൾ ആ അവസരം ഉപയോഗിച്ച് ഭാര്യാവീട്ടിൽ വീണ്ടും കയറിപ്പറ്റിയ ദുഷ്ടപുത്രൻ ഭാര്യയെ പലതും പറഞ്ഞു സമാധാനിപ്പിച്ച്, അവളെ ഉപയോഗിച്ച് മരിച്ചുപോയ സഹോദരൻ അയാളുടെ കുടുംബസ്വത്തിലുള്ള പങ്ക് മുഴുവൻ ഒരേയൊരു സഹോദരിക്ക് നൽകാമെന്ന് മുമ്പ് വാക്ക് നൽകിയതാണെന്ന് മാതാപിതാക്കളെ പറഞ്ഞു വിശ്വസിപ്പിച്ചു, സ്വത്ത് ഭാഗം വെക്കുമ്പോൾ ആ ഭാഗം അധികമായി അവൾക്ക് നൽകണമെന്ന് ധാരണയുണ്ടാക്കി.

അതിനിടയിൽ ദുഷ്ടപുത്രൻ നഗരത്തിൽ ഏറ്റെടുത്ത ശുദ്ധമനസ്കന്റെ ബിസിനസ് സ്ഥാപനത്തിന്റെ നിലവിലുണ്ടായിരുന്ന വായ്പ തിരിച്ചുപിടിക്കാൻ ബാങ്ക് സ്വീകരിച്ച നിയമനടപടികൾ വായ്പക്ക് ഈടായി നൽകിയ, ശുദ്ധമനസ്കന്റെ അമ്മയുടെ പേരിലുള്ള വീടുംപറമ്പും ജപ്തി ചെയ്യുന്ന ഘട്ടത്തിലേക്ക് നീങ്ങിയപ്പോൾ അമ്മ

മകനായ ശുദ്ധമനസ്കനെ സമീപിച്ച്, തന്റെ കിടപ്പാടം നഷ്ടപ്പെടുത്തി തന്നെ വഴിയാധാരമാക്കരുതെന്ന് അപേക്ഷിച്ചതിനാൽ അയാൾ ദുഷ്ടപുത്രനെ സമീപിച്ച് ഉടൻ ബാങ്ക് വായ്പ മുഴുവൻ തിരിച്ചടച്ച് ആധാരം വീണ്ടെടുക്കണമെന്ന് വളരെ ശക്തിയായി ആവശ്യപ്പെട്ടു. കുതന്ത്രമൂർത്തിയായ ദുഷ്ടപുത്രൻ, ശുദ്ധമനസ്കന്റെ സഹോദരനെ അയാൾക്ക് സന്താനഭാഗ്യം കിട്ടുവാൻ താൻ വൈദ്യസഹായം ലഭ്യമാക്കിയ പഴയ കാര്യം വീണ്ടും ഓർമ്മിപ്പിച്ച് അയാളെക്കൊണ്ട് അമ്മയിൽ സ്വാധീനം ചെലുത്തി, ശുദ്ധമനസ്കൻ അക്കാലത്ത് നടത്തിവന്നിരുന്ന ട്രാവൽ ഏജൻസിക്ക് ഉപയോഗിച്ചിരുന്ന വാൻ വിൽപിച്ച് ബാങ്ക് വായ്പ അടച്ചു തീർക്കണമെന്ന് അമ്മയെക്കൊണ്ട് നിർദ്ദേശിക്കുകയും, ഏതാനും മാസങ്ങൾക്കുള്ളിൽ ദുഷ്ടപുത്രൻ ഭാര്യവീട്ടിലെ സ്വത്തുക്കൾ ഭാഗം വെപ്പിച്ചു അത് വിറ്റ് ശുദ്ധമനസ്കനും ഭാര്യയ്ക്കും തരാനുള്ള മുഴുവൻ പണവും തന്നുകൊള്ളാം എന്ന് ശുദ്ധമനസ്കന്റെ അമ്മ മുഖാന്തരം വാക്കു നൽകുകയും ചെയ്തു.

ട്രാവൽ ഏജൻസിയുടെ വാൻ വിറ്റതോടെ വരുമാനമാർഗങ്ങൾ ഒന്നും തന്നെ ഇല്ലാതായ ശുദ്ധമനസ്കൻ ഭാര്യ ജോലി ചെയ്യുന്ന പൊതുമേഖലാ സ്ഥാപനത്തിന് തെന്നിന്ത്യയിലെ മഹാനഗരത്തിലെ ബ്രാഞ്ചിലേക്ക് സ്ഥലംമാറ്റം തരപ്പെടുത്തി കുടുംബസമേതം അവിടെ വീട് വാടകയ്ക്കെടുത്ത് താമസമാക്കുകയും ഒരു സ്വകാര്യ സ്ഥാപനത്തിൽ മാനേജരായി ജോലി നേടുകയും ഉണ്ടായി. മഹാപാവവും ഭർത്താവും നഗരത്തിൽ നിന്നും പോയ അവസരം ദുരുപയോഗപ്പെടുത്തിയ ദുഷ്ടപുത്രൻ, തന്റെ പ്രായമായ പിതാവിന്റെ ആരോഗ്യാവസ്ഥ ചൂഷണം ചെയ്തുകൊണ്ട് അയാളിൽ സ്വാധീനം ചെലുത്തി, മരിച്ചുപോയ പാവംസ്ത്രീയുടെ പേരിൽ നഗരത്തിലുള്ള

വീടും സ്ഥലവും അയാളുടെ ആണ് എന്ന് അവകാശപ്പെട്ടു കൊണ്ടും, മഹാപാവം ഭർത്താവിനെ ഉപയോഗിച്ച് ആ സ്വത്തുക്കൾ കയ്യേറുവാൻ ശ്രമിക്കുന്നു എന്നും മറ്റും പറഞ്ഞു കളവായി ഒരു അന്യായം ബഹു.കോടതിയിൽ ഫയൽ ചെയ്യുകയും, ആ സ്വത്തുക്കൾ തന്റേത് മാത്രമായി പ്രഖ്യാപിച്ചു കിട്ടണം എന്ന് അപേക്ഷിക്കുകയും ചെയ്തു. കൂടാതെ മേൽപ്പറഞ്ഞ അന്യായ ത്തോടൊപ്പം ഫയൽചെയ്ത അഫിഡവിറ്റിൽ, വിവാഹിതയും ഉദ്യോഗസ്ഥയും അമ്മയുമായ പാവം മഹാപാപം സ്ത്രീയെ വ്യക്തിപരമായി സ്വഭാവഹത്യ ചെയ്യുന്ന രീതിയിൽ വ്യാജ പ്രസ്താവന നടത്തുകയും ചെയ്തു. അതിനുപുറമേ ശുദ്ധമനസ്കന്റെയും ഭാര്യയുടെയും വിവാഹ ജീവിതത്തിൽ പ്രശ്നങ്ങൾ ഉണ്ടാക്കുക എന്ന ഒരു ദുരുദ്ദേശത്തോടെ ആ അഫിഡവിറ്റിന്റെ കോപ്പികൾ ബന്ധുക്കൾക്കും മഹാപാവം ജോലിചെയ്യുന്ന സ്ഥാപനത്തിലെ പലർക്കും അയച്ചുകൊടുക്കുകയും ഉണ്ടായി. ഇതൊക്കെ ദുഷ്ടപുത്രന്റെ ചരടുവലികൾ പ്രകാരമായിരുന്നു എന്ന് മഹാപാവത്തിനും ഭർത്താവിനും പിന്നീടാണ് മനസ്സിലായത്. ഈ കള്ളക്കേസുകളും അപമാന ശ്രമങ്ങളും ശുദ്ധമനസ്കനും ഭാര്യയും കൂടി പൂർവ്വാധികം ഒന്നിച്ചുനിന്ന് നേരിടുകയും സാമ്പത്തിക ബുദ്ധിമുട്ടുകളും നഷ്ടങ്ങളും മക്കളുടെ വിദ്യാഭ്യാസത്തെ ഒരു വിധത്തിലും ബാധിക്കാത്ത വിധത്തിൽ കൈകാര്യം ചെയ്യുകയും ചെയ്തു.

ഏതാണ്ട് അതേ കാലഘട്ടത്തിൽ ഒരു രാത്രിയിൽ വളരെ വൈകി ഒരു പി.സി.ഒ. ഫോണിലൂടെ ദുഷ്ടപുത്രൻ, തെന്നിന്ത്യയിലെ മഹാനഗരത്തിൽ സ്ഥിരതാമസമാക്കി വന്നിരുന്ന ശുദ്ധമനസ്കനെയും ഭാര്യയേയും ബന്ധപ്പെട്ടു. താൻ വലിയ ഒരു ക്രിമിനൽ കേസിൽ കുടുങ്ങി അറസ്റ്റ് ഭയന്ന് ഒളിവിൽ കഴിയുകയാണെന്ന് ദുഷ്ടപുത്രൻ വളരെ ദയനീയമായ സ്വരത്തിൽ അറിയിക്കുകയുണ്ടായി. തനിക്ക്

സുഹൃത്തുക്കളെ ആരെയും ബന്ധപ്പെടുവാൻ കഴിയാത്ത അവസ്ഥയിലായതിനാലും, നാണക്കേട് മൂലം ഭാര്യവീട്ടുകാരോട് സഹായം അഭ്യർത്ഥിക്കുവാൻ സാധിക്കാത്ത സാഹചര്യമായതിനാലും, ബഹു: ഹൈക്കോടതിയിൽ ജാമ്യം നേടുന്നതിനുള്ള ഹരജി ഫയൽ ചെയ്യുന്നതിന്റെ ചിലവിലേക്കായി മൂന്നുലക്ഷം രൂപ എങ്ങിനെയെങ്കിലും സംഘടിപ്പിച്ച് എത്തിച്ചുകൊടുക്കണമെന്ന് ദുഷ്ടപുത്രൻ യാചനാ സ്വരത്തിൽ താണുകേണപേക്ഷിച്ചുവത്രേ. ജാമ്യം കിട്ടിക്കഴിഞ്ഞാൽ ഉടൻ തന്നെ ഭാര്യാവീട്ടിൽ പോയി അവളുടെ മാതാപിതാക്കളെ നിർബന്ധിച്ച് സ്വത്തുക്കൾ മുഴുവൻ തന്നെ ഭാഗം വെപ്പിച്ച്, തന്റെ ഭാര്യയ്ക്ക് കിട്ടുവാനുള്ള രണ്ട് പങ്കിൽ നിന്ന് തൻ്റെതന്നെ വിറ്റ് മഹാപാവത്തിനും ഭർത്താവിനും തരാനുള്ള പണം മുഴുവൻ പലിശയടക്കം തരുമെന്ന് സത്യം ചെയ്യുകയും, തന്നെ ഈ വിഷമഘട്ടത്തിൽ കയ്യൊഴിയരുതെന്ന് അത്യന്തം ദനയനീയമായി അപേക്ഷിക്കുകയും ചെയ്തുവത്രേ. അയാൾ പറഞ്ഞ കാര്യങ്ങൾ സത്യമോണോ എന്ന് ശുദ്ധമനസ്കൻ നാട്ടിലുള്ള സുഹൃത്തുക്കൾ മുഖേന അന്വേഷിച്ചപ്പോൾ, ദുഷ്ടപുത്രൻ കുടുങ്ങിയ ക്രിമിനൽ.കേസ്, അയാളും ചില മദ്യപാന സുഹൃത്തുക്കളും കൂടി പ്രായപൂർത്തിയാകാത്ത ഒരു കൊച്ചു പെൺകുട്ടിയെ, ദുഷ്ടപുത്രൻ അക്കാലത്ത് ജോലി നോക്കിയിരുന്ന ഹോസ്പിറ്റലിലെ മുറിയിൽ വെച്ച് കൂട്ടബലാത്സംഗം ചെയ്ത് അവശയാക്കിയ കേസ് ആണെന്ന് അറിവായി. തന്റെ കുടുംബത്തിനു കൂടി വന്നുചേരുന്ന മാനഹാനിയും നാണക്കേടും കണക്കിലെടുത്തും, കൂടാതെ സ്വന്തം മക്കളുടെ ഭാവിയെക്കൂടി മോശമായി ബാധിക്കുന്ന കാര്യമായതിനാലും, മഹാപാവം സ്ത്രീ തന്റെ സ്വർണാഭരണങ്ങൾ വിറ്റും മറ്റുമായി പണം സംഘടിപ്പിച്ച്, ദുഷ്ടപുത്രൻ ആവശ്യപ്പെട്ട പണം എത്തിച്ചുകൊടുത്തു.

എന്നാൽ ബഹു:ഹൈക്കോടതി പ്രായപൂർത്തിയാകാത്ത പെൺകുട്ടിയെ കൂട്ടബലാത്സംഗത്തിനിരയാക്കിയത് അത്യന്തം നീചമായ ഒരു പ്രവൃത്തിയാണെന്ന് നിരീക്ഷിച്ചുകൊണ്ട് ദുഷ്ടപുത്രനും ജാമ്യം നിഷേധിച്ചു. ഏതാണ്ട് പത്തു വർഷംകൊണ്ട് തട്ടിമുട്ടി എം.ബി.ബി.എസ് പാസ്സായ ഡോക്ടർ ആയതിനാലും, എം.ഡി. ഇല്ലാത്തതിനാലും, യാതൊരു സ്വകാര്യ പ്രാക്ടീസും ഇല്ലാതെ കുറെ വർഷങ്ങളോളം ഭാര്യാപിതാവിന്റെ ചിലവിൽ ജീവിച്ചു വന്ന ദുഷ്ടപുത്രന്, ഭാര്യാവീട്ടുകാരുടെ ബന്ധുക്കൾ മുഖേന മദ്ധ്യ കേരളത്തിലെ മഹാനഗരത്തിലെ ഒരു ഹോസ്പിറ്റലിൽ കിട്ടിയ ചെറിയ ജോലിയും, ഈ ബലാത്സംഗ കേസിൽ പെട്ടതോടെ നഷ്ടമായതിനു പുറമേ, മറ്റെവിടെയെങ്കിലും ജോലി നേടുക എന്ന കാര്യം അസാദ്ധ്യവുമായി മാറി.

അതിനിടയിൽ ദുഷ്ടപിതാവ്, മകളായ മഹാപാവം സ്ത്രീയ്ക്കെതിരായി കൊടുത്ത സ്വത്ത് കേസ്സിൽ, അയാൾ എഴുതിച്ചേർത്ത നുണകൾ മുഴുവൻ സത്യമാണെന്ന് കാണിച്ചുകൊണ്ട് ദുഷ്ടപുത്രൻ ഒരു അഫിഡവിറ്റ് സമർപ്പിച്ചുവെങ്കിലും, സത്യം മനസ്സിലാക്കിയ ബഹു.കോടതി, ദുഷ്ടപിതാവിന് അയാളുടെ ആദ്യ ഭാര്യയുടെ സ്വത്തിൽ യാതൊരു അവകാശവും ഇല്ലെന്നു വിധിക്കുകയും ദുഷ്ടപുത്രന്റെ താളത്തിനുതുള്ളി, മഹാപാവം സ്ത്രീയ്ക്ക് ലഭിക്കേണ്ട, അവരുടെ അമ്മയുടെ സ്വത്തിൻമേലുള്ള പങ്ക് തട്ടിയെടുക്കാനുള്ള ശ്രമമാണ് രണ്ടുപേരും നടത്തിയത് എന്ന് ബഹു.കോടതി വിധിയിലൂടെ വ്യക്തമായി പ്രസ്താവിക്കുകയും ഉണ്ടായി. പക്ഷേ ദുരാഗ്രഹിയും, കുതന്ത്രശാലിയുമായ ദുഷ്ടപുത്രൻ എന്നിട്ടും അടങ്ങുവാൻ തയ്യാറായില്ല. അയാൾ പ്രായക്കൂടുതലുള്ള ദുഷ്ടപിതാവിന്റെ ആരോഗ്യപരമായ അവശതകളിൽ നിന്നും വീണ്ടും മുതലെടുപ്പു നടത്തി, ആ അവസരം ദുരുപയോഗം ചെയ്ത്

മഹാപാവത്തിനെതിരെ മാത്രമായി കുടുംബകോടതിയിൽ ചിലവ് നൽകണമെന്ന് ആവശ്യപ്പെട്ടുകൊണ്ട് ദുഷ്ടപിതാവിനെ കൊണ്ട് അന്യായം ഫയൽ ചെയ്യിക്കുകയുണ്ടായി.

ബഹു:ഹൈക്കോടതി, ദുഷ്ടപുത്രന് പ്രായപൂർത്തിയാകാത്ത പെൺകുട്ടിയെ കൂട്ടബലാത്സംഗത്തിനിരയാക്കിയ കേസിൽ ജാമ്യം നിഷേധിച്ചതിൽ പിന്നെ ഈ വിവരങ്ങളൊന്നും അറിയാതിരുന്ന അയാളുടെ ഭാര്യയെ ചില ബന്ധുക്കൾ മുഖേന ദുഷ്ടപുത്രൻ സ്വാധീനിച്ച്, ഭാര്യാവീട്ടിലെ സ്വത്തുക്കളിൽ മരിച്ചുപോയ സഹോദരന്റെ പങ്ക് [illegible] മുതലാക്കാൻ ഉള്ള ശ്രമങ്ങൾ തുടങ്ങി. വലിയ വിദ്യാഭ്യാസം ഒന്നും ഇല്ലാതിരുന്ന തന്റെ ഭാര്യയെ ദുഷ്ടപുത്രൻ ആ പങ്ക് ഭാഗിച്ച് കിട്ടി വിറ്റാൽ ഒരു കോടിയോളം രൂപ കൈയിൽ വരുമെന്നും ആ പണം ഷെയർ മാർക്കറ്റിൽ നിക്ഷേപിച്ച് ചുരുങ്ങിയ സമയത്തിനുള്ളിൽ കുറെ കോടികൾ ആക്കി മാറ്റി ഏതാനും കോടികൾ ഭാര്യയുടെ പേരിൽ ബാങ്കിൽ സ്ഥിരനിക്ഷേപം നടത്തി അവൾക്ക് മാസംതോറും ഏതാനും ലക്ഷങ്ങൾ പലിശ കിട്ടുന്ന ഒരു ഉടായിപ്പ് പരിപാടി പറഞ്ഞു വിശ്വസിപ്പിച്ച്, ഭാര്യയെ കൊണ്ട് അവളുടെ മാതാപിതാക്കളുടെ മേൽ കടുത്ത സമ്മർദ്ദം ചെലുത്തി ഭാഗം വെപ്പിക്കൽ നടത്തിച്ചു. അങ്ങിനെ ഭാഗപ്രകാരം, ഭാര്യയ്ക്ക് അധികമായി കൈവന്ന ഭാഗത്തിലുള്ള സ്വത്ത്, മുക്താർ സംഘടിപ്പിച്ച് വിറ്റുകിട്ടിയ ഒരു കോടിയിലധികം വരുന്ന രൂപ അവളറിയാതെ, തന്റെ ബലാത്സംഗ കേസ് ഒതുക്കിത്തീർക്കുന്നതിനായി വിനിയോഗിച്ചു.

ദുഷ്ടപുത്രൻ ഭാര്യാവീട്ടിലെ സ്വത്തുക്കളിൽ നല്ലൊരു പങ്ക് വിറ്റുവെന്ന് കുറച്ചു സമയം കഴിഞ്ഞു അറിയാനിടയായ

മഹാപാവം സ്ത്രീയും ഭർത്താവും അയാളുടെ ഭാര്യാവീട്ടുകാരുടെ സഹായത്തോടെ അയാളെ തേടി കണ്ടെത്തി തങ്ങൾക്ക് തരാനുള്ള പണത്തിന്റെ കാര്യത്തിൽ ഒരു വ്യവസ്ഥയാക്കണം എന്ന് നിർബന്ധം പിടിച്ചപ്പോൾ അയാൾ ആ സ്വത്തുക്കൾ പെട്ടെന്ന് വിൽക്കേണ്ടി വന്നതിനാൽ വലിയ വില കിട്ടിയില്ല എന്നും കിട്ടിയത് മുഴുവൻ കേസിനും മറ്റുമായി ചെലവായി എന്നും അറിയിക്കുകയും മരിച്ചുപോയ അമ്മയുടെ നഗരത്തിലുള്ള സ്വത്ത് ഭാഗിക്കുമ്പോൾ, അധികമായി ഏതാനും സെൻറ് സ്ഥലം അയാളുടെ പങ്കിൽനിന്നും സഹോദരിക്ക് നൽകാമെന്ന് ഭാര്യാസഹോദരന്റെ സാന്നിധ്യത്തിൽ സത്യം ചെയ്തു. അതിനിടയിൽ മുമ്പ് ദുഷ്ടപിതാവിനെ കൊണ്ട് ദുഷ്ടപുത്രൻ ഫയൽ ചെയ്യിച്ച കുടുംബകോടതിയിലെ അ ന്യായത്തിനു വേണ്ടി ബഹു. കോടതി പ്രബോധനത്തിന് (counselling) വേണ്ടി വിളിപ്പിച്ചപ്പോൾ മഹാപാവം സ്ത്രീ തന്റെ പിതാവിനോട് 'അമ്മനഷ്ടപ്പെട്ട തന്നെ എന്തിനാണ് ഇങ്ങനെ ദ്രോഹിക്കുന്നത്' എന്ന് ചോദിച്ചപ്പോൾ അയാൾ പറഞ്ഞത് 'പ്രായമായ തന്റെ ആരോഗ്യപരമായ കാര്യങ്ങളും മറ്റു കാര്യങ്ങളും നോക്കിനടത്തുന്നത് മകനായതിനാൽ അവൻ പറയുന്ന പോലെ അനുസരിക്കുക മാത്രമേ നിവൃത്തിയുള്ളൂ' എന്നാണ്. ഏതായാലും സത്യം മനസ്സിലാക്കിയ ബഹു. കുടുംബകോടതി അയാളുടെ അന്യായം ചിലവ് സഹിതം തള്ളുകയുണ്ടായി. എന്നാൽ ദുഷ്ടപുത്രൻ എന്നിട്ടും അടങ്ങിയില്ല. അയാൾ ദുഷ്ട പിതാവിനെ ദുരുപയോഗം ചെയ്തു മഹാപാവം സ്ത്രീക്കെതിരെ മെയിൻറനൻസ് ട്രൈബ്യൂണലിൽ, കുടുംബകോടതിയിൽ ചിലവിനു വേണ്ടി ഫയൽ ചെയ്ത അന്യായം തള്ളിപോയത് മറച്ചുവച്ചുകൊണ്ട് ചിലവിന് ആവശ്യപ്പെട്ടുകൊണ്ട് പരാതി സമർപ്പിക്കുകയും ഉണ്ടായി. അതിനിടയിൽ മഹാപാപം സ്ത്രീയും കുടുംബവും

മഹാനഗരത്തിലെ തെക്കേയറ്റത്തേക്ക് താമസം മാറ്റിയതിനാൽ ട്രൈബ്യൂണലിന്റെ അറിയിപ്പുകൾ പഴയ അഡ്രസ്സിൽ അയച്ചു കിട്ടാത്തതിനാൽ നടപടികളിൽ പങ്കെടുക്കാൻ കഴിയാതെ വരികയും മഹാപാവത്തിനെതിരെ വിധി ആവുകയും ചെയ്തു. ഈ വിവരവും പഴയ അഡ്രസിൽ അറിയിച്ചത് മഹാപാവത്തിന് ലഭിച്ചില്ല. ദുഷ്ടപുത്രൻ ഈ അവസരം ദുരുപയോഗിച്ച് മഹാപാവവും കുടുംബവും മൂത്തമകന്റെ വിവാഹാവശ്യത്തിന് നാട്ടിൽ വരുന്നതിന് മുമ്പ് ദുഷ്ടപിതാവ് ആവശ്യപ്പെടുന്ന രേഖകളിൽ ഒപ്പിട്ടു നൽകിയില്ലെങ്കിൽ വിവാഹത്തിന് നാട്ടിൽ വരുമ്പോൾ സ്വാധീനമുപയോഗിച്ച് മെയിൻറനൻസ് ട്രൈബ്യൂണലിനെകൊണ്ട് അറസ്റ്റ് ചെയ്യിക്കുമെന്ന് ഭീഷണിപ്പെടുത്തുകയും അതിനുവേണ്ടി ശ്രമിക്കുകയും ചെയ്തു. എന്നാൽ മഹാപാവവും ഭർത്താവും ജില്ലാകലക്ടറെ സമീപിച്ച് സത്യാവസ്ഥ ബോധിപ്പിച്ചതിനാൽ ദുഷ്ടപുത്രന്റെ ആ കുത്സിതശ്രമവും പരാജയപ്പെട്ടു.

ഇക്കാലത്ത് ദുഷ്ടപുത്രന്റെ മകൾ കോളേജിൽ കൂടെ പഠിച്ചിരുന്ന ഒരു സുഹൃത്തുമായി വിവാഹം നടത്തി കിട്ടുവാൻ അവളുടെ അമ്മ മുഖാന്തരം അമ്മയുടെ മാതാപിതാക്കളെ നിർബന്ധിച്ചതിനെ തുടർന്ന് അവർ കുറെ പണം ചെലവഴിച്ച്, കുറെയധികം സ്വർണാഭരണങ്ങൾ നൽകി വിവാഹം ആർഭാടമായി നടത്തി കൊടുക്കുമ്പോൾ ദുഷ്ടപുത്രൻ അതിന്റെ മേനി അവകാശപ്പെട്ടുകൊണ്ട് മുന്നിൽത്തന്നെ നിലയുറപ്പിച്ചിരുന്നു. എന്നാൽ അയാൾക്ക് ഒരു പൈസ പോലും ചിലവില്ലാതെ നടത്തി കിട്ടിയ മകളുടെ വിവാഹത്തിന് ഭാര്യയുടെ മാതാപിതാക്കളോടു നന്ദി പറയുന്നതിനുപകരം ഭാര്യയുടെ മാതാവിന്റെ പേരിൽ ഉണ്ടായിരുന്ന വലിയ വീടും സ്ഥലവും സ്വന്തമാക്കുവാൻ വേണ്ടിയുള്ള സമ്മർദ്ദതന്ത്രങ്ങൾ ആരംഭിക്കുകയാണ്

ചെയ്തത്.

ഒരു ഭാര്യാസഹോദരൻ ഉന്നത ഉദ്യോഗം വഹിക്കുന്ന സ്ഥാപനത്തിന്റെ മേലധികാരികൾക്ക് ഭാര്യാസഹോദരനെ പറ്റിയും അയാളുടെ ഭാര്യയെ പറ്റിയും പല അപവാദങ്ങളും നിരത്തിക്കൊണ്ട് പല പരാതികൾ അയക്കുകയും, മറ്റേ ഭാര്യാസഹോദരനും ഭാര്യാമാതാവിനും പിതാവിനും എതിരായി കള്ളക്കേസുകൾ ഫയൽ ചെയ്യുകയും, അവരുടെ വീട്ടിൽ രാത്രിയിൽ അമിതമായി മദ്യപിച്ചു ചെന്ന് ബഹളം വെക്കുകയും, പ്രായമായ ഭാര്യാ പിതാവിനെയും മാതാവിനെയും ശാരീരികമായും മാനസികമായും നിരന്തരം ദ്രോഹിക്കുകയും മറ്റും ചെയ്തതിനെത്തുടർന്ന് സഹികെട്ട അവർ പോലീസിൽ പരാതി നൽകുകയും സ്ഥലം സിഐ ദുഷ്ടപുത്രനെ സ്റ്റേഷനിൽ വിളിച്ചുവരുത്തി താക്കീത് നൽകുകയും മേലാൽ ആ വീട്ടിൽ കയറി പോവരുതെന്ന് വിലക്കുകയും ഉണ്ടായി.

അക്കാലത്തുണ്ടായ ദുഷ്ടപിതാവിന്റെ മരണത്തെ തുടർന്ന് ദുഷ്ടപുത്രൻ സഹോദരിയെ സമീപിച്ച് മരിച്ചുപോയ അമ്മയുടെ പേരിൽ നഗരത്തിലുള്ള വീടും പറമ്പും ഭാഗിക്കാമെന്നും, അതിൽ രണ്ടാനമ്മയ്ക്കു കൂടി ഒരു പങ്കു കൊടുക്കുവാൻ മഹാപാവം സമ്മതിച്ചാൽ അവർക്ക് അധികമായി നൽകാമെന്ന് മുമ്പ് ദുഷ്ടപുത്രൻ സമ്മതിച്ച ഭൂമി തരാമെന്ന് നിർദ്ദേശിച്ചു. എന്നാൽ പിതാവിനു തന്നെ യാതൊരു അവകാശവും ഇല്ലെന്ന് കോടതി വിധി ഉള്ളതിനാൽ അയാളുടെ രണ്ടാം ഭാര്യയ്ക്ക് സ്വത്തിൽ യാതൊരു അവകാശവുമില്ല എന്ന് നിയമോപദേശം കിട്ടിയതിനാലും തനിക്ക് ആ സ്വത്തിന്മേൽ അത്യാഗ്രഹങ്ങൾ ഒന്നുമില്ലെന്ന് രണ്ടാനമ്മ തന്നെ മഹാ പാവത്തിനെ അറിയിച്ചിരുന്നതിനാലും, അവർക്കെന്ന വ്യാജേന വലിയൊരു പങ്കു ഭൂമി കൈവശപ്പെടുത്തി, അതിൽനിന്നും കുറച്ചു സ്ഥലം

മഹാപാവത്തിന് നൽകി ബാക്കി മുഴുവൻ സ്വന്തമാക്കി, അത് വിറ്റ് ധൂർത്തടിക്കാനുള്ള ദുഷ്ടപുത്രന്റെ ദുരാഗ്രഹമാണ് ഇതെന്നും മനസ്സിലാക്കിയ മഹാപാപം സ്ത്രീ അതിനു വിസമ്മതിച്ചു. അതിൽ അരിശംപൂണ്ട ദുഷ്ടപുത്രൻ തുല്യമായി ഭാഗിക്കണം എന്ന് ആവശ്യപ്പെട്ടുകൊണ്ട് അന്യായം ഫയൽ ചെയ്യുകയും അത് തുല്യമായി ഭാഗിക്കാൻ സമ്മതിക്കാത്തപക്ഷം, തനിക്കും പങ്കിന് അവകാശമുണ്ടെന്ന് പറഞ്ഞു രണ്ടാനമ്മയെക്കൊണ്ട് കേസിൽ കക്ഷിചേർക്കുമെന്ന് അറിയിച്ചെങ്കിലും, മഹാപാവം അത് അവഗണിച്ചതിനാൽ അയാൾ അത്തരമൊരു ഹരജി രണ്ടാനമ്മയുടെ ഒപ്പ് വ്യാജമായി ചേർത്ത് ബഹു.കോടതിയിൽ [illegible] മനസ്സിലാക്കിയ [illegible] ഹരജി തള്ളുകയുണ്ടായി.

അതിനുപുറമേ ദുഷ്ടപുത്രന്റെ സഹോദരിക്കെതിരായി, അവർ ജോലി ചെയ്യുന്ന സ്ഥാപനത്തിന്റെ എല്ലാ മേലധികാരികൾക്കും, ആ മഹാപാവത്തിനെ സ്വഭാവഹത്യ ചെയ്യുന്ന തരത്തിലുള്ള പലതും എഴുതി ചേർത്തുകൊണ്ട് പരാതികൾ അയക്കുകയും മറ്റുചിലരെ കൊണ്ടും അത്തരം പരാതികൾ അയപ്പിക്കുകയും ഉണ്ടായി. കൂടാതെ ദുഷ്ടപുത്രൻ മഹാപാവം ജോലി ചെയ്യുന്ന സംസ്ഥാനത്തിലെ ആഭ്യന്തര വകുപ്പ് മന്ത്രിക്കും ഡിജിപിക്കും പൊലീസ് കമ്മീഷണർക്കും മറ്റും സ്വന്തം സഹോദരിക്കെതിരായി കള്ളപരാതികൾ സമർപ്പിച്ചതിനെ തുടർന്ന് സ്ഥലം സി.ഐ. മഹാപാവം സ്ത്രീയേയും ഭർത്താവിനേയും സ്റ്റേഷനിലേക്ക് വിളിപ്പിക്കുകയുണ്ടായി. രണ്ടുപേരും ചേർന്ന് യഥാർത്ഥ വസ്തുതകൾ സി.ഐ.യെ ധരിപ്പിച്ചതിനെ തുടർന്ന്, ദുഷ്ടപുത്രന്റെ പരാതികൾ വ്യാജമാണെന്ന് അദ്ദേഹം മേലധികാരികൾക്ക് റിപ്പോർട്ട് സമർപ്പിക്കുകയുണ്ടായി.

മഹാപാവം സ്ത്രീയേയും, ഭർത്താവിനെയും ദുഷ്ടപുത്രന്റെ ഭാര്യാഹോദരന്മാരെയും അവരുടെ മാതാവിനെയും എല്ലാം സമ്മർദ്ദത്തിലാക്കുക എന്ന നീചമായ ഉദ്ദേശത്തോടെ, അയാൾ ആവശ്യപ്പെടുന്ന രേഖകളിൽ ഒപ്പിട്ട് നൽകാത്തപക്ഷം എല്ലാവരെയും കള്ള ക്രിമിനൽ കേസിൽപെടുത്തി അറസ്റ്റ് ചെയ്യിക്കുമെന്ന് ഭീഷണിപ്പെടുത്തിയെങ്കിലും, ശുദ്ധമനസ്കൻ യാതൊരുവിധത്തിലും ദുഷ്ടപുത്രന്റെ സമ്മർദ്ദതന്ത്രങ്ങൾക്ക് വഴങ്ങരുതെന്ന് എല്ലാവരോടും അഭ്യർത്ഥിച്ചതിനെത്തുടർന്ന് ആ ഭീഷണി അവഗണിക്കപ്പെട്ടു. ഇതിൽ അരിശംപൂണ്ട ദുഷ്ടപുത്രൻ തന്റെ ഭാര്യയുടെ മേൽ സമ്മർദ്ദം ചെലുത്തി അവളുടെ സഹോദരന്മാരും ഭാര്യമാരും ശുദ്ധമനസ്കനും മറ്റും ചേർന്ന്, ദുഷ്ടപുത്രന്റെ ഭാര്യയുടെ സ്വത്തുക്കൾ വ്യാജരേഖകൾ ചമച്ച് തട്ടിയെടുത്തു എന്നാരോപിച്ച് വഞ്ചനാകുറ്റത്തിനും വ്യാജരേഖ ചമയ്ക്കലിനും മറ്റുമായി ക്രിമിനൽ കേസ് ഫയൽ ചെയ്യുകയും പോലീസിൽ സ്വാധീനം ചെലുത്തി അറസ്റ്റു ചെയ്യിക്കുമെന്നു ഭീഷണിപ്പെടുത്തുകയും ചെയ്തു. എന്നാൽ ശുദ്ധമനസ്കന്റെ അപേക്ഷപ്രകാരം ഭാര്യ ഹാജരാക്കിയ രേഖകൾ ഫോറൻസിക് ലാബിലേക്ക് അയച്ചു പരിശോധിക്കപ്പെടുകയും രേഖകളിലെല്ലാം തന്നെ അന്യായ കാരിയുടെ (ദുഷ്ടപുത്രന്റെ ഭാര്യയുടെ) കൈയ്യൊപ്പ് തന്നെയാണെന്ന് ഫോറൻസിക് പരിശോധനയിൽ തെളിഞ്ഞതിനെ തുടർന്ന് പോലീസ് ആ കേസ് അവസാനിപ്പിക്കാനുള്ള റിപ്പോർട്ട് ബഹു:കോടതിയിൽ സമർപ്പിച്ചു.

ദുഷ്ടപിതാവിന്റെ മരണശേഷം, രണ്ടാനമ്മയുടെ കുടുംബ സ്വത്തുക്കളിൽ അവർക്ക് കിട്ടിയ പങ്കിൽ ഉള്ള വീട്ടിൽ താമസമാക്കിയ ദുഷ്ടപുത്രൻ അവരുടെ സ്വത്തുക്കൾ തന്റെ പേരിൽ ദാനം നൽകിക്കൊണ്ടുള്ള രേഖകളിൽ രണ്ടാനമ്മയെ

കൊണ്ട് ഒപ്പിടുവിക്കുന്നതിനായി കിണഞ്ഞ് കുറേക്കാലമായി പരിശ്രമിച്ചു വരികയാണ്. കള്ളക്കേസുകളിൽ കുടുക്കി സഹോദരിയുടെ സ്വത്തുക്കൾ തട്ടിയെടുക്കാനും, അവളെ സ്വഭാവഹത്യ നടത്തി കുടുംബകലഹങ്ങൾ സൃഷ്ടിച്ച് ആത്മഹത്യയിലേക്ക് പ്രേരിപ്പിക്കാനും മറ്റും വർഷങ്ങളോളം ശ്രമിച്ചു പരാജയപ്പെട്ട ദുഷ്ടപുത്രൻ, ഏറ്റവും ഒടുവിൽ കിട്ടിയ വിവരപ്രകാരം, നഗരത്തിലെ കുറെ സ്വത്തുക്കൾ ഉള്ള ഒരു കുടുംബത്തിലെ അംഗവും, ഭർത്താവിന്റെ സ്വത്തുക്കളോടുള്ള ദുരാഗ്രഹം മൂലം ബന്ധം വേർപെടുത്തിയതുമായ മധ്യവയസ്സുള്ള ഒരു സ്ത്രീയെ പലതും പറഞ്ഞ് പ്രലോഭിപ്പിച്ച് അവരുടെ വലിയ വിലപിടിപ്പുള്ള ഭൂസ്വത്തുക്കൾ തട്ടിയെടുക്കാനുള്ള ഗൂഢശ്രമങ്ങളിൽ ഏർപ്പെട്ടിരിക്കുന്നതാണത്രെ ദുഷ്ടപുത്രൻ ഇപ്പോൾ.

ഏതാണ്ട് മുപ്പത് വർഷത്തിലധികമായി നടന്നുവരുന്ന, സ്വത്തിനും പണത്തിനും വേണ്ടിയുള്ള ദുരാഗ്രഹത്തോടെയുള്ള ക്രൂരതകളുടെയും പീഡനങ്ങളുടേയും അപൂർവ്വമായുള്ള ഒരു അനുഭവവിവരണമായതിനാലാണ് ഇത് ഇത്രയും നീണ്ടു പോയത്. ഈ വിവരണം ദാമ്പത്യ ജീവിതം എന്ന ഗ്രന്ഥത്തോടൊപ്പം ചേർക്കുവാൻ കാരണം, സാധാരണയായി ദാമ്പത്യജീവിതത്തിൽ ഭാര്യമാർ ഭർതൃഗൃഹങ്ങളിൽ ഭർത്താവിൽനിന്നും അടുത്ത ബന്ധുക്കളിൽനിന്നും അനുഭവിച്ചുവരുന്ന സ്ത്രീധന പീഡനങ്ങളുടെയും ക്രൂരതകളുടെയും വിവരണങ്ങളിൽ നിന്നും തികച്ചും വ്യത്യസ്തമായി സ്വന്തം സഹോദരിയെയും മകളെയും സ്വത്തുക്കൾക്കുവേണ്ടി പീഡിപ്പിക്കുകയും ക്രൂരതകൾക്കിരയാക്കുകയും ചെയ്തു കൊണ്ടിരിക്കുന്ന ദുഷ്ടന്മാർ കൂടി നമുക്കിടയിൽ ഉണ്ടെന്ന കാര്യം വായനക്കാരെ

ഓർമ്മിപ്പിക്കുവാനും, അവരെ ഒറ്റപ്പെടുത്തുവാൻ സമൂഹമനസാക്ഷി ഉണരേണ്ടിയിരിക്കുന്നു എന്ന കാര്യം എല്ലാവരുടെയും ശ്രദ്ധയിൽ പെടുത്തുവാനും വേണ്ടിയാണ്.

----

www.ingramcontent.com/pod-product-compliance
Lightning Source LLC
LaVergne TN
LVHW010927051026
849532LV00003B/874